Đêm nghe sông Hằng hát

TRẦN TRUNG ĐẠO

ĐÊM NGHE SÔNG HẰNG HÁT

(Tuyển tập những tản văn trong tinh thần Phật giáo và Xã hội)

LOTUS MEDIA HOA
KỲ 2018 2025

ĐÊM NGHE SÔNG HẰNG HÁT

Tác phẩm của Trần Trung Đạo
Biên tập và trình bày: Hoài An
Bìa: Uyên Nguyên
Lotus Media, Hoa Kỳ 2018, 2025

Lời giới thiệu:

TRẦN TRUNG ĐẠO

NGƯỜI TIỀU PHU VỚI LÒNG TỪ BI VÀ NHỮNG CHIẾC LÁ VÀNG

Thật ra, thi sĩ Trần Trung Đạo đã được hầu hết các độc giả từ trên diễn đàn siêu không gian (internet) cũng như khắp nơi trên thế giới biết đến. Riêng đối với tôi, tôi mới được quen anh chưa đầy một năm, do một anh bạn vốn là giáo sư một trường trung học song ngữ giới thiệu. Mặc dù, trước đó, thỉnh thoảng tôi có đọc đôi bài thơ của anh đăng trên báo hải ngoại. Dần dà sau này, tôi được đọc thơ của anh nhiều hơn, nhất là dịp tập thơ đầu tiên ***Đổi cả thiên thu tiếng mẹ cười*** *tái bản và phát hành tập thơ mới* ***Thao thức****.*

Trong một bài viết về "Cảm nhận thi ca" của nhà văn Trần Hoài Thư đăng trong tạp chí ***Văn học Nghệ thuật*** *trên internet, mục "Diễn đàn Văn học" có đoạn: "Cảm nhận, dĩ nhiên, khác với phân tích, phê bình. Cảm nhận là sự rung động mà độc giả bắt gặp khi đọc một bài thơ hay một câu thơ. Một bài thơ càng hay, có ý nghĩa là sự cảm nhận càng lớn, nỗi rung động càng mạnh" (****Văn học Nghệ thuật****, số 215, 14-8-1996).*

Với cõi thơ của thi sĩ Trần Trung Đạo, là một độc giả, qua cảm nhận của mình, tôi nghe con tim nhịp theo với từng ý, từng vần trong thơ của anh, đau xót với cái đau xót của anh, thao thức, trăn trở với nỗi trăn trở, thao thức của anh.

Trong hành trình đi vào dòng thơ của thi sĩ Trần Trung Đạo, tôi cứ ngỡ mình đang đi vào những vùng biển dâu với những mảnh đời tan tác, những tâm hồn héo úa như những chiếc lá vàng lìa cành, xa cội, lạc loài. Ở đó là thân phận khốn cùng của kiếp người, là hệ lụy vô thường của cuộc đời, là bẽ bàng, là cay nghiệt triền miên... Tất cả như hiện diện, bàng bạc trong từng chữ, từng dòng, từng vần, từng điệu hết sức bình dị mà tha thiết, đơn giản mà sâu đậm, man mác mà thâm trầm. Dường như bất cứ người đọc nào cũng có thể cảm nhận thơ anh với con tim se thắt, ngậm ngùi để chia sẻ và cảm thông với mỗi hoàn cảnh, mỗi mảnh đời... Bởi lẽ, thơ của thi sĩ Trần Trung Đạo như anh đã tâm sự, anh làm thơ không để mong làm thi sĩ, mà để gởi gắm những tâm tư thao thức cho thế nhân với những mảnh đời chân thật:

"Tôi làm thơ chẳng mong thành thi sĩ
Ngủ với trăng hay bạn với sông hồ
Thơ tôi đấy trái tim đầy máu rỉ
Sẽ muôn đời ở lại với hư vô".

(Thơ tôi)

Vốn dĩ là một Phật tử, thi sĩ Trần Trung Đạo đã nhìn đời với trái tim của người con Phật. Anh mang tâm thức từ bi của đạo Phật chuyển nhập vào dòng thơ của mình như một phép nhiệm mầu để hóa giải cuộc đời, để những đóa hoa Vô ưu nở rộ trong cõi đời ô trọc, trầm luân này. Điều đó cho thấy đạo Phật đã ảnh hưởng hết sức sâu đậm trong thơ của thi sĩ Trần Trung Đạo. Đặc biệt, hai bài thơ "Hoa đạo" và "Nhớ cây đa chùa Viên Giác" là hai bài thơ tiêu biểu cho nét đặc thù này. Khi viết về cựu Huynh trưởng Phạm Gia Bình, người tự thiêu tại Hoa Kỳ tháng 4 năm 1992 để phản đối nhà cầm quyền cộng sản Việt Nam đàn áp tôn giáo:

"Cây Vô ưu trong lòng anh
Hôm ấy đã trổ hoa
Thơm ngát cả mười phương
Mùi hương Chân Thiện Mỹ".

(Hoa đạo)

Hay:

"Lửa Vô úy chẳng bao giờ tắt lạnh
Như linh hồn anh sống mãi với muôn thu
Đường Việt Nam dù còn lắm sương mù
Nhưng có anh trời quê hương sẽ sáng
Hoa đạo nở thành niềm tin và hy vọng
Nở những nơi nào máu Thánh một lần rơi
Cây Nhân Duyên từ bao kiếp luân hồi
Trên đất lạ đã âm thầm kết trái
Đại lực muôn nghìn năm góp lại
Đã chuyển thành Tam Muội đốt vô minh".

(Hoa đạo)

Trước cảnh đời bức bách, người con Phật đau lòng phải lìa xa mái chùa thân yêu:

"Chùa thanh tịnh chẳng dung hồn lữ thứ
Một chiều thu tôi lạy Phật ra đi

Bỏ lại tiếng chuông chùa vang khuya sớm

Cây đa già đứng lặng khóc chia ly".

(Nhớ cây đa chùa Viên Giác)

Để rồi, bao năm sau, thi nhân lưu lạc nơi phương trời vô định, viết đôi dòng thơ nhớ về ngôi chùa xưa thân yêu thuở nào:

Sân chùa xưa lá rụng đã bao lần

Chiếc lá vàng như những vết dao đâm

Thời thơ ấu nghe vẫn còn đau buốt".

(Chút quà cho quê hương)

Và tấm lòng từ bi vô lượng của thi nhân thể nhập qua lời căn dặn của mẹ hiền như một lời trăn trối trước phút lâm chung:

"Nếu mai mốt con có về thăm lại

Con đừng buồn và trách móc chi nhau

Lòng của Mẹ, một tấm lòng đại lượng

Vẫn nghìn năm son sắt chẳng phai màu".

(Trăn trối)

Hay lời tiễn biệt dành cho người lính già Việt Nam vừa mới chết đêm qua ở xứ người trong lẻ loi, cô quạnh như một lời an ủi, một lời cầu nguyện thắm đượm tinh thần từ bi, tế độ của đạo Phật:

"Ngủ đi anh bình yên nơi chín suối

Đau thương này em sẽ viết thay anh".

(Người lính già vừa chết đêm qua)

Ở bất cứ nơi nào có sự khổ đau đều có sự hiện hữu của đức Như Lai. Ngài tỏa chiếu ánh sáng nhiệm mầu, huyền diệu với tấm lòng từ bi, vị tha, nhân ái cao cả. Ngài luôn luôn khuyên chúng sanh tự thắp sáng trong lòng mình ngọn đuốc để soi đường trong cõi đời ô trọc, bụi trần tăm tối này: "Hỡi các Ngươi! Hãy tự mình thắp đuốc lên mà đi". Là người con Phật thuần thành từ buổi thiếu thời, với chiếc áo màu lam gia đình Phật tử rộng thùng thình hơn khổ người bé nhỏ của anh mà thân phụ đã sắm sửa cho, một cậu bé đã có tâm từ bi rồi. Nhưng cay nghiệt thay, mới chừng ấy tuổi đầu, cuộc đời anh đã bắt đầu cho những luân lạc, phiêu bồng:

"Đời ta xiêu lạc từ thơ ấu,
Coi chuyện ơn thù như nắng mưa".

(Vẫn đứng lên cười với thế nhân)

Hoặc:

"Anh bỏ nhà đi năm mười bốn tuổi
Học lọc lừa từ thuở tóc chưa xanh".

(Chợt nhớ người bạn nhỏ)

Nhưng với lòng từ bi dạt dào như máu chảy trong tim, anh không oán trách cuộc đời:

"Đời xô ta gục, không buồn trách
Vẫn đứng lên, cười với thế nhân".

(Vẫn đứng lên cười với thế nhân)

Thi sĩ Trần Trung Đạo đã thắp sáng cho mình ngọn đuốc từ bi, đã chọn cho mình con đường chánh đạo để khế hợp với từng cảnh đời oan nghiệt hầu chia sẻ, cảm thông. Và với sự chọn lựa cho mình phương cách chuyển hóa tâm thức, đi theo con đường chánh giác đó, mới có thể hóa giải mọi vô minh phiền não cho chính mình và cho tha nhân... Như một người tiều phu, thi sĩ Trần Trung Đạo đi giữa rừng già cô tịch gom cây, góp lá để thắp sáng cho đời, sưởi ấm thế nhân:

"Con đi góp lá nghìn phương lại
Đốt lửa cho đời tan khói sương".
(Đổi cả thiên thu tiếng mẹ cười)

Hoặc:

"Tôi đi góp lá ngàn phương lại
Đốt lửa cho đời sương khói bay".
(Mười bảy năm)

Trong sứ mạng cao đẹp của người tiều phu, thi sĩ Trần Trung Đạo đã âm thầm mang con tim từ ái của mình thể nhập vào từng dòng thơ để hiến dâng đời mãi hoài, bất tận. Chúng ta chỉ cần để tâm hồn tĩnh lặng nghe nhà thơ tâm sự:

"Ai về qua phố Hội An
Mua dùm tôi tấm lụa vàng Duy Xuyên
Tôi đi quét lá trăm miền
Mẹ ngồi dệt sợi ưu phiền quanh năm".
(Lụa Duy Xuyên)

Thi sĩ Trần Trung Đạo đã biết bao lần nhặt chiếc lá vàng trước ngõ để viết bài thơ gởi cho đời:

"Cho tôi nhặt chiếc lá vàng trước ngõ
Viết bài thơ tha thiết hiến dâng đời
Chút chân tình trang trải với muôn nơi
Rất nhỏ bé nhưng vô cùng sâu rộng".
(Cho tôi xin)

Người tiều phu góp nhặt những chiếc lá vàng hay thi nhân nhặt những mảnh đời trong nỗi cô đơn:

"Tóc bạc theo mỗi ngày biệt xứ

Bụi cuộc đời trắng dã đôi vai

Tiều phu gánh củi về ngang núi

Trăng chiếu lưng đèo một bóng soi".

(Ghé Raleigh thăm bạn)

Pascal đã ví: "Con người là một cây sậy biết suy nghĩ". Thi sĩ Trần Trung Đạo luôn luôn tự ví đời mình - nhất là mảnh đời đang sống lang bạt nơi xứ người này - như chiếc lá lìa cành bị cuốn theo dòng đời trôi nổi, nổi trôi:

"Mỗi buổi sáng tôi một mình ôm chổi

Quét lá vàng như quét nỗi cô đơn

Lá vẫn rụng khi mỗi mùa thu tới

Như đời tôi tiếp nối chuyện đau buồn".

(Nhớ cây đa chùa Viên Giác)

Hoặc:

"Tôi sẽ đến ngôi chùa xưa Viên Giác

Nhặt mảnh đời rơi rớt ở đâu đây".

(Nhớ cây đa chùa Viên Giác)

Chiếc lá vàng cứ bay đi, bay đi mãi. Để cây đa già một mình một bóng trầm mặc đứng lặng buồn. Phải chăng đó là hình ảnh mẹ hiền đứng bên song cửa mòn mỏi ngóng đợi con về:

"Mẹ trách ta sao lỡ hẹn thề

Mỗi mùa lá rụng lắng tai nghe

Cây đa già đứng bên đường vắng

Chiếc lá vàng đi chẳng trở về".

(Vẫn đứng lên cười với thế nhân)

Để rồi, thi nhân một lần nữa minh định thân phận đời mình:

"Em đâu biết giữa cuộc đời dông tố
Tôi chỉ là một chiếc lá khô bay".

(Tôi vẫn nợ em một lời xin lỗi)

Hoặc:

"Em có khóc khi mỗi mùa thu tới
Lá thu vàng rơi xuống tuổi điêu linh".

(Tôi vẫn nợ em một lời xin lỗi)

Hoặc:

"Một chiếc lá vừa rơi trên nấm mộ
Thu đã về rồi đó phải không em
Anh chợt thấy bàng hoàng trong tuổi dại
Một tình thương tha thiết sẽ không quên".

(Vĩnh biệt em Thu Cúc)

Trong lời chào vĩnh biệt người lính già Việt Nam vừa mới chết đêm qua trong cô đơn, hiu quạnh, thi sĩ Trần Trung Đạo thêm một lần tự ví mình như chiếc lá và tha thiết tâm tình với kẻ bạc phần:

"Tôi gởi anh đôi dòng thơ
Từ trái tim của một thằng em nhỏ
Cũng lạc loài lưu lạc như anh
Chúng ta, hai chiếc lá chung cành
Bay phơ phất trước từng cơn bão tố".

(Người lính già vừa mới chết đêm qua)

Đất trời rồi sẽ chuyển sang mùa theo sự vận hành của vũ trụ. Những chiếc lá vàng rồi sẽ rơi rụng, bay đi, bỏ lại bên trời những cành, những nhánh khẳng khiu , buồn thảm đến ngậm ngùi. Thi sĩ

Trần Trung Đạo cũng mơ ước một ngày trở về cố hương như những chiếc lá nhớ cây, nhớ cội, nhớ rừng:

"Em đừng hỏi ta mong về quê cũ

Chiếc lá khô còn nhớ cội thương cành

Ta chẳng lẽ bước chân đời lê mãi

Nơi quê người làm một kẻ lưu dân".

(Em đừng hỏi)

Dù chỉ một lần, thi nhân tha thiết nguyện cầu như chiếc lá vàng rụng xuống bên gốc cội cây già, hôn lên mặt đất thân yêu đã nuôi cây lớn biết bao mùa:

"Ta sẽ sống để chờ ngày trở lại

Hôn một lần lên đất mẹ thương đau".

(Em đừng hỏi)

Vì có được như chiếc lá vàng, ít nữa cũng trả được chút ơn, chút nợ của một kiếp người nơi cõi tạm này:

"Tôi sẽ về để sống với quê hương

Mai tôi chết xin làm phân nuôi đất".

(Tôi sẽ về)

Trong dòng đời, với biết bao lần ngụp lặn, chìm đắm trong bể khổ trầm luân, dô ng tố, bão bùng... Rồi bức tranh vân cẩu cũng phải tan đi, để trả lại trần gian này một chút nắng ấm mặt trời, để trả lại cho con người một cõi an nhiên, thanh tịnh. Cao đẹp biết bao khi có những con người hy sinh đời mình tự nguyện làm một người tiều phu với tấm lòng từ bi đi khắp bốn phương tám hướng gom góp từ nhánh củi, cọng rơm, ngọn cỏ đến những chiếc lá vàng khô để đốt lửa soi đường, sưởi ấm nhân sinh! Hạnh phúc thay được làm một nhà thơ! Hạnh phúc thay được làm một người tiều phu với tấm lòng từ bi đi góp nhặt những chiếc lá vàng!

"Con đi góp lá nghìn phương lại

Đốt lửa cho đời tan khói sương".

(Đổi cả thiên thu tiếng mẹ cười)

Nhà văn LƯƠNG THƯ TRUNG

Lời ngỏ

Đầu tháng 7 năm 2015, tôi và một số đồng hương Việt Nam ở Boston ghé Tòa Lãnh sự Nepal tại Boston để tặng tiền cho nạn nhân bị động đất ở Nepal. Ông Tổng Lãnh sự cám ơn và tặng tôi bức tượng Phật nhỏ. Ông nói khá nhiều quê hương của Đức Phật. Ông nghĩ chúng tôi cứu trợ bởi vì chúng tôi là Phật tử.

Khi đáp lại lời ông, tôi không nhắc đến Đức Phật mà chỉ nói về hai dân tộc chịu đựng những tai họa thiên nhiên khác nhau nhưng với hậu quả tàn khốc giống nhau.

Tôi không nhắc đến Đức Phật vì đồng hương đóng góp cho quỹ cứu trợ không chỉ là Phật tử và chính tôi khi góp phần tổ chức cũng không phải vì tôi là Phật tử.

Nhưng trên đường trở về và nhớ lại những lời ông nói tôi lại đồng ý với ông. Đạo Phật như từng giọt nước thấm vào tâm hồn tôi mà có thể tôi không biết, không nhận ra.

Dòng suối tình thương, bao dung và tha thứ chảy róc rách qua cuộc đời tôi suốt thời thơ ấu để tôi có được ngày hôm nay. Nếu không có tiếng chuông chùa, không có lời kinh khuya ru tuổi thơ nhiều mất mát thì cuộc đời tôi cũng như hàng triệu chiếc lá chiến tranh bay hoang vu khắp ba miền đất nước, biết đã về đâu?

Con cám ơn Đức Bổn Sư và những lời dạy của ngài.

Trong tuyển tập này là những bài viết và đoản văn, có bài khá dài nhưng cũng có khá nhiều bài là những suy nghĩ bất chợt về một chuyện gì đó, một giọt sương buổi sáng, một hạt tuyết đang bay hay một chiếc lá cuối mùa thu...

Xin chia sẻ cùng độc giả.

Trần Trung Đạo

Phần I

ĐÊM NGHE SÔNG HẰNG HÁT

ĐÊM NGHE SÔNG HẰNG HÁT

Khi chiếc ghe đưa chúng tôi trở lại Ghat thiêu người khoảng mười giờ tối, xác người đàn bà quấn vải trắng không còn nằm trên bờ sông nữa. Bà có thể vừa hay đang được hỏa thiêu. Giàn hỏa là một lò lửa thấp chất đầy những thanh củi lớn, khi đó đang bốc lửa đỏ rực. Tôi không biết chính xác Ghat này tên gì nhưng vì Ghat nhỏ và cách Dashashwamedh Ghat chỉ vài phút chèo ghe nên đoán là Harishchandra Ghat, một trong hai Ghat hỏa thiêu.

Ghat theo tiếng Hindi có nghĩa là những bậc thang cấp. Mặc dù danh từ ngày được dùng chỉ những bậc thang cấp ở nhiều nơi khác nhưng khi nghe đến Ghat người ta thường nghĩ ngay đến những bực cấp đi xuống sông Hằng nổi tiếng ở Varanasi. Hãy nghĩ Ghat như là một bến sông, nơi có người và ghe thuyền tập trung, cho dễ hiểu. Có tất cả 84 Ghat lớn nhỏ dọc đoạn sông dài khoảng 5 dặm. Những Ghat được nhắc nhở nhiều trong sinh hoạt tôn giáo và văn học Ấn Độ gồm có Dasaswamedh Ghat, nơi được tin rằng tại đó Lord Brahma đã đón mừng Lord Shiva trở lại thế gian; Tulsi Ghat gắn liền với tên tuổi của thi hào Ấn Độ Tulsidas, tác giả của trường thi *Ramcharitmanas*; Bhadaini Ghat biểu tượng của ánh sáng mặt trời; Assi Ghat có nhiều sinh hoạt rất sống động; Panchkoat Ghat do vua Madhya Pradesh xây; Man Mandir Ghat là nơi có các chùa Hindu thiêng liêng như Sthuladanta Vinayaka, Rameshwara và Someshwara.

Nhớ lại buổi chiều khi ghe chúng tôi được chèo ngang qua Harishchandra Ghat thiêu xác này, vợ tôi khẽ nhắc có một xác người, có thể là đàn bà, đang được đặt sát mặt nước sông Hằng. Tôi nhìn kỹ, xác bà được bao bọc kín thật chặt bằng vải trắng ngoại trừ khuôn mặt xanh xao. Bà đã được làm lễ tắm nước sông Hằng hay đang chuẩn bị để làm trước khi được hỏa thiêu. Tôi hỏi người chèo ghe có thể chụp hình. Anh ta trả lời không sao. Nhìn qua ống kính, khuôn mặt người chết xanh xao hiện ra rất rõ. Tôi định bấm, nhưng kịp dừng tay vì cảm thấy xúc phạm hương linh người chết. Cái chết và sự sống không bao giờ là một trò chơi, không bao giờ là một nghệ thuật. Tôi đặt máy xuống, một lời cầu nguyện âm thầm theo lễ nghi Phật giáo dâng trong lòng.

Khi chúng tôi trở lại, dưới chân Harishchandra Ghat chỉ còn hai giàn lửa. Để giữ sự trang nghiêm, lần này, tôi chụp một tấm hình không dùng đèn từ khoảng cách khá xa. Bên cạnh hai giàn lửa là một thầy tế lễ Hindu đứng trên một bục cao chừng mười mét tính từ bờ sông. Thầy tế lễ đắp y màu đỏ viền vàng dài đến gối, hai tay cầm một ngọn đèn lớn và từng bước quay tròn trong điệu múa nhịp nhàng. Thầy đang làm lễ. Lời kinh vang trên mặt sông rộng theo gió đưa xa. Giọng thầy trầm bổng như đang hát một bài hát tiễn đưa hương hồn những người ra đi hay cũng có thể đang chào đón những người đang đến trong hành trình vô thủy vô chung. Bên bờ sông Hằng, không có giàn âm thanh nhưng tiếng tụng kinh của thầy rất lớn làm chúng tôi tưởng chừng như đang phát ra từ một máy phát thanh khá mạnh. Hàng trăm chiếc ghe đang trở về nhiều Ghat khác nhau sau khi dự lễ Ganga Aarti ở Dashashwamedh Ghat, nhưng ngoại trừ nhịp chèo ghe rất nhẹ làm xô động mặt nước sông Hằng, tất cả đều im lặng.

Chung quanh hai giàn hỏa, khá nhiều thân bằng quyến thuộc của những người chết. Tuyệt nhiên không nghe tiếng khóc. Tôi đọc đâu đó rằng trẻ em và phụ nữ không được tham dự tang lễ để tránh khóc lóc làm nặng thêm hành trình của người ra đi. Đời sống trên sông Hằng có thể từ nhiều ngàn năm vẫn diễn ra như thế. Một đời sống thuần túy tinh thần, dâng hiến trọn vẹn. Sống và chết, mất và còn, đến và đi đều diễn ra và kết thúc tại nơi đây. Những câu chuyện, những tin tức về chiến tranh, hòa bình, tranh chấp, quyền lực, danh lợi có lẽ không ảnh hưởng gì đến những người dân Ấn sống dọc sông Hằng. Không hỏi ai, nhưng nhìn qua cách sống, tôi biết họ hoàn toàn không quan tâm đến việc cách đó vài hôm, một trái bom nổ, được tin là do tình báo Iran đặt, ở thủ đô New Delhi làm bị thương trầm trọng một nhà ngoại giao Do Thái. Tôi quan tâm chỉ vì biến cố có thể ảnh hưởng đến việc đi lại của tôi trong thời gian ở Ấn. Đa số người dân ở đây có thể suốt đời không đi xa. Không có một định nghĩa nào về quê hương mang ý nghĩa trọn vẹn hơn ở đây. Quê hương là thánh tích, là nơi sinh ra và là nơi để chết. Đúng như một nhà báo viết, nếu ai muốn có một đời sống bên ngoài thế giới, hãy đến sông Hằng ở Varanasi.

Varanasi, còn có tên gọi là Benares hay Banaras, nằm bên bờ sông Hằng, thuộc tiểu bang Uttar Pradesh, được xem là thành phố thánh của Phật giáo, Jains giáo và là thánh nhất của Hindu. Vị trí của Varanasi trong Hindu tương tự như Jerusalem của Thiên Chúa giáo hay Mecca của Hồi giáo. Theo truyền thuyết, Varanasi do chính Lord Shiva thành lập từ muôn thuở trước. Đối với tín đồ Hindu, bất kể thuộc tông phái nào, Varanasi là "thủ đô tinh thần" của họ, là nơi được tin rằng nếu họ chết ở đó sẽ thoát ra khỏi vòng sinh tử luân hồi và được an nghỉ mãi mãi nơi thiên đường. Về mặt văn minh nhân loại được các sử gia đồng ý, với hơn ba ngàn năm lịch sử, Varanasi là một trong những thành phố cổ nhất, không phải chỉ ở Ấn Độ mà cả thế giới có người sống liên tục qua các thời đại. Mark Twain trong tác phẩm *Theo đường xích đạo (Following the Equator)* xuất bản năm 1898 đã viết: "*Benaras (Varanasi) là thành phố cổ hơn lịch sử, cổ hơn truyền thống, cổ hơn cả huyền thoại, và trông già hơn tất cả những điều vừa nêu cộng lại nhau*".

Chúng tôi khởi hành chuyến đi Varanasi từ Bangalore, một trong những thành phố trù phú nhất ở miền Nam Ấn Độ. Sau khi hạ cánh xuống phi trường New Delhi, chúng tôi tìm cổng để đổi chuyến bay đi Varanasi. Trên bàn thông tin ghi rõ chuyến bay, giờ giấc, nhưng không có ai ngồi trong dãy ghế chờ mặc dù đại diện hãng máy bay xác định sẽ có chuyến bay, chỉ trễ ba mươi phút. Thỉnh thoảng có một vài người Ấn thuộc giáo phái Sikh đến. Họ ăn mặc khác lạ so với những người Ấn miền Nam. Tóc họ búi cao, đội khăn đen quấn cao trên đầu và để râu dài tới ngực. Họ liếc mắt qua chỗ chúng tôi ngồi nhưng không trao đổi một nụ cười hay một lời chào xã giao quen thuộc như ở Mỹ. Tuy không nói ra nhưng trong bụng tôi cũng cảm thấy hơi lo. Không biết thành phố và người dân Varanasi sẽ chào đón chúng tôi như thế nào đây. May thay, khoảng nửa giờ sau, nhiều đoàn du khách lần lượt đến. Mỗi đoàn khoảng hơn chục người do một hướng dẫn viên điều hợp. Du khách phần đông là người Mỹ hay châu Âu và một số ít người Nhật. Tôi chỉ cầu mong có một thượng tọa, đại đức nào đó dắt đệ tử qua đây để chúng tôi nhập vào đi chung nhưng không thấy có đoàn hành hương người Việt nào. Rất ít khách địa phương, có lẽ vì đa số chọn đi bằng xe lửa với giá rẻ hơn nhiều. Phần lớn các đoàn du khách ngồi tập trung từng nhóm và hành lý cũng để chung, chỉ gia đình chúng tôi ngồi riêng một góc. Dù cảm thấy lạc loài nhưng cũng tự an ủi, ít ra chúng tôi không phải là những người duy nhất đi thăm Varanasi.

Chúng tôi đến Varanasi vào sau trưa. Vừa nhận hành lý xong, nhìn ra đường, một tài xế của công ty du lịch địa phương do văn phòng đại diện Ấn Độ của hãng tôi sắp xếp dùm đang đưa cao bảng tên có chữ "Mr. Tran". Biết đó là tôi nên cảm thấy yên tâm. Anh ta vui vẻ bắt tay như gặp lại cố tri và hăng hái đưa hành lý lên xe. Anh chàng tài xế là một người trẻ với khả năng tiếng Anh đủ để trao đổi những điều cần thiết. Đặc điểm chung của các tài xế Ấn là lịch thiệp và tận tụy. Họ có mặt tại khách sạn bất cứ khi nào chúng tôi gọi và chỉ về nhà ngủ sau khi biết chắc là chúng tôi không đi đâu nữa trong ngày. Không phải chỉ vì bản tánh nhu hòa hay khả năng chuyên nghiệp cao nhưng quan trọng hơn vì lợi tức chính của họ là tiền thưởng của khách. Lương của một tài xế ở Ấn rất thấp. Và đương nhiên, muốn có tiền thưởng nhiều phải phục vụ tốt.

Phi trường Varanasi rất mới và trang bị đầy đủ như một phi trường địa phương ở Mỹ. Đoạn đường từ phi trường về thành phố chỉ dài khoảng 15 dặm nhưng phải cần 40 phút lái xe vì đường xấu, hẹp, chật chội, rất nhiều bò thả bộ an nhàn trên phố và quá nhiều xe cộ đủ loại chen chúc nhau. Đúng như lời bạn tôi cảnh giác, thành phố Varanasi quá nghèo nàn với những căn nhà lụp xụp dọc bên đường và cuộc sống người dân vô cùng lam lũ. Tôi chợt nghĩ, bây giờ còn như vậy, hai ngàn năm trăm năm trước, khi Đức Phật đến đây giảng pháp lần đầu, xứ này còn nghèo nàn đến mức nào. Ngày đó, vài tuần sau khi Thành Đạo, chưa có tăng đoàn, chưa có một đệ tử nào, Đức Phật đã phải vừa khất thực để sống, đêm ngủ dọc đường, ngày một mình đi bộ trên đoạn đường đầy gai góc dài hơn hai trăm cây số từ Bồ Đề Đạo Tràng (Bodhgaya) ở Gaya đến Vườn Lộc Uyển (Sarnath) gần Varanasi.

Tại sao Đức Phật đến khu vực này mà không đi nơi khác? Nhiều người đặt ra câu hỏi đó nhưng không có câu trả lời nào thỏa đáng ngoài việc vào năm trăm năm trước Công nguyên, Varanasi đã là một trung tâm văn hóa lớn của Ấn Độ. Trong mảnh da thịt mong manh của đức Cồ Đàm chứa đựng một trí tuệ vượt không gian và thời gian để lại cho muôn đời những lời khuyên nhẹ nhàng như lời ru và cần thiết như hơi thở. Đối với tôi, Đức Phật trước hết là một nhà đại giáo dục. Tôi đọc những bài kinh, những bài pháp không phải để giải thích niềm tin tôn giáo huyền bí, không phải để cầu ơn phước và sau khi chết sẽ được sinh ở cõi an lạc nào, nhưng để lắng nghe những lời dặn dò từ một bậc thầy lớn của nhân loại và cố gắng áp dụng vào đời sống hôm nay, ngay tại cõi ta bà ô trược này. Câu "Thắp đuốc lên mà đi" Đức Phật giảng trong những ngày cuối của hành trình Ngài đi trên thế gian, không chỉ đúng với một Phật tử nhưng với tất cả, từ mỗi con người cho đến toàn dân tộc. Không ai cứu mình nếu chính mình không tự cứu. Ngồi trong xe, tôi hồi hộp khi nghĩ đến ngày mai, sẽ đến thăm Sarnath, nơi nền tảng của đạo Phật với Chuyển Pháp Luân, Tứ Diệu Đế, Bát Chánh Đạo được xây dựng lần đầu, nơi năm anh em ông Kiều Trần Như gặp lại người bạn tu đã là Như Lai. Ngày mới phát nguyện vào Gia đình Phật tử, nghe các anh chị trưởng kể chuyện Vườn Lộc Uyển như nghe chuyện cổ tích thuộc vào một cõi nào đó xa xôi, không nằm trong thế giới này và sẽ không bao giờ đến được. Tôi hẹn với chính mình như hẹn với cậu bé mồ côi quét lá đa ở chùa Viên Giác ngày xưa: "ngày mai mình sẽ đến thăm Vườn Lộc Uyển".

Việc chọn lựa khách sạn ở Varanasi cũng là một chọn lựa khó khăn. Phần lớn khách sạn tương đối đầy đủ tiện nghi đều nằm trong phố, cách sông Hằng hai chục phút lái xe. Sát bên bờ sông chỉ có những nhà khách nhỏ. Để có thể nhìn chiều xuống và mặt trời lên trên sông Hằng, tôi quyết định mướn một phòng của một nhà khách đơn sơ cách Assi Ghat khoảng chừng hai trăm mét. Tôi chọn Assi Ghat vì theo ý kiến chung trên các diễn đàn du lịch Ấn, đây là Ghat

sạch sẽ, ít hỗn tạp. Cô con gái út của tôi, dù được cảnh báo trước nhiều lần, đã thật thất vọng khi bước vào phòng. Cô bé bảo khách sạn này phải được xếp vào hạng "không sao" mới đúng. Trước sân và sau khách sạn là những chuồng bò. Ổ khóa phòng là ổ khóa sắt ở Việt Nam hay dùng để khóa những chiếc rương lớn ngày xưa. Dù sao, sau khi mở quạt để xua đi bầy muỗi và làm quen với hoàn cảnh mới, chúng tôi đi thăm một số chùa Hindu.

Chùa Hindu ở Varanasi nhiều đến nỗi không phải đi xa mà chỉ cần bước sang một góc đường nào đó cũng gặp một ngôi chùa. Con gái út tôi thích nhất là Durga Temple, còn được gọi là Chùa Khỉ (Monkey Temple). Trong sân chùa nuôi rất nhiều khỉ. Sau chùa, từng bầy khỉ đu ngang dọc trên cây. Tôi hỏi người tài xế tại sao ở đây nuôi quá nhiều khỉ. Anh chàng cũng thuộc trường phái huề vốn nên trả lời bởi vì đây là Chùa Khỉ. Người tài xế đưa chúng tôi vào chùa Kashi Vishwanath làm lễ cầu an. Vị thầy tế lễ hỏi tên từng người, sau đó tay cầm một khay hoa quả vào chánh điện tụng một hồi kinh ngắn. Giọng ông trầm bổng và rất hùng hồn. Khi bước ra, thầy tế lễ chấm

vào giữa trán mỗi chúng tôi một chấm đỏ. Người tài xế đáp lễ theo cách Hindu, còn gia đình tôi lần lượt chắp tay hướng vào chánh điện vái ba vái theo nghi lễ Phật giáo và cám ơn thầy. Chúng tôi không quên đặt vào khay một số tiền cúng dường. Thầy mỉm cười hài lòng và cùng chúng tôi chụp hình kỷ niệm. Chúng tôi tạm biệt thầy để đi thăm vài chùa khác trước khi ra sông Hằng.

Đoạn đường từ dãy phố cuối cùng dẫn ra sông Hằng là một đoạn đường hiểm hóc và nếu không có người hướng dẫn sẽ không thể nào đi được. Đó là một con hẻm rất dài và hẹp, băng qua những tiệm ăn, những đống gạch vụn, những mái nhà chắp nối tồi tàn. Trên đường đi, chúng tôi gặp nhiều tu sĩ Hindu ngồi dọc hai bên hẻm. Có người thiền định, có người đọc sách, có người chỉ ngồi nhìn khách du lịch đi qua. Trên khuôn mặt họ, ngoài chấm đỏ lớn giữa hai mắt còn có nhiều vết sơn ngang dọc. Có người ở trần ngực sơn đủ màu và cũng có người ăn mặt rất kín đáo. Sau khoảng 15 phút vượt qua nhiều đoạn quanh co, người tài xế nhắc lớn, chúng ta đã đến Ghat và sông Hằng. Tôi nhìn xuống, đúng vậy, trước mặt chúng tôi là bậc thang cấp dẫn xuống sông Hằng huyền bí.

Tôi đã làm quen với sông Hằng qua những phim tài liệu và sưu tập nhiều hình ảnh trước ngày đi Varanasi nhưng khi đứng trước sông Hằng tôi vẫn cảm thấy xúc động trong lòng. Tôi đặt tay xuống dòng nước mát như để làm dấu lăn chỉ tay, chứng minh cho một mơ ước tuổi thơ vừa thành sự thật. Tôi mơ đến nơi này từ những ngày còn tập hát những bài hát về những nhánh sông tách ra từ đây như Ni Liên Thuyền và A Nô Ma. Trong số mười con sông lớn nhất của thế giới, không một dòng sông nào chứa đựng nhiều huyền bí hơn sông Hằng. Chỉ riêng trong văn học Sanskrit, sông Hằng đã có 108 tên gọi khác nhau. Sông Hằng là nguồn cảm hứng cho vô số thơ ca nhạc họa Ấn Độ. Những câu chuyện về dòng sông dài 1.560 dặm từ Hy Mã Lạp Sơn đến vịnh Bengal này không bao giờ kể hết.

Rabindranath Tagore từng ví sông Hằng như bạn đồng hành trong thi ca của ông và cũng là nơi ông đã dành nhiều thời gian gần gũi. Tôi chợt nhớ đến một nhà thơ Việt Nam, Vũ Hoàng Chương, cũng viết về dòng sông này trong bài thơ "Lửa từ bi": *"Nam mô Đức Phật Di Đà, Sông Hằng kia bởi đâu mà cát bay?"* Về mặt tôn giáo, không cần phải giải thích nhiều, đây là dòng sông thánh nhất của Hindu qua những kinh truyện về Lord Shiva. Bản thân của sông thôi cũng đã là một vị thánh, thánh Ganga, để được tôn thờ. Nhưng nếu chỉ là dòng sông bình thường thôi, đây sẽ là nơi không nên đến. Bờ sông đầy rác rến. Mức độ ô nhiễm của sông Hằng trầm trọng gấp ba ngàn lần so với tiêu chuẩn do Tổ chức Y tế Quốc tế Liên Hiệp Quốc (WHO) đưa ra.

Người tài xế đã tìm được ghe. Chúng tôi bước xuống để được đưa ra sông đi dự lễ Ganga Fire Aarti dưới chân Dasaswamedh Ghat. Lễ Ganga Fire Aarti (dâng ánh sáng) do các tu sĩ Hindu tông phái Brahmin thực hiện kéo dài khoảng gần một giờ. Đối với du khách, đây là tiết mục hấp dẫn nhất, màu sắc nhất trong ngày. Tôi quay một đoạn phim và chụp khá nhiều hình. Vợ tôi mua ba cây đèn nhỏ gắn trên bông sen giống như đèn phóng sinh ở Việt Nam để con gái út thả xuống dòng nước. Cô út thả đèn ba lần, hai lần thay mặt cho anh chị đang đi học xa và một cho chính cô út.

Người chèo ghe cho chúng tôi là một cậu bé khoảng 14 tuổi. Có lẽ theo nghề khá lâu và tuổi còn nhỏ nên cách phát âm tiếng Anh của cậu còn tự nhiên hơn cả người tài xế. Nếu tính theo Mỹ kim, mỗi ngày trung bình cậu bé làm được chỉ hơn 1 đô-la. Khi tôi hỏi tại sao lương ít quá, vì chúng tôi phải trả cho chủ ghe gần 20 đô-la, cậu bé trả lời rằng cậu chỉ chèo ghe vào buổi tối thôi, ban ngày còn phải lo đi học. Tôi rất mừng khi biết cậu bé lo học nên trước khi trả tiền cho chủ ghe đang đứng đợi trên bờ, tôi dúi vào tay cậu bé số tiền thưởng bằng lương cậu bé làm vài tuần lễ. Lễ xong, chúng tôi theo thuyền về Ghat cũ. Cho đến bây giờ tôi cũng không biết Ghat cũ đó tên gì nhưng chỉ nhớ mình đã đi ngang qua Ghat thiêu xác như đã viết ở phần trên.

Trời đã khuya. Khách du lịch đã về khách sạn. Không phải vì giới nghiêm nhưng không có lý do gì ở lại. Chúng tôi ghé một tiệm chay của người Nepal mua ít đồ ăn tối trước khi chia tay người tài xế. Phòng ngủ của gia đình tôi hướng ra sông. Bầy muỗi vo ve làm tôi không ngủ được, nhưng không biết đi đâu. Ở đây không có quán cà phê, không có internet. Ngọn lửa thiêu xác chắc cũng đã tàn. Đêm thật vắng, không một bóng người qua lại nhưng trong mơ màng tôi nghe lời kinh như khúc hát ngàn xưa vẫn còn vọng lại từ sông Hằng huyền bí.

Khoảng gần sáu giờ sáng, tôi một mình xách máy chụp hình đi bộ ra Assi Ghat. Mặt trời vừa xuất hiện bên kia bờ sông rộng. Sông Hằng thật êm đềm. Xa xa một chiếc ghe nhỏ chở du khách đang xuôi mái chèo về hướng bắc. Trên bệ đá bên bờ sông, hai nhạc sĩ trẻ đang ngồi. Người nam đánh đàn và người nữ gõ trống. Cây đàn rất quen nhưng tôi không nhớ tên. Hôm sau, khi gởi tấm hình lên facebook, anh Hữu Việt nhắn cho biết đó là đàn sitar, một nhạc cụ quen thuộc của Ấn Độ.

Hai nhạc sĩ trẻ, không rõ là người Nhật hay Nam Hàn, có vẻ là tình nhân, đang chào đón mặt trời lên trên sông Hằng bằng âm nhạc. Người thanh niên khi đàn xong một bản nhạc choàng tay vuốt nhẹ lưng người con gái như vỗ về và khuyến khích. Không có một động tác âu yếm nào khác và thậm chí không nhìn nhau nhưng tâm hồn họ hẳn đang quyện tròn vào nhau như những giọt nước trên sông Hằng không thể phân ly đang trôi trước mặt. Nếu ai muốn biết chiều sâu của thung lũng tình yêu trên thế gian này, có lẽ chỉ hai bạn trẻ này là những người duy nhất có thể trả lời.

Một khoảng cách không xa phía sau, một người đàn ông Ấn tuổi trung niên đang ngồi lắng nghe. Ông cũng là người hạnh phúc. Tôi ngồi xuống phía xa hơn và chợt nghe trong lòng dâng lên một niềm vui rất lạ. Chúng tôi không trao nhau một ánh mắt, một nụ cười hay một lời chào buổi sang, nhưng sợi dây nhân duyên vô hình giữa người và người đã nối chúng tôi chung tại điểm hẹn này. Lát nữa đây, khoảng không gian này sẽ biến mất và thời gian sẽ trôi theo sông không trở lại nhưng khoảnh khắc diệu kỳ này sẽ sống mãi trong tâm hồn mỗi chúng tôi.

Mặt trời vàng rực rỡ đang lên cao dần. Chợt nhớ sắp đến giờ ra đi, tôi đứng dậy đi chụp thêm một ít ảnh sinh hoạt bên sông Hằng buổi sáng. Phía dưới sông nhiều người dân Ấn mộ đạo đang gột rửa bụi trần bằng nước sông Hằng để đón sự trong sạch đến với tinh thần họ. Du khách từ trong phố bắt đầu lang thang tìm ghe để được đưa đi thưởng ngoạn sông Hằng mặt trời lên. Một ngày mới nhộn nhịp lại bắt đầu ở Varanasi.

Khoảng nửa giờ sau, tôi trở lại Assi Ghat, cặp tình nhân nhạc sĩ trẻ kia vẫn còn đó và khán giả duy nhất của họ vẫn còn đó. Tiếng đàn Sitar và tiếng trống Tabla tiếp tục vang lên trên sông Hằng. Nhưng trễ rồi và tôi phải ra đi. Nhìn ra sông Hằng, tôi thầm nói lời tạm biệt.

Bài thơ tạm biệt Sông Hằng:

TẠM BIỆT SÔNG HẰNG

Tạm biệt Varanasi, tôi đi

Tạm biệt Sarnath, Jaipur, Mysore, Bangalore, Chennai, Agra, Delhi

Tạm biệt Ấn Độ văn minh và huyền bí

Quê hương của Tất Đạt Đa Cồ Đàm, của Gandhi
và Sardar Vallabhbhai Patel, của Maharshi Valmiki và Tagore,

Tôi đi
Sông Hằng chảy như cuộc đời đang chảy
Từ đâu tôi không biết
Về đâu tôi không hay

Giấc mơ của một hạt cát
Đã nở thành hoa
Khi đặt tay xuống dòng nước
Sông Hằng êm như như giải lụa Duy Xuyên

Buổi sáng ở Sarnath
Nhìn tảng đá nơi Đức Phật có thể đã từng ngồi nhập định
Nghe như có tiếng chân vọng lại
Từ hai ngàn năm trăm năm
Đôi bàn chân đất, mảnh y vàng,
Đức Cồ Đàm đi bộ 247 cây số từ Bodhgaya
Vườn Lộc Uyển là đây
Tăng đoàn là đây
Chuyển Pháp Luân là đây
Tứ Diệu Đế là đây
Bát Chánh Đạo là đây
Tất cả bắt đầu từ nơi tôi đang đứng
Rất linh thiêng và rất mực bình thường

Đứng bên cây bồ đề thuộc thế hệ thứ ba ở Sarnath
Nghe trong lòng một giọt nước mắt đang rơi
Niềm vui khi chiếc lá trở về

Cám ơn Đức Bổn Sư và lời dạy của ngài
"Thắp đuốc lên mà đi"
Thưa vâng, con đã đi nhiều năm như thế
Qua những nắng và mưa
Qua con đường lửa máu
Qua bất hạnh trầm luân

Đêm Varanasi
Vang lên những lời kinh cầu nguyện
Những xác người được hỏa thiêu
Ngọn lửa lễ Agni Pooja dưới chân Dashashwamedh Ghat sáng rực
Không tiếng khóc
Không tiếng cười
Chỉ có lời kinh như bài hát vọng từ xa thẳm
Khi Lord Brahma chào đón Lord Shiva
Đời sống dọc sông Hằng đến nay vẫn thế

Chiều nay tôi đi
Chặng đường tới là đâu tôi chưa biết
Và cũng chưa có một nơi nhất định để trở về
Nên quê hương tôi là mênh mông
Quê hương tôi là Việt Nam linh thiêng nhưng cũng là Varanasi huyền bí
Quê hương là tôi là Thu Bồn trong xanh nhưng cũng là sông Hằng mát dịu

Và một ngày tôi sẽ trở lại thăm

Sông Hằng Varanasi

Có thể không còn là con người xương thịt như hôm nay

Mà chỉ là giọt nước

Từ mây trời phương Tây xa xôi

Hãy đón giọt nước như đón tôi hôm nay

Hãy cho tôi cùng chảy với sông

Trong tiếng đàn Sitar và tiếng trống Tabla

Trong một đêm huyền diệu

Trong buổi sáng lặng yên

Tạm biệt sông Hằng

Tạm biệt Varanasi.

TIẾNG VỌNG CỦA SUỐI TỪ

"Cầu mong các con có đủ dũng mãnh để đi bằng đôi chân của mình, nhìn bằng đôi mắt của mình; tự xác định hướng đi cho chính mình. Thầy sẽ là người bạn đồng hành với các con trên đoạn đường bóng xế của đời mình".

Đó là câu kết luận trong lá thư Thượng tọa Tuệ Sỹ gởi các tăng sinh Huế. Mặc dù thầy viết riêng cho các tăng sĩ trẻ còn đang tu học trong nước, lá thư đã làm xúc động hàng triệu trái tim người con Phật ở mọi nơi, mọi giới, trong đó có tôi. Không một người Phật tử nào đọc xong những lời nhắn nhủ thiết tha như những lời trối trăn thống thiết của Thượng tọa Tuệ Sỹ

mà không cảm thấy xót xa thương mến. Xót xa thương mến thầy, xót xa thương mến cho số phận của Dân tộc và Đạo pháp. Vẫn biết rằng mai đây *"ngọc đá cũng thành tro, lụa tre dần mục nát"* như thi hào Vũ Hoàng Chương đã viết trong *Lửa từ bi*, nhưng tôi tin, những lời nhắn nhủ từ trái tim của một bậc thầy đáng kính sẽ mãi mãi như giòng suối Từ, dài vô tận, rộng bao la, đã chảy hơn hai ngàn năm lịch sử và sẽ chảy qua nhiều thế hệ Phật tử Việt Nam. Cũng bên dòng suối Từ ngọt ngào đó, chúng tôi, những đoàn viên Gia đình Phật tử Việt Nam, đã gặp nhau, đã từng chia nhau từng ngụm nước trong lành của tình thương và trí tuệ. Và vì thế, những cảm nhận được ghi lại ở đây, là những cảm nhận của một đoàn viên Gia đình Phật tử Việt Nam.

Tôi đến với đạo Phật từ năm bảy tuổi qua ngưỡng cửa của Gia đình Phật tử. Tôi đến với đạo Phật không phải vì đặc tính huyền bí linh thiêng tôn giáo nhưng đơn giản vì đạo Phật đem lại cho tôi những món ăn tinh thần mà tôi cần từ thuở chào đời: tình thương và lòng tha thứ. Tôi kính yêu Đức Phật bởi vì ngài bắt đầu hành trình giải thoát như một con người. Ngài đã từ chối cuộc sống cao sang, bỏ lại sau lưng cung vàng điện ngọc, mang chiếc bình bát đựng đầy ắp tình thương đi vào thế giới khổ đau của nhân loại trong một chiếc áo vàng và đôi chân đất. Nhiều nhà khoa học, kể cả Albert Enstein, đến với đạo Phật không phải vì Đức Phật là đấng giác ngộ siêu nhiên nhưng vì ngài là nhà khoa học, nhà giáo dục, là người thầy đạo đức của con người. Đạo Phật không ban cho con người cứu cánh nhưng giúp cho con người những phương tiện cần thiết để tự đạt tới cứu cánh an lạc cho chính mình.

Tôi cũng yêu Gia đình Phật tử, tổ chức hướng dẫn thanh thiếu niên tu học theo tinh thần Phật giáo. Gia đình Phật tử thắp lên trong hồn tôi ngọn lửa tin yêu để đời tôi không còn lạnh lùng, không còn cô đơn và không còn sợ hãi. Tôi có anh, có chị, có em. Gia đình tôi không còn heo hút dưới rặng tre già hiu quạnh, nhưng đã đông vui, nhộn nhịp hẳn lên. Tôi cảm nhận được rằng tình thương không phải nằm trong lời rao giảng suông mà là một điều có thật. Tôi được dạy để thương yêu nhân loại và chúng sinh như thương yêu chính bản thân mình. Gia đình Phật tử dạy tôi cách sống hòa mình vào tập thể, cho tôi thấy được sự quan trọng và trách nhiệm của một con người trong cộng đồng xã hội, biết sống cho mình và sống cho người khác. Tôi học cách mở mang sự hiểu biết trong tinh thần Phật giáo khoa học, khai phóng và dung hợp. Gia đình Phật tử dạy tôi làm người phải sống cho một mục đích hướng thiện và nhân bản nhưng cũng can đảm chấp nhận những khó khăn để đạt tới mục đích tốt đẹp đó. Ngày tôi rời làng quê ở xứ Quảng ra đi, hành trang trí thức của tôi không có gì ngoài Bi - Trí - Dũng.

Thế hệ của tôi, từ đó lớn lên trong mùa bão lửa ngút ngàn của quê hương với bao nhiêu khó khăn vất vả. Nhưng càng vất vả bao nhiêu tôi càng biết cám ơn hạt giống Bi - Trí - Dũng do Gia đình Phật tử gieo trồng trong tâm hồn thơ ấu của tôi. Năm 1981, tôi rời tổ quốc ra đi theo tiếng gọi tự do. Nước Biển Đông mênh mông, rừng phương Tây bát ngát, nhưng trong những đêm khuya, như con nai lạc nhớ về đoàn, về đội, tôi vẫn lắng tai nghe tiếng hú thân quen vọng về từ ký ức.

Ký ức của tôi về Gia đình Phật tử từ khi bảy tuổi cho đến ngày nay thì rất nhiều. Chuyện vui và chuyện buồn. Chuyện để mỉm cười và những chuyện đã làm tôi rơi nước mắt trong mỗi lần nhớ lại. Tuy nhiên, hình ảnh làm tôi nhớ và cảm động nhất vẫn là buổi chiều Chủ nhật đầu năm 1977 khi tôi đến chùa Ấn Quang để thăm bổn sư tôi khi nghe tin thầy từ Hội An vào dự đại hội lần thứ bảy của Giáo hội Phật giáo Việt Nam Thống nhất. Tôi vừa không có tư cách đại biểu và vừa ngại công an dòm ngó nên chỉ biết ngồi trong quán cafe bên kia đường Sư Vạn Hạnh để chờ thầy họp xong. Thấy tôi không vào tham dự đại hội nhưng tôi không biết nên vẫn cứ chờ mãi từ buổi trưa cho đến lúc trời chiều. Chùa Ấn Quang, hai năm trước đó là trung tâm điều hành Phật sự của Phật giáo Việt Nam, hằng ngày tấp nập kẻ đến người đi, giờ đây là một ngôi chùa vắng vẻ. Trong đại hội trước, chùa Ấn Quang với những ống kính truyền hình, tiếng phóng viên trực tiếp truyền thanh của các hãng tin quốc tế, nhộn nhịp bao nhiêu, đại hội lần này diễn ra trong im lặng bấy nhiêu. Các "cư sĩ Phật tử", các "đệ tử trung thành", các "chính trị gia Phật giáo", các "người hùng cách mạng",... đã không còn trở lại. Ngọn gió công danh đã thổi họ về hướng khác. Nhiều người trong số họ đã sang Mỹ, sang Pháp, sang Anh. Một số khác còn ở lại và đang tiếp tục kiếm sống bằng nghề cũ, nhưng đã thay lời rao "dân tộc và đạo pháp", bằng lời ca tụng "dân tộc và chủ nghĩa xã hội" để thích hợp hơn với xu hướng chính trị của thời đại mới.

Trong lúc tôi đang miên man suy nghĩ về thế thái nhân tình trong quán café bên đường Sư Vạn Hạnh thì một Gia đình Phật tử khoảng 20 em, vài em ngành thanh, một số ngành thiếu và khá đông ngành oanh vũ bước vào chùa. Họ chở nhau bằng xe đạp. Các em lớn, chắc để tránh dòm ngó, đã mặc thêm bộ đồ thường, khi bước vào chùa mới cởi áo ngoài ra. Tôi không biết họ thuộc đơn vị nào vì tôi không nhớ chùa Ấn Quang có Gia đình Phật tử riêng. Không giống như ngoài Trung, mỗi chùa thường có một Gia đình Phật tử và ngoại trừ những ngày lễ lớn, các gia đình sinh hoạt cố định trong sân chùa hay trong đoàn quán mình; các Gia đình Phật tử Sài Gòn Gia Định, có khi sinh hoạt luân lưu ở các chùa trong thành phố. Tiếng còi quen thuộc lại được thổi lên. Cả đoàn nghiêm chỉnh bắt ấn Tam muội, hát bài *Sen trắng* để chào đoàn kỳ, trước khi lắng nghe anh huynh trưởng dặn dò đôi điều cần thiết. Tôi ngồi khá xa, không nghe anh nói gì nhưng qua khuôn mặt nghiêm trang đượm một màu buồn, tôi thầm nghĩ, chắc anh không có gì vui để gởi gắm cho các em ngoài tình thương và niềm hy vọng. Gần một giờ sau, cả đoàn sắp thành một vòng tròn nhỏ, cầm chéo tay nhau và hát bài *Dây thân ái* trước khi tan hàng. Tôi nghe lòng mình cũng hát: *"Dây thân ái lan rộng muôn nhà. Tay sắp xa nhưng tim không xa. Vui tươi ta biết trong lòng nhớ lòng. Ca hát vang không gian đơm hoa. Đường tuy xa nhưng tình bao la. Tiến bước theo hương thơm nhà lưu truyền. Dù cách xa ngàn dặm nhưng gần. Gan thép ta chia tay đừng buồn"*.

Nhìn các em đi ra khỏi chùa, lòng tôi chợt dâng lên một niềm đau xót như chính mình đang trong cuộc chia ly. Tôi nhìn theo bóng các em khuất dần phía cuối con đường. Những con nai tơ tội nghiệp kia vẫn vô tình reo vui bên bờ suối mà không biết phía sau lưng bầy sói dữ đang chờ. Tôi tự hỏi, họ cầm tay nhau hôm nay, không biết tuần sau có còn được cầm tay nhau nữa hay không. Họ gặp nhau hôm nay, tuần sau có còn gặp lại nhau đông đủ như thế nữa hay không. Không ai có thể trả lời khi cả nước đang bị quay cuồng trong cơn lốc. Các công trình thủy lợi, chính sách kinh tế mới, các buổi mít-tinh thức chờ trắng mắt, các chiến dịch lượm lon, lượm giấy, các kế hoạch nhỏ, các buổi học tập "Năm điều Bác Hồ dạy" sẽ một ngày không xa, cuốn hút tâm hồn Chân - Thiện - Mỹ của các em vào quỹ đạo của lọc lừa và dối trá. Tôi lo cho các em, lo cho số phận của tổ chức đã hun đúc tôi nên người, lo cho tương lai của Phật giáo Việt Nam và tương lai của quê hương Việt Nam mà tôi yêu tha thiết. Tương lai đất nước Việt Nam sẽ ra sao khi một đứa bé mới lớn lên, mỗi ngày phải học thuộc lòng những câu đầy sắc máu: *"Hạnh phúc tính theo đầu người, là anh giết được bao nhiêu giặc Mỹ. Như cây yêu đời sinh được mấy muôn hoa. Giết chúng đi, chỉ còn một đường thôi: giết chúng. Ôi hôm nay lòng ta như họng súng."* (*Suy nghĩ*, 1966, thơ Chế Lan Viên). *"Ôi hôm nay lòng ta như họng súng"*! Nếu trước 1975, có ai bảo tôi đó là thơ Chế Lan Viên, tác giả của *Điêu tàn* với những câu thơ rất dễ thương: *"Có một người nghèo không biết Tết. Mang lì chiếc áo độ thu tàn. Có đứa trẻ thơ không biết khóc. Vô tình bỗng nổi tiếng cười ran*" mà tôi thuộc nằm lòng từ ngày biết đọc văn thơ, tôi chắc chắn không tin.

Tôi cũng vô cùng kính phục tinh thần can đảm của anh huynh trưởng mà tôi chưa có dịp biết tên anh. Thật ra, lúc đó tôi cũng không có ý định tìm hiểu tên anh, bởi vì, ngay giữa tâm hồn tôi, anh đã có một cái tên rất đẹp: **Huynh trưởng Gia đình Phật tử Việt Nam**. Anh như con chim đầu đàn đang bay ngược chiều cơn bão lớn, cố giương đôi cánh tả tơi để che chở cho đám chim non. Tôi đau xót nghĩ đến bao nhiêu sự bức chế mà các cấp huynh trưởng Gia đình Phật tử đã phải chịu đựng từ sau 1975. Tôi vẫn nhớ lời Hòa thượng Thích Long Trí nói với tôi trong dịp về Hội An thăm ngài vào năm 1976: "Công việc chính của thầy bây giờ là đi thăm nuôi". Ý thầy muốn nhắc đến việc nhà cầm quyền lần lượt bắt giam hay gây khó dễ các huynh trưởng Gia đình Phật tử tỉnh Quảng Nam Đà Nẵng sau 1975. Không một đại lễ Phật đản, Vu lan, Phật thành đạo nào mà không có cảnh bắt bớ, tự phê, tự kiểm theo sau. Những trấn áp, đe dọa đó đã làm các huynh trưởng Hạnh Minh Hồ Tấn Anh, Hứa Văn Xuân của Gia đình Phật tử Quảng Nam không còn chọn lựa nào khác hơn là thắp lên ngọn đuốc để đánh thức lương tri nhân loại, bằng chính nhục thể của mình.

Tôi nhớ lại cảnh Hòa thượng Thích Trí Độ, lãnh đạo tinh thần tối cao của Phật giáo miền Bắc, trong chiếc áo sơ-mi trắng ngắn tay, già nua run rẩy trên khán đài đưa tay hoan hô đả đảo theo đám thiếu nhi quàng khăn đỏ trong buổi "diễu binh mừng chiến thắng" trước Dinh Độc Lập mấy ngày sau 30 tháng 4 năm 1975, tôi cảm thấy đau xót và xấu hổ. Hòa thượng Thích Trí Độ, bổn sư của nhiều cao tăng Phật giáo mà tôi từng nghe ca ngợi là cụ già mặc áo sơ-mi trắng đó hay sao? Đâu là uy nghiêm của một bậc tôn sư? Đâu là danh dự của một tôn giáo có lịch sử dài hai mươi thế kỷ? Một chiếc áo tràng nâu ngài cũng không được mặc đừng nói gì là giáo hội, là tiền đồ đạo pháp. Sau này, có dịp hỏi thăm một giáo sư từ miền Bắc vào tiếp quản trường Luật về tình hình Phật giáo miền Bắc, tôi biết Phật giáo miền Bắc gần như không còn gì cả. Những ngôi chùa nổi tiếng như Trấn Quốc, chùa Thầy, chùa Đậu, chùa Dâu, chùa Tây Phương, chùa Hương Tích,... chỉ là những di tích lịch sử của một thời phong kiến xa xưa còn để lại. Phật giáo Việt Nam, nếu may mắn được nhắc đến, chỉ là Phật giáo của đời Lý, đời Trần, Phật giáo của Lý Công Uẩn, của Trần Thái Tông chứ không phải Phật giáo của thời ngài Tố Liên, ngài Vĩnh Nghiêm, ngài Tuệ Tạng. Đảng và nhà nước cộng sản nghiên cứu Phật giáo Lý - Trần chỉ để chứng minh tính thời đại, tính lịch sử đã qua của Phật giáo như một món đồ cổ văn hóa, dấu vết của một thời vang bóng chứ không nhằm khai triển và phát huy các tinh hoa vượt thời gian và vượt không gian của Phật giáo. Trong suốt mấy mươi năm, Phật giáo miền Bắc không được phép xây thêm một ngôi chùa nào, không được phép xây dựng một Phật học viện nào, không được phép tổ chức một Giới đàn nào và dĩ nhiên cũng không đào tạo được thế hệ tăng ni nào cả.

Sau 28 năm, mặc dù văn minh thế giới và trào lưu tư tưởng con người đã đạt rất nhiều tiến bộ, cơn bão vô thần càn quét suốt 28 năm dài trên đất nước Việt Nam đầy bất hạnh vẫn chưa dừng. Nhân loại đã bước vào kỷ nguyên dân chủ đa nguyên. Năm 1974, chỉ có 41 nước trong số 150 quốc gia trên thế giới theo chế độ dân chủ, phần lớn là các quốc gia kỹ nghệ tân tiến châu Âu. Năm 1990, ba phần năm tổng số quốc gia trên thế giới theo chế độ dân chủ. Từ anh chăn cừu trên thảo nguyên Mông Cổ cho đến người thợ mỏ Nam Phi đều đã có quyền chọn lựa người lãnh đạo cho đất nước mình. Dân chủ đã trở thành một hiện tượng toàn cầu (a global phenomenon). Thế nhưng Việt Nam thì không, hay ít nhất là chưa. Dân chủ tại Việt Nam vẫn là con đường một chiều dành riêng cho các lãnh tụ cao cấp của đảng Cộng sản Việt Nam. Dân tộc Việt Nam vẫn tiếp tục sống như một đàn chim trong chiếc lồng sắt, không hay biết gì về thế giới bên kia. Thật đúng như chị Vũ Thúy Hà, vợ của bác sĩ tù nhân Phạm Hồng Sơn, phát biểu trong bài phỏng vấn với ký giả Evan Williams trên đài ABC Úc mới đây: *"Chúng tôi thường nghe đến dân chủ nhưng thú thực chưa bao giờ biết nó là cái gì cả"*.

Sau 28 năm, Giáo hội Phật giáo Việt Nam Thống nhất, đại diện của truyền thống hai ngàn năm Phật giáo Việt Nam, vẫn tiếp tục bị đàn áp. Những chùa chiền, thiền viện, tự viện không chịu tuân phục chỉ thị của đảng, không chịu khép mình vào bộ máy lãnh đạo của đảng, đã bị ức chế trăm điều. Đảng Cộng sản Việt Nam không những chỉ xúc phạm đến Phật giáo Việt Nam nhưng còn xúc phạm truyền thống đạo đức, vốn là một phần quan trọng của nền tảng văn hóa dân tộc Việt Nam.

Lá thư của thầy Tuệ Sỹ cũng nhắc đến bao gương hy sinh cao quý mà nhiều thế hệ tăng ni đã phải hy sinh cho đạo pháp và dân tộc. Thầy viết: *"Di sản được tích lũy ròng rã hằng thế kỷ, bằng bao tâm tư qua bao khổ lụy đau thương, bằng máu và nước mắt của biết bao Tăng Ni, Phật tử; mà những người gầy dựng nên di sản đó bằng bi nguyện và hùng lực của mình, có vị bị bức tử bởi bạo quyền, có vị suốt năm tháng dài chịu tù đày, bị lăng nhục. Nhưng sống hay chết, vinh hay nhục, không làm dao động tâm tư của những ai biết sống và chết xứng đáng với phẩm cách của con người, không hổ thẹn với phẩm hạnh cao quý của bậc xuất gia"*. Thầy Tuệ Sỹ không viết danh hiệu các bậc tôn đức tăng ni tử đạo hay đang mang gánh nặng dân tộc và đạo pháp trên vai, nhưng là người Phật Tử Việt Nam, làm sao chúng ta có thể quên, trên mỗi bước chân chúng ta đi hôm nay vẫn còn nghe vọng lại niềm đau nhức của bao nhiêu bậc tôn sư và tiền nhân đi trước.

Lịch sử Phật giáo Việt Nam sẽ mãi mãi ghi đậm hình ảnh các tăng ni và đồng bào Phật tử các giới đã hy sinh trong mùa pháp nạn

1975. Hình ảnh các tăng ni đã tự thiêu tập thể tại chùa Dược Sư Cần Thơ cuối năm 1975. Hình ảnh của cố Hòa thượng Thiện Minh bi hỏi cung, hành hạ đến chết và xác bị đem ra chôn ngoài bìa rừng Hàm Tân năm 1978. Hình ảnh ngài Quảng Độ cùng với bà mẹ già 80 tuổi bị đày ra một ngôi chùa hẻo lánh, sống trong khó khăn, đói khát ở Thái Bình từ năm 1982. Hình ảnh Hòa thượng Huyền Quang, lãnh đạo tinh thần tối cao của Phật giáo Việt Nam, bị công khai sỉ nhục trên đài truyền hình năm 1980. Hình ảnh cố Huynh trưởng Hạnh Minh Hồ Tấn Anh tự thiêu trong ngày 2 tháng 9 năm 2001. Hình ảnh thân xác cháy đen của Huynh trưởng Hứa Văn Xuân tự thiêu ở chùa Lan Hương tỉnh Quảng Nam tháng 10 năm 2001. Và bao nhiêu sự hy sinh âm thầm của những bậc bồ tát, các thánh tử đạo khác đã vì an lạc của đồng bào và tương lai của đạo pháp mà phát tâm hoàn thành đại nguyện.

Trong khoảnh khắc ngậm ngùi lo lắng cho quê hương và đạo pháp, lá thư của thầy đã vực tôi về lại với con đường chánh: "*Các con hãy tự rèn luyện cho mình một tín tâm bất hoại; một đức tính dũng mãnh vô úy; nỗ lực tự huân tập trí tuệ bằng văn, tư, tu để nhìn rõ sự tướng chân ngụy, để thấy và biết rõ mình đang ở đâu, đang đi về đâu; không nhắm mắt phóng càn theo cỗ xe lộng lẫy bên ngoài nhưng rệu rã bên trong, đang lao xuống dốc dài không định hướng*". Thưa vâng. Giống như hình ảnh vô úy của anh huynh trưởng đứng trong sân chùa Ấn Quang năm 1977, tôi dặn lòng hãy giữ lấy niềm tin vào chánh pháp và trung thành với lý tưởng của một đoàn viên Gia đình Phật tử Việt Nam. Đạo Phật là đạo của tình thương và tình thương chính là kỳ quan tinh thần vĩ đại nhất của văn minh nhân loại. Vó ngựa của đạo quân Hồi giáo đã san bằng trung tâm văn hóa Phật giáo Nalanda, tàn sát hàng triệu Phật tử Ấn Độ nhưng đạo Phật vẫn tồn tại và phát triển. Lời Phật dạy sau hơn hai ngàn sáu trăm năm vẫn còn được nghe từ đỉnh Hy Mã Lạp Sơn cho đến tận vùng băng tuyết xa xôi của xứ Siberia, Tây Á. Những lời kinh Phật được tụng từ tu viện đơn sơ ở cố đô Anuradhapura, Tích Lan, còn vang vọng đến giảng đường hiện đại của Đại học Harvard, nước Mỹ. Cây bồ đề đầu tiên nơi đức bổn sư thành đạo bị đốn ngã nhưng hàng trăm triệu hạt giống bồ đề khác đã mọc và lớn lên tươi tốt khắp thế gian. Niềm tin và chân lý bao giờ cũng mạnh hơn cường quyền và bạo lực.

Một đoạn thư khác của thầy Tuệ Sỹ:

"Một chút phù danh, một chút thế lợi, một chút an nhàn tự tại; đấy chỉ là những giá trị nhỏ bé, tầm thường và giả ngụy, mà ngay có người đời nhiều kẻ còn vất bỏ không tiếc nuối để giữ tròn danh tiết. Chớ khoa trương bảo vệ Chánh pháp, mà thực tế chỉ là ôm giữ chùa tháp làm chỗ ẩn núp cho Ma vương, là nơi tụ hội của cặn bã xã hội".

Đây là một nhắc nhở vô cùng quan trọng dành cho mọi người Phật tử. Thầy cảnh giác các hiện tượng thỏa hiệp, đầu hàng, tiêu cực, sợ hãi đang còn phổ biến trong sinh hoạt Phật giáo trong nước, cũng như thái độ xa lánh, thờ ơ ở ngoài nước. Xây chùa lớn, chùa đẹp để làm gì trong khi cả một dân tộc đang trầm luân trong độc tài, nghèo nàn, lạc hậu? Đức Phật chẳng đã từng bảo đệ tử dọn cơm cho người ăn mày đói khát được ăn no trước khi nghe pháp hay sao? Thân không an thì làm sao Tâm an được.

Dân tộc và Đạo pháp không phải là khẩu hiệu đấu tranh chính trị nhằm lật đổ một chính quyền như một số người đang bôi nhọ mục đích đấu tranh của Giáo hội Phật giáo Việt Nam Thống nhất hiện nay, nhưng là một thực thể gắn liền từ trong máu huyết của mỗi người Phật tử Việt Nam. Trong suốt dòng lịch sử, sinh mệnh Phật giáo Việt Nam bao giờ cũng gắn liền với sinh mệnh dân tộc, cùng vui với niềm vui của đất nước và cùng chia một nỗi đau chung của đất nước. Phật giáo không chủ trương độc tôn thống trị và cũng chưa bao giờ trong lịch sử Việt Nam đóng một vai trò như thế. Trong thời đại Lý Trần, thời đại vàng son của Phật giáo Việt Nam, nhiều nhà sư đã tham gia trực tiếp vào việc trị nước chăn dân, và hầu hết vua chúa không những đều là Phật tử mà còn là tổ của các Thiền tông lớn, nhưng không phải vì thế mà Phật giáo trở thành lực lượng thống trị xã hội. Trái lại, các tôn giáo khác tại Việt Nam vẫn tồn tại và có ảnh hưởng quan trọng trong mọi sinh hoạt văn hóa xã hội, thương yêu và gắn bó với nhau. Các nhà vua thời Lý, thời Trần với quyền hạn tuyệt đối, nhưng thay vì xây dựng những đền chùa nguy nga bằng mồ hôi nước mắt của nhân dân, các ngài đã để lại cho chúng ta ngày nay những tổ đình uy nghiêm, tôn kính nhưng với một kiến trúc vô cùng khiêm nhượng. Tại sao? Đơn giản bởi vì các ngài là những vì vua nhân từ, lãnh đạo một đất nước vừa nghèo khó, vừa phải lo chống đỡ các triều đại Bắc phương không ngừng xâm lấn. Các ngài đã biết đặt sự an lạc của dân tộc lên trên sự hưng thịnh riêng của tôn giáo mình. Nước và sữa còn có thể phân ly nhưng đạo Phật Việt Nam và Dân tộc Việt Nam không thể nào và cũng không ai có thể làm phân ly được. Câu thơ của Hòa thượng Mãn Giác: *"Mái chùa che chở hồn dân tộc, nếp sống muôn đời của tổ tông"* mang ý nghĩa vô cùng thân thương và tha thiết như thế đấy.

Khi đọc lần nữa câu kết luận của thầy: *"Cầu mong các con có đủ dũng mãnh để đi bằng đôi chân của mình, nhìn bằng đôi mắt của mình; tự xác định hướng đi cho chính mình"*, tôi chợt nhớ đến các em ngành thiếu, ngành oanh vũ trong sân chùa Ấn Quang buổi chiều năm 1977. Hai mươi sáu năm rồi, các em oanh vũ ngày xưa đã lớn. Và các em đoàn viên Gia đình Phật tử, nếu sinh ra ở hải ngoại trong cùng thời điểm, thì nay cũng đã trưởng thành. Thế hệ của các em lớn lên trong thời bình, không phải trải qua những ngày khốn khó. Nhiều trong số các em đang là những chuyên gia lỗi lạc trong nhiều ngành khoa học kỹ thuật, kinh tế xã hội ở nước ngoài. Nhưng trong tâm hồn các em, dòng suối Từ vẫn chảy, và trái tim của các em vẫn hướng về nơi có bóng Từ Quang tỏa sáng. Các em, chứ không ai khác, phải có trách nhiệm xây dựng lại đoàn, đội của mình một cách thích hợp với môi trường mà các em đang sống. Đừng sợ mất bởi vì mất để còn hơn là cố bám víu nhưng biết rằng sẽ mất vĩnh viễn. Các em, chứ không ai khác, phải biết tự làm vỡ chiếc vỏ dày bảo thủ trong tâm thức, trong tổ chức của các em, để những mầm xanh Bi - Trí - Dũng được có cơ hội lớn lên trên nền đất mới. Các em, chứ không ai khác, phải biết bay qua những ao tù nước đọng của quá khứ hoài nghi và định kiến, để phát huy tinh thần Bi - Trí - Dũng bằng thái độ khai phóng và dung hợp trong thời đại toàn cầu.

Được như thế, tôi tin, một ngày không xa, các em sẽ cùng với hàng trăm ngàn đoàn viên Gia đình Phật tử trong nước mang ngọn lửa tình thương, tin yêu và hy vọng thắp sáng bầu trời đất mẹ Việt Nam. Đêm tối sẽ qua đi. Bình minh sẽ đến. Trong sân chùa Trấn Quốc, Từ Đàm, Viên Giác, Ấn Quang, Vĩnh Nghiêm, Xá Lợi... những con chim oanh vũ lại cất cao tiếng hát. Sau lưng các em sẽ không còn đàn sói già rình rập nhưng là tiếng suối Từ róc rách, tiếng chuông chùa nhè nhẹ êm đưa. Các em sẽ hãnh diện và sung sướng bạch với Hòa thượng Viện trưởng: "*Vâng, chúng con không còn sợ hãi nữa thầy ơi*". Cám ơn thầy.

HẠNH NGỘ ĐẦU NĂM

Kỷ niệm. Một đời không hẳn là dài, một ngày không hẳn là ngắn, nhưng là những gì được đóng khung trong ký ức sau khi hầu hết đã phôi phai.

Chúng ta, những giọt nước chảy trong cùng một giòng sông, cùng trôi qua những bến bờ, có lúc êm đềm, lắm khi ghềnh thác, rất riêng tư, xa cách nhưng cũng vô cùng gần gũi. Có thể lúc nào đó không nhận ra nhau, không tìm thấy nhau, hay quên nhau đi, nhưng nếu còn duyên, rồi một ngày sẽ gặp lại nhau như tôi đã gặp lại bà Vú,

chủ quán cà phê Bà Vú ở đầu hẻm 220 Trương Minh Giảng, Sài Gòn trong ngày đầu năm dương lịch ở Atlanta.

Nhớ lại hơn hai năm trước, tôi đến Atlanta tham dự một chiều thơ nhạc. Chương trình khá dài. Đến cuối chương trình, đa số khán giả đã lần lượt ra về, tôi nhìn xuống, ngoài thân hữu văn nghệ vẫn còn một gia đình đồng hương, có vẻ xa lạ với các sinh hoạt thơ văn, ngồi im lặng như đang chờ ai ở phía cuối hội trường. Thì ra họ chờ tôi.

Người đàn ông dắt theo hai con còn nhỏ. Anh đưa một bài thơ được in ra từ internet và hỏi tôi về sự tích bài thơ. Dĩ nhiên tôi biết vì là tác giả của bài thơ đó. Bài thơ tôi viết để tưởng nhớ bà Vú, chủ quán cà phê ở đầu hẻm 220 Trương Minh Giảng, bên hông đại học Vạn Hạnh, Sài Gòn.

Anh tự giới thiệu là con trai của Vú. Cô bé đứng cạnh anh với cặp mắt đỏ hoe báo tôi biết: "*Bà nội qua đời rồi chú ạ*".

Anh trao cho tôi vài tấm hình của Vú chụp vào tháng 6 năm 2003. Tôi bồi hồi nhìn ảnh Vú. Tôi không nhớ chính xác mình viết bài thơ ngày nào nhưng chắc cũng vào thời điểm đó. Khi viết bài thơ, tôi đoán chừng tuổi Vú và có linh cảm Vú đã qua đời nên mới có hai câu cuối cùng: "*Nơi Vú ở không bạc tiền vẫn sống / Nén hương lòng con trả Vú bằng thơ*". Vì thấy một số khá đông người cũng đang chờ gặp tôi nên anh và các cháu vội chào từ giã. Khi anh và các cháu đi rồi tôi mới chợt nhớ ra mình sơ sót, chưa kịp hỏi Vú mất ngày nào và chôn cất ở đâu.

Tôi mang tấm ảnh về lại Boston và trưng bày trang trọng trong website của tôi với hàng chữ: "*Vừa chính thức biết tin Vú đã qua đời, chúng con, cựu sinh viên Đại học Vạn Hạnh thắp nén hương lòng tưởng niệm Vú. Dù không dạy môn nào và chưa hề đi học ở Vạn Hạnh, Vú đã là một phần của huyền thoại Vạn Hạnh*".

Tết Dương lịch năm nay, tôi trở lại Atlanta lần nữa để tham dự một sinh hoạt của bà con Quảng Nam - Đà Nẵng. Hội Đồng hương Quảng Nam - Đà Nẵng ở Georgia tròn 15 tuổi. Khi tôi vừa bước xuống khỏi sân khấu sau khi phát biểu vài lời, một chị khoảng ngoài 60 tuổi đến gặp tôi và tự giới thiệu là con gái đầu của Vú, chủ quán cà phê đầu hẻm 220 Trương Minh Giảng. Tôi thật mừng, lần trước gặp con trai của Vú và nay thì được gặp con gái Vú. Chị đến tìm tôi không phải chỉ vì tôi là tác giả bài thơ, điều đó chị và gia đình đã biết, nhưng quan trọng hơn, ngày Tết Dương lịch cũng là ngày giỗ của Vú. Chị gặp để mời tôi đi đám giỗ Vú. Tôi rất vui đón nhận một nhân duyên thật tốt lành vừa đến.

Khi tôi đến cả gia đình rất mừng như đón một người thân vừa từ xa trở về trong ngày giỗ Vú. Tấm hình trên bàn thờ chụp khá lâu nên rất giống Vú thời còn vất vả ngoài hẻm 220. Vú mất vào ngày cuối năm của 2003 và được an táng ở Atlanta. Gia đình cho biết, Vú ngã bệnh sau lễ Giáng sinh, được đưa vào bịnh viện, chỉ 5 ngày thì Vú ra đi trong nhẹ nhàng thanh thản. Sau hơn 35 năm, sợi nhân duyên kỳ diệu đã nối kết chúng tôi lại với nhau dù ở một nơi cách con hẻm 220 Trương Minh Giảng nhiều ngàn dặm và trong hoàn cảnh kẻ còn người mất.

Tôi cũng gặp lại cô bé bưng cà phê cho chúng tôi mỗi sáng, bây giờ, đương nhiên không còn là cô bé nữa. Chúng tôi không nhận ra nhau vì ngày đó cô mới khoảng 13, 14 tuổi. Thời gian đã phủ nhiều bụi trắng lên mái tóc của mỗi chúng tôi nhưng kỷ niệm thì không. Chúng tôi và các anh chị trong gia đình đều nhớ rõ từng chi tiết của một thời thân thương nhưng cũng đầy sóng gió đã qua.

"Cô bé" kể lại những ngày còn khỏe Vú thường nhắc đến chúng tôi, không phải do chuyện nợ nần đã trở thành sương khói mà bởi vì chúng tôi là một phần trong đời sống vui buồn của Vú. Sau Mậu thân 1968, tại đầu con hẻm 220 Trương Minh Giảng, bên hông Đại học

Vạn Hạnh, là nơi Vú đã cất lên chiếc quán cà phê bằng hai tấm vải ny-lông nối hai đầu một chiếc xe đẩy. Quán không có tên. Chúng tôi cũng không biết tên thật của Vú nên chỉ gọi là cà phê Bà Vú. Mà dù có biết tên thật, theo truyền thống Vạn Hạnh, có lẽ chúng tôi cũng đã gọi bà là bà Vú như chúng tôi gọi Hòa thượng Viện trưởng là ông ngoại. Cả hai cách gọi đều có tính gia đình, rất gần gũi, rất thương yêu nhưng không thiếu phần tôn kính.

"Cô bé" cũng kể, trước ngày đi khỏi Việt Nam, Vú đã xé bỏ cuốn sổ "đoạn trường" ghi ngang dọc mấy trăm tên con nợ, dĩ nhiên trong đó có tên tôi. Thật ra, nợ tiền nhà và cơm tháng thì nhiều nhưng nợ cà phê cà pháo thường không là bao nhiêu. Con nợ của Vú đa số là sinh viên đến từ các tỉnh. Dân có gia đình ở Sài Gòn như tôi chỉ thiếu một vài ngày là trả hết. Tôi còn nhớ rất rõ, sổ nợ là cuốn vở xích-lô 100 trang, trên gáy vở Vú xoi một lỗ nhỏ và móc vào đó một sợi dây. Vú treo "cuốn sổ đoạn trường" trên đầu xe đẩy để vừa khỏi bị ướt và vừa dễ lấy xuống khi cần.

Nhìn cuốn sổ đong đưa những tên thiếu nợ nhiều chỉ thầm mong nước sôi văng trúng tên mình. Mỗi khi ký sổ bọn tôi còn phải giúp Vú dò tên con nợ. Nhiều đứa biết chính xác tên mình được Vú đánh vần sai ra sao, viết màu gì và nằm trong trang thứ mấy. Bên kia đường cũng như chung quanh chợ Trương Minh Giảng có nhiều quán cà phê khang trang hơn và ngay cả phòng ăn của trường trên lầu hai cũng sạch sẽ hơn, nhưng như một thói quen chúng tôi chỉ thích chen chúc nhau ở quán cà phê của Vú.

Ngày đó trung tâm ngôn ngữ đã xây xong nhưng hàng rào thì chưa. Chúng tôi ngồi dọc theo những cột xi-măng chạy từ đường Trương Minh Giảng cho đến tận bên trong hẻm. Những chiếc bàn sắp dọc theo bờ tường xiêu vẹo. Buổi tối Vú không đẩy xe về mà chỉ hạ hai tấm ny-lông xuống che chiếc xe chất đầy bàn ghế. Tôi hay chọc Vú cười và thường phàn nàn khi Vú quên chấm một chút bơ vào ly cà phê sữa nóng của mình nên nếu còn sống có thể Vú nhận ra thằng sinh viên ốm yếu có giọng Quảng ồn ào ngày xưa.

"Cô bé" kể có lần Vú về Việt Nam và ghé thăm góc hẻm 220 đầy kỷ niệm. Cả gia đình Vú ngồi ngay tại nơi chúng tôi đã ngồi ngày trước. Vú không nói ra nhưng hẳn đã thầm tự hỏi: "*Không biết đám sinh viên nghèo đó bây giờ ra sao?*".

Tôi chưa về nhưng cũng đã nhiều lần ngồi như Vú để lắng nghe từng giọt cà phên đen nhỏ xuống đời mình và cũng bâng khuâng tự hỏi: "*Không biết Vú già xưa bây giờ ra sao?*".

Quán cà phê của Vú tuy không nằm trong khuôn viên trường và hẳn nhiên không thuộc quyền quản trị của Hội đồng Viện nhưng mỗi khi nhắc đến trường cũ, chúng tôi không quên nhắc đến quán cà phê trong cùng một cảm tình như khi nhắc đến thư viện, thiền viện, phòng văn mỹ nghệ, trung tâm sinh hoạt sinh viên, trung tâm ngôn ngữ, giảng đường 18, giảng đường 19. Trên những chiếc ghế vuông nhỏ nhoi đó, những sinh viên Vạn Hạnh, từ những nhạc sĩ, nhà thơ, nhà văn, những cây vợt bóng bàn nổi tiếng cho đến những người ngày đó không ai biết như tôi, đã ngồi, đã đứng dậy và ra đi theo chọn lựa riêng của mình. Dù góc biển chân trời, và ngay cả dù không cùng một chí hướng, trong lòng vẫn còn một chút tình giữ lại cho nhau, tình Vạn Hạnh.

Ngày Tết Dương lịch ở Atlanta, tôi thay mặt bạn bè, thắp nén hương trước bàn thờ hương linh Vú và thưa nhỏ: "*Con đến thăm Vú*".

Tôi thật xúc động, không phải vì đau buồn mà vì nghe từ đáy lòng mình đang dâng lên một niềm vui rất lạ. Cả gia đình với rất đông con cháu của Vú cũng thế. Chúng tôi kể nhau nghe nhiều chuyện vui như có Vú đang ngồi đâu đó trong phòng, lắng nghe và mỉm cười.

Vú đã ra đi. Vâng, một ngày nào đó tôi cũng thế, nhưng sợi dây nhân duyên không vì chuyện sống chết mà đứt đoạn. Sợi dây tình người đã và đang nối dài từ thế hệ này sang thế hệ khác, cho quê hương và cho dân tộc Việt Nam.

Tôi có ý định ra thăm mộ Vú nhưng hôm đám giỗ Vú trời mưa quá lớn. Nhìn những hạt mưa rơi trên đường về lại hội trường, tôi chợt nghĩ, những giọt nước kia phải chăng đã một lần nhỏ xuống tấm ny-lông che quán cà phê nghèo nàn của Vú ở đầu hẻm 220 Trương Minh Giảng, đã hòa vào dòng kinh đen Nhiêu Lộc, đã trôi xa, bốc thành mây và cuối cùng đã tìm được ra nhau giữa xứ người xa lạ trong buổi hạnh ngộ đầu năm. Và tôi chợt nhớ tha thiết một quán cà phê khác, trong một thành phố khác.

NHỚ CAFÉ BÀ VÚ Ở ĐẠI HỌC VẠN HẠNH

Cuốn vở xích-lô dày đúng 100 trang
Ghi ngang dọc mấy trăm tên con nợ
Có con nợ đã bỏ đi
Có con nợ còn ở lại
Có con nợ vừa trả xong
Có con nợ... cười trừ.

Cuốn sổ "đọan trường" trông cũng dễ thương
Nhưng có khối kẻ chưa nhìn đã sợ
Thầm ước: "Tối nay trời mưa trôi dùm ông con số nợ
để sáng mai ông hiên ngang làm lại cuộc đời."

Những chiếc ghế thấp, bàn vuông, chen lấn nhau ngồi
Trung bình một tách café, 4 bình trà nóng

Vú vẫn vui như người mẹ hiền kiên nhẫn
Gắng gượng nhìn đàn con (nợ) ký sổ mỗi ngày.

Những con nợ nghèo nhưng thích sống trên mây
Nợ Vú trả chưa xong đã bàn nợ nước
Chưa ra khỏi nhà đã tả cảnh núi rừng xuôi ngược
Vá túi chưa xong nhưng toan tính chuyện vá trời.

Tương lai cụt dần như con hẻm 220
Quá khứ đen như con kinh Nhiêu Lộc bốc mùi hôi
quanh năm suốt tháng
Chiều mưa lớn nước ngập chân cầu Trương Minh Giảng
Hai tấm ny-lông không đủ che quán Vú nghèo nàn.

Những đứa con (nợ) của Vú ngày nào
Lần lượt đi xa
Đứa xuống phố làm quan
Đứa lên rừng làm giặc
Đứa làm báo, làm văn, làm nhạc, làm thơ, làm tiền, làm luật
Đứa thích đấu tranh nên được làm tù
Buồn cuộc đời cũng có đứa đi tu.

Đôi lúc tình cờ như những chiếc lá thu
Dăm con (nợ) trở về thăm
Ngõ hẻm còn đây

Quán café đã vắng
Nước vẫn chảy qua cầu Trương Minh Giảng
Mà Vú già xưa như mây trắng phương nào.

Những con nợ nghèo giờ biết ra sao
Có còn nhớ một thời áo cơm lận đận
Nhớ thiền viện, thư viện, giảng đường, người yêu, bè bạn
Nhớ người đi và nhớ kẻ không về
Tiếng nhạc buồn, ai hát để ai nghe?

Cuốn vở xích-lô dày đúng 100 trang
Cho con trả Vú hết cả lời lẫn vốn
Vú mỉm cười: "Nơi Vú ở không bạc tiền vẫn sống"
Nén hương lòng, con xin trả Vú bằng thơ.

MẸ VÀ QUÊ HƯƠNG

Một danh ngôn mà chúng ta thường nghe "thế giới có rất nhiều kỳ quan, nhưng kỳ quan tuyệt vời và vĩ đại nhất vẫn là trái tim người mẹ". Thật vậy, bao nhiêu thơ viết về mẹ cũng không đủ, bao nhiêu nhạc hát về mẹ cũng không vừa. Biển Thái Bình bao la, nước sông Hằng cuồn cuộn, nhưng không thể sánh được với tấm lòng của mẹ. Bản nhạc nào viết về mẹ cũng hay, bài thơ nào viết về mẹ cũng cảm động bởi vì ngôn ngữ dành cho mẹ là ngôn ngữ của trái tim.

Mẹ là biểu tượng trọn vẹn và tuyệt đối của tinh thần Chân - Thiện - Mỹ. Nếu có một người để chúng ta có thể san sẻ những điều thầm kín, riêng tư nhất, thì người đó phải là mẹ. Nếu có một người có thể tha thứ cho chúng ta dù phạm phải bất cứ một lỗi lầm gì, người đó sẽ là người mẹ. Tôi tin, nếu chúng ta biết dành ý nghĩ đầu tiên của một

ngày, thay vì để nghĩ đến chuyện hơn thua, danh lợi mà là để nghĩ về mẹ, nghĩ về khuôn mặt của mẹ, tiếng cười của mẹ, lời dặn dò của mẹ hay thậm chí chỉ để gọi tiếng mẹ thôi, chúng ta sẽ có một ngày an lành và hạnh phúc.

Mẹ là người mang ta đến cuộc đời, và cũng là nơi ta trở về. Người đàn bà chân mang đôi dép ngược, khoác chiếc mền rách như trong một câu chuyện thiền mà chúng ta có thể đã từng nghe kể, dù bao mùa mưa nắng vẫn không than van, không oán trách, vẫn chờ đợi ngày về của đứa con mải mê trên đường đi tìm chân lý. Nếu chân lý mà chàng trai trẻ kia đi tìm là tình thương và sự thật thì chân lý sẽ không ở đâu xa mà trái lại vô cùng gần gũi. Trong tấm thân gầy yếu nhỏ nhoi của người mẹ chứa đựng cả một đại dương của hy vọng, tình yêu, sự thật và lòng vị tha sâu thẳm.

Hơn mười năm trước, tôi có viết một bài thơ về mẹ, trong đó có hai câu đã trở thành quen thuộc:

Ví mà tôi đổi thời gian được

Đổi cả thiên thu tiếng mẹ cười.

Bài thơ ra đời trong một đêm mưa, sau lần điện thoại đầu tiên với mẹ tôi từ Việt Nam. Giọng của mẹ như vọng lại từ một thế giới khác xa xôi. Tôi viết rất nhanh, nhanh hơn khi viết những bài thơ khác nhiều. Những dòng chữ, những câu thơ đúng ra là từ mơ ước, thao thức đã ấp ủ trong tâm thức tôi từ lâu lắm, chỉ chờ dịp để tuôn ra. Tôi không làm thơ, tôi chỉ chép như có một người nào đang nhắc nhở bên tai mình. Nguyên văn bài thơ như thế này:

ĐỔI CẢ THIÊN THU TIẾNG MẸ CƯỜI

Nhấc chiếc phone lên bỗng lặng người
Tiếng ai như tiếng lá thu rơi
Mười năm mẹ nhỉ, mười năm lẻ
Chỉ biết âm thầm thương nhớ thôi

Buổi ấy con đi chẳng hẹn thề
Ngựa rừng xưa lạc dấu sơn khê
Mười năm tóc mẹ màu tang trắng
Trắng cả lòng con lúc nghĩ về

Mẹ vẫn ngồi đan một nỗi buồn
Bên đời gió tạt với mưa tuôn
Con đi góp lá nghìn phương lại
Đốt lửa cho đời tan khói sương

Tiếng mẹ nghe như tiếng nghẹn ngào
Tiếng Người hay chỉ tiếng chiêm bao
Mẹ xa xôi quá làm sao với
Biết đến bao giờ trông thấy nhau

Đừng khóc mẹ ơi hãy ráng chờ
Ngậm ngùi con sẽ giấu trong thơ
Đau thương con viết vào trong lá
Hơi ấm con tìm trong giấc mơ

Nhấc chiếc phone lên bỗng lặng người
Giọng buồn hơn cả tiếng mưa rơi
Ví mà tôi đổi thời gian được
Đổi cả thiên thu tiếng mẹ cười.

Bài thơ đơn giản và dễ hiểu, không có gì phải cần bình giải. Tất cả chỉ để nói lên tâm trạng của một người con xa mẹ, bay đi như chiếc lá xa cành, mười năm chưa về lại cội. Năm tôi viết bài thơ, mẹ tôi, đã ngoài 60 tuổi và đang sống trong căn nhà tôn nghèo nàn ở Hòa Hưng Sài Gòn. Căn nhà nhỏ có giàn hoa giấy đỏ đó là nơi tôi đã sống 8 năm.

Nhớ lại đêm cuối cùng ở Sài Gòn, tôi đón xe xích-lô từ cửa sông về chào mẹ. Trời mưa lớn. Nhưng khi gặp mẹ, với tâm trí tràn ngập những lo âu, hồi hộp cho chuyến đi, tôi không kịp nói một câu cho trọn vẹn ngoài ba tiếng "con đi nghe". Và như thế tôi đi, đi không ngoảnh lại, đi như chạy trốn. Để rồi hai ngày sau, khi chiếc ghe nhỏ của chúng tôi được hải quân Mỹ cứu vớt trên biển Đông vào khuya ngày 13 tháng 6 năm 1981, đứng trên boong chiến hạm USS White

Plains nhìn về phía Nam, tôi biết quê hương và mẹ đã ngoài tầm tay với của mình. Đời tôi từ nay sẽ như chiếc lá, bay đi, bay đi, chưa biết ngày nào hay cơ hội nào trở về nguồn cội.

Nếu có một quốc gia mà những người dân của quốc gia đó đã phải từ chối chính đất nước mình, từ chối nơi đã chôn nhau cắt rốn của mình, tôi nghĩ, đất nước đó không còn bao nhiêu hy vọng. Việt Nam sau 1975 là một đất nước sống trong tuyệt vọng như thế. Dân tộc Việt Nam những năm sau 1975 là một dân tộc sống trong tâm trạng những kẻ sắp ra đi. Sài Gòn giống như một sân ga. Chào nhau như chào nhau lần cuối và mỗi ngày là một cuộc chia ly. Bắt tay một người quen, ai cũng muốn giữ lâu hơn một chút vì biết có còn dịp bắt tay nhau lần nữa hay không. Gặp người thân nào cũng chỉ để hỏi: "*Bao giờ anh đi, bao giờ chị đi?*", và lời chúc nhau quen thuộc nhất mà chúng thường nghe trong những ngày đó vẫn là: "*Lên đường bình an nhé*".

Đất nước tuy đã hòa bình rồi, quê hương đã không còn tiếng súng nhưng lòng người còn ly tán hơn cả trong thời chiến tranh. Đêm cuối ở Sài Gòn lòng tôi ngổn ngang khi nghĩ đến ngày mai. Ngày mai sẽ ra sao? Nếu bị bắt, tôi sẽ ở tù như lần trước nhưng nếu đi được thì sẽ trôi dạt về đâu?

Suốt sáu năm ở lại Sài Gòn, tôi chỉ nghĩ đến việc duy nhất là ra đi. Khi chiếc ghe nhỏ bị mắc cạn trong một con lạch ở Hải Sơn buổi sáng ngày 11 tháng 6 năm 1981, trời đã sáng, nhiều người, kể cả một trong hai người chủ ghe, cũng bỏ ra về, nhưng tôi thì không. Tôi phải đi dù đi giữa ban ngày. Tôi phải tìm cho được tự do dù phải bị bắt và ngay cả phải trả giá bằng cái chết. Tự do đầu tiên, biết đâu cũng sẽ là cuối cùng và vĩnh viễn. Nhưng hai ngày sau, khi đứng trên boong tàu Mỹ, tôi biết mình vừa mất một cái gì còn lớn hơn ngay cả mạng sống của mình. Đó là đất nước, quê hương, bè bạn, con đường, tà áo, cơn mưa chiều, cơn nắng sớm, và trên tất cả, hình ảnh mẹ. Không phải những người ra đi là những người quên đất nước hay người ở

lại bám lấy quê hương mới chính là người yêu nước. Không. Càng đi xa, càng nhớ thương đất nước, càng thấm thía được ý nghĩa của hai chữ quê hương. Không ai hiểu được tâm trạng người ra đi nếu không chính mình là kẻ ra đi.

Nói như thế không có nghĩa là tôi hối hận cho việc ra đi. Không, tôi phải đi. Nhưng chọn lựa nào mà chẳng kèm theo những hy sinh đau đớn. Bài hát Sài Gòn Vĩnh Biệt, tôi thỉnh thoảng nghe trên đài VOA khi còn ở Việt Nam, như những mũi kim đâm sâu vào tâm thức. Bao nhiêu điều hai ngày trước tôi không hề nghĩ đến đã bừng bừng sống dậy. Bao nhiêu kỷ niệm tưởng đã chìm sâu trong ký ức đã lần lượt trở về. Tự do, vâng, tôi cuối cùng đã tìm được tự do nhưng đó chỉ là tự do cho chính bản thân mình. Những gì tôi đánh mất còn lớn hơn thế nữa.

Nhớ lại đêm thứ hai trên biển, khi biết chiếc ghe chiều dài vỏn vẹn mười mét rưỡi nhưng chứa đến 82 người của chúng tôi vừa cặp vào thành tàu chiến của Mỹ thay vì Ba-Lan hay Liên Xô như mọi người trên ghe lo sợ, ai cũng hân hoan mừng rỡ. Đám bạn tôi, có đứa thậm chí còn hô lớn "USA, USA" và ôm chầm lấy những người lính hải quân Mỹ đang dang tay đỡ từng người bước lên khỏi chiếc cầu dây đang đong đưa trên sóng.

Tôi cũng vui mừng, biết ơn và cảm động nhưng không ôm chầm hay hô lớn. Lòng tôi, trái lại, chợt dâng lên niềm tủi thẹn của một người tỵ nạn. Chiếc cầu dây mong manh tôi bám để leo lên chiến hạm, trở thành chiếc cầu biên giới, không chỉ cách ngăn giữa độc tài và tự do, của quá khứ và tương lai, mà còn giữa có quê hương và thiếu quê hương. Tôi nghĩ thầm, cuối cùng, tôi cũng như nhiều người Việt Nam khác, lần lượt bỏ đất nước ra đi mà thôi. Dù biện minh bằng bất cứ lý do gì, tôi cũng là người có lỗi với quê hương.

Tôi nhớ đến mẹ, người mẹ Hòa Hưng vất vả nuôi nấng bảy đứa con, trong đó tôi là con lớn nhất, trong một hoàn cảnh hết sức khó khăn. Mẹ tôi bán bánh bèo ở đầu đường để nuôi chúng tôi ăn học. Mẹ tôi tình nguyện đi kinh tế mới ở Sông Bé để các em tôi còn được phép ở lại Sài Gòn học hết bậc phổ thông. Mẹ tôi đi mót lúa, mót khoai gởi về nuôi nấng chúng tôi trong những ngày đói khổ.

Trong tâm trí tôi, hình ảnh bà mẹ Hòa Hưng, đêm đầu tiên trong căn nhà không vách trên vùng Kinh tế mới, khoảng 20 cây số phía nam thị trấn Đồng Xoài vào năm 1976. Cánh rừng vừa được khai hoang vội vã này không ai nghĩ một ngày sẽ được gọi bằng một cái tên rất đẹp, khu Kinh tế mới. Kinh tế mới là những căn nhà lá mỗi chiều chỉ hơn mười mét do những bàn tay học trò của thanh niên xung phong dựng lên, nối nhau chạy dọc theo cánh rừng hoang.

Tôi kính yêu mẹ. Mẹ Hòa Hưng là người săn sóc tôi trong những tháng ngày khó khăn nhất của tôi và người đã thôi thúc tôi viết nên bài thơ *Đổi cả thiên thu tiếng mẹ cười* trong đêm mưa hơn mười năm trước. Tuy nhiên, mẹ của *Đổi cả thiên thu tiếng mẹ cười* không phải là người đã mang tôi vào cuộc đời này.

Người mẹ sinh ra tôi đã chết khi tôi còn rất nhỏ. Nhỏ đến nỗi tôi gần như không biết mặt mẹ mình. Trong tuần hoàn của vũ trụ, giọt nước còn biết mẹ mình là mây, chiếc lá còn biết mẹ mình là cây, còn tôi thì không. Tôi là đứa bé cô độc, một con người cô độc, không anh em, không chị em. Tôi lớn lên một mình với cha tôi trong cảnh gà trống nuôi con trong căn nhà tranh nhỏ ở làng Mã Châu, quận Duy Xuyên. Đêm đêm nằm nghe cha kể chuyện thời trai trẻ buồn nhiều hơn vui của đời ông. Những ngày tản cư lên vùng núi Quế Sơn. Những ngày sống trong túp lều tranh dưới hàng tre Nghi Hạ. Và dưới hàng tre Nghi Hạ nắng hanh vàng đó, cha mẹ tôi đã gặp nhau, đã chia nhau ly nước vối chua chua thay cho chén rượu tân hôn nồng thắm. Dù sao, bên khung cửi vải, bên lò ươm tơ, họ đã cùng nhau dệt một ngày mai đầy hy vọng. Mặt trời rồi sẽ mọc bên kia rặng tre già, mặt trăng rồi sẽ tròn bên kia giòng sông Thu, những ngày chiến tranh, tản cư cực khổ sẽ qua đi nhường bước cho hòa bình sẽ đến.

Nhưng rồi chiến tranh như một định nghiệp, đeo đuổi theo số phận của đất nước chúng ta, đeo đuổi theo số phận của đời tôi. Năm tôi 13 tuổi, chiến tranh đã cướp đi cha tôi, người thân yêu cuối cùng của tôi. Chiến tranh lan tràn đến làng Mã Châu, đẩy tôi ra khỏi xóm lụa vàng thân quen để làm người du mục trên quê hương đổ nát của mình. Từ đó tôi ra đi. Từ chặng đường đầu tiên trên căn gác hẹp trong con hẻm 220 Hùng Vương Đà Nẵng, đến chùa Viên Giác Hội An, xóm nghèo Hòa Hưng, trại tỵ nạn Palawan, và hôm nay trên nước Mỹ, nơi cách chặng đầu tiên trong hành trình tỵ nạn của tôi hàng vạn dặm.

Hình ảnh duy nhất của tôi về mẹ là ngôi mộ đầy cỏ mọc dưới rặng tre già ở làng Mã Châu. Ngày tôi còn nhỏ, mỗi buổi chiều khi tan trường tiểu học, trên đường về tôi thường ghé thăm mộ mẹ. Nhổ những bụi cỏ hoang, trồng thêm những chùm hoa vạn thọ. Tôi ưu tư về cuộc đời và về thân phận của mình ngay từ thuở chỉ vừa năm, bảy tuổi. Tại sao tôi chỉ có một mình? Tại sao mọi người đều lần lượt bỏ tôi đi? Nếu mai mốt ba tôi cũng đi thì tôi sẽ sống với ai? Lớn lên tôi sẽ làm gì? Tại sao đất nước tôi lại có chiến tranh? Những người du kích bên kia sông là ai? Và ở đó những buổi chiều vàng, bên ngôi mộ nhỏ của mẹ, tôi để lòng tuôn chảy những suy tư, dằn vặt đang bắt đầu tích tụ. Từ khi năm bảy tuổi tôi đã linh cảm cuộc đời tôi sẽ là những ngày đầy biến cố. Tôi đã nghĩ đến chuyện một ngày nào đó tôi sẽ đi xa khỏi rặng tre già, khỏi ngôi làng tơ lụa Mã Châu, dường như thôn làng nhỏ bé này sẽ không đủ lớn để chứa hết những buồn đau, u uất của tôi. Nếu tuổi thơ là tuổi hồn nhiên với những cánh diều bay, với những con bướm vàng thơ mộng thì tôi đã không có tuổi thơ. Tuổi thơ tôi là một chuỗi ngày ưu tư và chờ đợi một điều gì sắp đến.

Mẹ tôi qua đời vì bịnh trong một xóm nhà quê nghèo khó nên không có ngay cả một tấm hình để lại cho tôi. Cha tôi thường bảo, tôi giống cha nhiều hơn giống mẹ. Tôi cũng chẳng có cậu hay dì nên tôi lại càng không thể tìm đâu ra được một nét nào của mẹ trong những người thân còn sống. Vì không biết mẹ, nên mẹ trở thành tuyệt đối. Khi nhìn ánh trăng tròn trong ngày rằm tháng Bảy, tôi nghĩ đó là khuôn mặt dịu dàng của mẹ, nhìn nước chảy ra từ dòng suối mát tôi nghĩ đến dòng sữa mẹ, nhìn áng mây trắng bay trên nền trời tôi nghĩ đến bàn tay mẹ, nhìn những vì sao trên dải thiên hà tôi nghĩ đến đôi mắt mẹ. Nói chung, hình ảnh nào đẹp nhất, tinh khiết nhất, thiêng liêng nhất, đều được tôi nhân cách hóa nên hình ảnh mẹ. Vẻ đẹp của mẹ tôi là vẻ đẹp không những tuyệt vời mà còn tuyệt đối.

Tôi về thăm mộ mẹ lần cuối vào năm 1980 trước ngày vượt biển. Ngôi mộ đầy cỏ mọc hoang vu. Sau 1975, ngay cả người sống cũng không ai chăm nom đừng nói gì chuyện chăm nom cho người đã chết. Hôm đó, tôi ngồi nơi tôi đã từng ngồi trong thời thơ ấu và kể cho mẹ nghe đoạn đời chìm nổi của mình. Tôi nói với mẹ rằng tôi sẽ ra đi khỏi nước và hứa sẽ về dù biết nói như thế chỉ để an ủi hương hồn mẹ mà thôi. Tôi cầu mong mẹ phò hộ cho đứa con duy nhất của mẹ được bình an trong những ngày sóng gió sắp xảy ra.

Ôi đời mẹ như một vầng trăng khuyết
Vẫn nghìn năm le lói ở đầu sông.

Vâng, vầng trăng bên dòng sông Thu Bồn từ đó không còn tròn như trước nữa.

Ai cũng có một cuộc đời để sống. Nỗi bất hạnh nào rồi cũng nguôi ngoai. Vết thương nào cũng lành đi với thời gian. Tuy nhiên có một nỗi bất hạnh sau bao nhiêu năm dài vẫn còn, đó là bất hạnh của dân tộc Việt Nam. Điều làm tôi đau xót nhiều hơn cả, không phải vì tôi mất mẹ, không phải vì tôi xa mẹ, nhưng chính là sự chịu đựng của hàng triệu bà mẹ Việt Nam triền miên suốt mấy chục năm qua, từ chiến tranh sang đến cả hòa bình.

Trên thế giới này, bà mẹ Nga, mẹ Ý cũng thương con như một bà mẹ Việt Nam. Trong lúc tình yêu của một bà mẹ ở quốc gia nào cũng bao la, cũng rộng lượng, cũng vô bờ bến, tôi vẫn tin một bà mẹ Việt Nam thì khác hơn nhiều. Bà mẹ Việt Nam, ngoài là biểu tượng cho tất cả những nét đẹp của quê hương, đất nước, tình thương, còn là những hình ảnh đầy thương tích, tủi buồn nói lên sự chịu đựng, gian nan, khổ cực không thể nào đo lường hết được. Hình ảnh bà mẹ giăng tấm vải dầu trên một góc đường Trần Hưng Đạo để che nắng che mưa cho bầy con thơ dại đang đói khát. Hình ảnh bà mẹ chết đói sau khi ghe của mẹ đi lạc nhiều tuần trên biển. Hình ảnh bà mẹ chết trong mỏi mòn tuyệt vọng dưới gốc me già trên góc phố Sài Gòn vào một ngày mưa bão. Hình ảnh bà mẹ chết cô đơn trong chiếc thuyền chài nghèo nàn. Tất cả hình ảnh đau thương đó đã trở thành mối ám ảnh thường xuyên trong tâm trí tôi. Ám ảnh nhiều đến nỗi, dù viết về bất cứ chủ đề gì, thể loại gì, văn hay thơ, cuối cùng tôi cũng trở về với hình ảnh mẹ. Mỗi bước chân tôi đi trên đường đời mấy chục năm qua vẫn còn nghe vọng lại tiếng khóc của những người phụ nữ Việt Nam bất hạnh, đã khóc trong chiến tranh, khóc trong hòa bình, khóc trong bàn tay hải tặc giữa biển Đông và khóc trên xứ người hiu quạnh.

Mơ ước lớn nhất của tôi, vì thế, không phải cho tôi mà cho những người mẹ đang chịu đựng, để các mẹ có cơ hội được sống trong một đất nước không còn hận thù, rẻ chia, ganh ghét, một đất nước chan chứa tình đồng bào, một đất nước thật sự tự do, ấm no, hạnh phúc. "Đổi cả thiên thu tiếng mẹ cười" trong một ý nghĩa rộng hơn là ước mơ của tôi, của anh chị, của cô chú và của tất cả những ai còn nghĩ đến sinh mệnh của dân tộc, về một ngày đẹp trời cho đất nước mình.

Quá nhiều máu và nước mắt đã đổ trên mảnh đất linh thiêng và thống khổ Việt Nam. Mỗi người Việt Nam, hơn bao giờ hết hãy trở về với mẹ như trở về với chính cội nguồn uyên nguyên của dân tộc mình. Trong đêm rằm tháng Bảy này, xin hãy cùng nhau thắp lên những ngọn nến, dù nhỏ, dù đơn sơ, nhưng được làm bằng chất liệu dân tộc, nhân bản và khai phóng đã được tổ tiên chúng ta hun đúc sau hơn bốn ngàn năm lịch sử.

Đời tôi là những cơn mưa dài. Mưa khi tôi rời làng Mã Châu, mưa trong đêm đầu tiên trong căn gác trên đường Hùng Vương Đà Nẵng, mưa dưới gốc đa già ở chùa Viên Giác, mưa khi tôi vừa đặt chân đến Sài Gòn lần đầu tiên, và mưa lớn trong đêm tôi rời đất nước ra đi. Nhưng tôi chưa bao giờ tuyệt vọng, chưa bao giờ cảm thấy cuộc đời là hố thẳm. Tôi không sống trong hôm qua, trái lại, mỗi ngày là một chặng đường mới của đời mình. Tôi bình tĩnh đến độ hồn nhiên khi đón nhận những khắc nghiệt đến với đời tôi và tôi rất lạc quan trong khả năng chuyển hóa hoàn cảnh của chính mình.

Trong cuộc đời này, tôi đã nhiều lần vấp ngã nhưng nhiều người cũng đã giúp vực tôi dậy, lau khô những vết thương trên thân thể và trong cả tâm hồn. Tôi mang ơn xã hội nhiều đến nỗi biết mình sẽ không bao giờ trả hết. Tôi biết ơn những người đã che chở cho tôi và cũng cám ơn cả những người đã dạy tôi hiểu giá trị của gian lao, thử thách. Cám ơn đất nước đã cho tôi được làm người Việt Nam, cám ơn mẹ Duy Xuyên mang tôi đến thế gian nầy, cám ơn mẹ Hòa Hưng nuôi nấng tôi trong những ngày bà con thân thuộc đã ruồng bỏ tôi, cám ơn cây đa già chùa Viên Giác che mát cho tôi suốt năm năm dài mưa nắng.

Nếu một mai tôi ra đi không kịp viết điều gì, thì đây, những kỷ niệm của một lần ghé lại.

QUÊ HƯƠNG NGOÀI KÝ ỨC

Tháng Tư năm ngoái, trong một bài phỏng vấn của anh Duy Ái, đài VOA, tôi có trả lời: *"Quê hương Việt Nam sau năm 1975 là quê hương để nhớ để thương chứ không phải để sống"*. Thoạt nghe dễ bị hiểu lầm chỉ đi ra khỏi quê hương mới thấy nhớ thương còn ở lại thì không. Không phải thế, quê hương không còn là nơi để sống bình yên nhưng tình yêu dành cho quê hương đã lớn lên trong tôi ngay những ngày còn ở đó.

Dọc hành lang các công ty Mỹ thường treo tranh ảnh. Có khi là bản sao một danh họa và có khi chỉ là một tấm ảnh nghệ thuật để làm kín bức tường. Bức tranh treo bên ngoài phòng làm việc của tôi là một ngọn đồi xanh với những bụi hoa dại nhiều màu mọc đó đây, và xa hơn là một cánh rừng. Bức tranh đơn giản, không phải là một tuyệt phẩm hội họa nhưng với tôi lại quá đẹp. Mỗi ngày đi ngang qua, nhìn bức tranh, tự nhiên cảm thấy một chút gì đó ấm áp trong lòng. Bởi vì cảnh trong bức tranh rất giống ngọn đồi phía sau nhà, nơi cha mẹ tôi sống trong những ngày tản cư ở Quế Sơn (Quảng Nam). Nơi đó, những buổi chiều, tôi đứng lặng nhìn ngọn đồi như cố thu hết từng hoa sim tím, từng giọt nắng vàng vào trong trí nhớ còn rất nhiều chỗ trống của mình như để một ngày nào đó còn đem ra xem lại. Cuốn phim thời thơ ấu đầy bất trắc còn rất rõ. Tôi vẫn xem lại đoạn phim trong những ngày giỗ cha mẹ tôi, những chiều mưa rất buồn, những đêm trăng rất sáng.

Tôi thường chỉ bức tranh và hãnh diện khoe với các đồng nghiệp người Mỹ: *"Quê hương tao giống hệt như vậy đó"*. Các bạn Mỹ thường hỏi xã giao: *"Mày có về thăm quê mày lần nào chưa?"* *"Chưa"*. Tôi trả lời và rồi chỉ vào đầu: *"Nhưng không sao, quê hương là ở đây, trong ký ức của tao"*. Nói thế, vì tôi biết dù có trở về thì quê hương cũng không còn như thế nữa. Ngọn đồi sim tím có thể đã bị san bằng và cụm rừng kia chắc đã bị khai hoang. Nếu về lại, tôi sẽ làm gì? Tôi sẽ ngồi xuống như đang ngồi đây và hình dung một khoảng thời gian, một khoảng không gian đã mất. Tôi sẽ cảm thấy rất đau khi tất cả những gì gần gũi nhất của tôi trên thế gian không còn nữa. Mơ mộng thì ở đâu mà chẳng mơ mộng được. Ngày mới tới đây, tinh thần chưa ổn định, nhiều buổi chiều tôi thường đi bộ một mình dọc bờ biển Đại Tây Dương, nhìn những chiếc tàu hàng đi qua mà nhớ ngày nào mình từng cầu mong một con tàu như thế đi qua trên Thái Bình Dương.

Trong ngôn ngữ Việt Nam, quê hương là một trong những danh từ gây nhiều cảm xúc nhất. Một phần phát xuất từ tình yêu sâu đậm dành cho nơi chôn nhau cắt rốn và phần khác mang đặc tính rất con người, đó là quyền sở hữu. Khi nhắc đến quê hương, dù hai người cùng lớn lên trong cùng một tỉnh, một quận huyện hay cả một thôn xóm, vẫn cảm thấy quê hương là của riêng mình. Cũng một dòng sông, một bến đò, một đồi sim nhưng hình ảnh của chúng khác nhau trong mỗi tâm hồn.

Những nhạc phẩm quê hương bao giờ cũng đậm đà, tha thiết. Bài hát về quê hương tôi thích nhất là bài *Tình quê hương* của Việt Lang.

Ngàn dâu xanh ngát mấy nếp tranh xa mờ

Tiếng sáo bay dập dìu đường về thôn xưa

Tình quê lai láng dưới trời thu

Khói xây thành chập chùng mây đưa

Cành tơ liễu thấp thoáng bên hồ

Mùa nhớ nhung dòng nước lững lờ...

Quảng Nam là xứ trồng dâu, nuôi tằm, ươm tơ và dệt lụa nên tôi lại càng thấy gần gũi hơn với câu "*Ngàn dâu xanh ngát mấy nếp tranh xa mờ*" trong bài *Tình quê hương*. Làng tôi không trồng dâu nhiều bằng các nơi khác trong quận nhưng nuôi tằm và ươm tơ rất nhiều. Tuổi thơ tôi ở quê nội Duy Xuyên là những ngày quây quần bên những chiếc nia tròn nhìn những con tằm trắng cuộn mình trong những chiếc lá dâu xanh. Vì ươm tơ nên thức ăn chính trong bữa cơm gia đình ở làng tôi là nhộng. Nhộng xào, nhộng rang khô, nhộng xúc bánh tráng, nhộng nấu canh, nhộng làm gỏi. Cô tôi dạy tôi quay tơ và lớn hơn chút tôi được dạy ươm tơ. Quay tơ chỉ quay đều tay là được nhưng ươm thì kỹ thuật hơn, khéo tay hơn, đánh nhiều kén quá sợi tơ sẽ dày như sợi thao và ít quá tơ sẽ đứt đoạn nhiều, không đều. Học ươm tơ rất vui nhưng nếu bị bắt ngồi ươm suốt mấy giờ liên tục lại là chuyện khác. Phần lớn công việc ươm tơ là của các chị trong làng. Đúng như các nhà thơ Quảng Nam thường hay tả thôn nữ Duy Xuyên, các chị trong làng tôi ngày ấy ai nấy cũng đẹp. Nghề ươm tơ phải ngồi bên nồi nước sôi nên đôi má của các chị lúc nào cũng ửng hồng. Tôi nghĩ hoài đến cái xứ Quảng nghèo nàn nhưng gặp quá nhiều khốn khó này. Hạnh phúc thường hiếm hoi và ngắn ngủi nhưng tai họa lại hay chọn nơi này để đến và ở lại rất lâu. Phải chi ngày xưa ông bà chúng tôi đi thẳng vào Sài Gòn, Cần Thơ, Sóc Trăng, Bạc Liêu thì hay biết bao nhiêu. Dừng lại bên kia đèo Hải Vân làm chi. Sáu thế kỷ trôi qua, bao nhiêu thế hệ đã sống và đã chết trên vùng đất định mệnh đó.

Đó chỉ là vài trong vô số kỷ niệm của tôi về một quê hương trong ký ức. Nhưng nếu quê hương chỉ là những gì trong ký ức thôi, thật là buồn tẻ, khô khan và giới hạn. Tôi có thể viết cả cuốn sách về tuổi thơ và quê hương trong ký ức nhưng rồi để làm gì. Ký ức không chết khi nào con người còn sống nhưng ký ức chỉ là quá khứ không thay đổi, không cũ đi và cũng chẳng mới hơn. Ký ức là chất nhựa, sức bật cần thiết để con người từ đó vươn lên chứ không phải từ đó dừng lại. Phải sống trong hy vọng vào một ngày mai. Nhưng hy vọng chưa đủ, phải hoạt động tích cực để hy vọng trở thành sự thật.

Câu chuyện của chuyên viên ngân hàng Andy Dufresne trong phim *The Shawshank Redemption* là một lời khuyên tốt. Andy Dufresne, nhân vật chính trong phim bị kết án hai bản án chung thân về tội giết người mà anh không gây ra. Oan ức nhưng anh không xem đó như số phận an bài. Andy dành gần 19 năm để khoét một đường hầm chỉ lớn đủ cho một người chui qua bức tường dày của nhà tù bằng chiếc búa rất nhỏ thường dùng để đục đẽo những con cờ bằng đá. Không giống như các bạn tù khác ở tù lâu năm nên nhận thức của họ bị cơ chế hóa, Andy sống trong hy vọng và đeo đuổi ước mơ mà anh hằng đêm thêu dệt như có lần anh ta nói với Red, một người bạn tù: *"Hy vọng, có thể không phải là điều tốt nhất, nhưng là điều tốt và trước nay chưa có điều tốt lành nào chết đi"*. Mơ ước của Andy là được đến Zihuatanejo (Mexico), một vùng biển anh ta chưa bao giờ đặt chân đến, để sống một cách tự do cho đến hết đời mình, vì như anh đọc đâu đó, miền đất ấm đó là nơi không giữ một dấu vết nào của quá khứ. Mỗi ngày Andy đục một chút vôi trên vách tường, bỏ vào túi quần và rải xuống đất khi đi bộ trong sân nhà tù. Cuối cùng, sau gần 19 năm, anh đục xuyên bức tường dày và vượt ngục thành công.

Trong thời gian chính phủ Nam Hàn hiện đại hóa thủ đô Seoul bắt đầu từ thập niên 1970, rất nhiều cơ sở thương mại phải bị dời đi, nhiều tòa nhà bị phá hủy, ngay cả nhiều cảnh đẹp dọc dòng sông Hán cũng bị thay đổi nhường chỗ cho các con đập lớn, đại lộ, đường xe điện cắt ngang qua thành phố. Dòng sông Hán từ triều đại Baekje trước công nguyên đã gắn đã liền với lịch sử và đời sống người dân

Triều Tiên. Không phải ai cũng đồng ý. Nhiều nơi trong thành phố dân chúng biểu tình phản đối. Chính phủ Nam Hàn không thay đổi quyết định mặc dù đã xây thêm một số công viên để người dân giải trí. Thủ đô Seoul từ một thành phố gần như một đống gạch vụn sau bốn lần bị đổi chủ trong chiến tranh Triều Tiên với gần hai trăm ngàn tòa nhà bị san bằng và hơn một triệu người không nơi nương tựa, đã vượt qua ký ức đau thương, tang tóc để đạt đến một quê hương ngoài ký ức tự dọ, dân chủ, phồn vinh hiện đại như hôm nay. Những người phản đối chỉ vì họ sợ mất đi hình ảnh quá khứ mà họ trân quý nhưng đồng thời họ chưa hình dung được quê hương ngày mai sẽ đẹp đến mức nào. Giới lãnh đạo Nam Hàn, những người có tầm nhìn xa, biết rằng hiện đại hóa đất nước phải bắt đầu từ thủ đô Seoul. Kết quả, Seoul được phép tổ chức Olympics 1988 và người dân Nam Hàn hãnh diện về các công trình xây dựng, các kiến trúc tân kỳ, hiện đại của thủ đô họ.

Hai câu chuyện nhỏ, một hư cấu và một thực tế, cho thấy quá trình chuyển hóa giữa quá khứ, hiện tại và tương lai trong con người quan trọng đến dường nào. Đó là một chuỗi các chọn lựa can đảm bắt đầu từ mỗi con người cho đến phạm vi toàn đất nước. Tôi thật sự tin, con người và cả dân tộc Việt Nam cũng thế, hơn bao giờ hết, phải chọn lựa giữa tiếp tục đi trên một lối mòn của số phận hay vượt qua quá khứ, hành động cho tương lai để sải cánh vào bầu trời tự do của văn minh nhân loại.

Ba mươi sáu năm trước, ngồi trước chén bo bo, tô nước muối khuấy lỏng, dĩa rau muống luộc, niềm ao ước của mỗi người dân là thấy được chén cơm ngon, một tô canh ngọt, một dĩa thịt thơm. Nhưng ngày nay, giữa thời đại con người đang du lịch cung trăng, nếu vẫn tiếp tục mơ một chén cơm trắng, tô canh ngọt, dĩa thịt thơm, làm sao đất nước sẽ đuổi kịp đà tiến văn minh?

Ba mươi sáu năm trước, Việt Nam là một quốc gia cô lập từ thế giới, tiếng động nửa khuya là tiếng động của xích xiềng, ánh sáng le lói trong căn nhà tranh được thắp lên từ que diêm cuối cùng trong đêm dài lịch sử, mơ ước của người dân là được sống bình an dù bình an trong cơ chế, được xem phim ảnh dù đã được kiểm tra từng chi tiết, được hát một bài tình ca dù đã được chọn lọc kỹ càng. Nhưng ngày nay, ngoại trừ các nhóm thổ dân trong thung lũng Javari vùng Amazon (Brazil) và năm nước cộng sản còn sót lại, phần lớn nhân loại đang bước vào thời kỳ văn minh mới, trong đó ngay cả các khái niệm dân chủ pháp trị cũng đang bị xem là lạc hậu, nếu người dân Việt Nam bằng lòng được sống bình an trong cơ chế, được xem phim ảnh dù đã được kiểm tra từng chi tiết, được hát một bài tình ca dù đã được chọn lọc kỹ càng, dân tộc này sẽ đi lùi cho đến bao sâu?

Từ nhiều năm qua, hàng loạt người Việt Nam đã ý thức các hiểm họa dân tộc lạc hậu đó và lên đường dấn thân cho một Việt Nam mới. Phần lớn còn rất trẻ. Một số hy sinh, một số đang ở trong tù, và một số còn đang tranh đấu. Tình yêu nước trong tâm hồn họ vô cùng trong sáng. Nếu ai hỏi họ tranh đấu để được gì, tôi tin, câu trả lời chắc chắn không phải được gì cho bản thân họ. Nếu muốn thăng tiến trên con đường danh lợi cho bản thân, những bạn trẻ đó có thừa điều kiện để leo nhanh lên nấc thang xã hội hơn mà nhiều người đang chen lấn để leo. Nhưng các bạn chọn con đường khác, khó khăn nhiều nhưng cũng rất vinh quang, con đường đi dựng mùa xuân dân tộc.

Mùa xuân trên quê hương ngoài ký ức mà nhiều người Việt Nam yêu nước đang theo đuổi sẽ không có tù chính trị, không có đấu tranh giai cấp, không có tuổi thơ lây lất ăn xin trên các vỉa hè, không có những em bé cất tiếng khóc chào đời trong thùng rác, không có các em học sinh mỗi ngày hai bận phải bơi qua sông đi học, không có các thiếu nữ Việt Nam trần truồng sắp hàng để được các ông Đài

Loan, Hàn Quốc mua như mua thịt ngoài chợ, không có những ngư dân bị bắn chết chỉ vì đi đánh cá trên vùng biển của tổ tiên để lại. Giòng sông quê hương trong ý thức của họ là giòng sông của tình người và tình dân tộc trong xanh dịu mát. Bài hát họ mơ học sinh Việt Nam sẽ hát mỗi ngày bắt đầu bằng lòng kính nhớ đến ơn đức tổ tiên, công ơn cha mẹ, tình thương yêu dành cho đồng bào ruột thịt và kết thúc bằng ý chí vươn lên sánh ngang vai cùng thời đại con người đang không ngừng đổi mới.

Mùa xuân trên quê hương ngoài ký ức là một Việt Nam dân chủ hiện đại với các trường đại học tiêu chuẩn quốc tế, với các hạm đội hải quân trang bị tận răng mang tên Ngô Quyền, Trần Hưng Đạo, Hàm Tử, Bạch Đằng, Vạn Kiếp, với những binh đoàn, phi đoàn trang bị vũ khí tối tân mang tên Chi Lăng, Đống Đa, Nhật Tảo, với những công ty kỹ thuật, những nhà máy công nghiệp, nông nghiệp cao cấp cạnh tranh ngang ngửa với các công ty Nam Hàn, Đài Loan, Nhật Bản. Từ hầm mỏ cho đến ruộng đồng, từ xa lộ thênh thang đến sông dài, biển rộng, từ thôn làng xã ấp xa xôi cho đến chính phủ trung ương, tất cả nối liền nhau như những mạch sống trong cùng một cơ thể Việt Nam tự do, khỏe mạnh và cường tráng.

Con đường những người đang đi tìm một quê hương ngoài ký ức hôm nay, dù sao, còn khá ít bởi vì giai đoạn từ kiến thức chuyển sang nhận thức trước khi dẫn tới hành động cụ thể vẫn còn là những chiếc cầu dài. Ngoài ra, không ít người Việt còn đang bị cơ chế hóa và số khác không đủ can đảm tự chặt đi một cánh tay lầm lỗi của chính mình. Nhưng không giống như các bạn tù của Andy Dufresne trong phim *The Shawshank Redemption*, các thế hệ Việt Nam sẽ lần lượt đứng lên như đã chứng minh nhiều lần trong suốt dòng lịch sử Việt Nam.

Nguyễn Trãi đã từng than: "*Tuấn kiệt như sao buổi sớm, nhân tài như lá mùa thu*" để nói lên cảnh khó khăn trong giai đoạn Lê Lợi mới dấy binh từ núi rừng Lam Sơn, Thanh Hóa. Những trận đánh đầu tiên là những lần thất bại. Từ năm 1418 đến năm 1422, quân khởi nghĩa phải ba lần phải rút lên núi Chí Linh, giết ngựa, hái rau, luột măng, đào củ chuối mà ăn. Nhiều trận đánh thua, quân tướng mỗi người mỗi ngã và có lần nhóm quân của Lê Lợi tan tác chỉ còn mỗi một mình ngài . Nhưng cũng từ đó, lớp lớp người dân, anh hùng hào kiệt từ khắp nơi về tụ hội dưới ngọn cờ chính nghĩa. Ý chí tự chủ dân tộc như ngọn lửa thiêng lại bùng cháy lên trong mỗi trái tim, trong mỗi tâm hồn Việt Nam để rồi 5 năm sau, ngày 20 tháng 9 năm 1427, chém đầu danh tướng nhà Minh là An Viễn Hầu Liễu Thăng tại Mã Yên, giành lại chủ quyền độc lập như Nguyễn Trãi khẳng định trong *Bình Ngô đại cáo*: *"Ngàn năm vết nhục nhã sạch làu, muôn thuở nền thái bình vững chắc"*.

Mùa xuân trên quê hương ngoài ký ức sẽ đến nếu mỗi chúng ta biết hy sinh một ít công sức cho công cuộc vận động tự do dân chủ đang chuyển mình trên đất nước hôm nay. Như một lần kẻ viết bài này đã viết, ba mươi sáu năm là một quảng đường dài, chúng ta đã hơn một lần trễ hẹn với non sông, nhưng không phải vì thế mà không còn cơ hội nào khác. Cơ hội vẫn còn đó nếu chúng ta biết đoàn kết, thấy được hướng đi chung của dân tộc và thời đại. Chúng ta có nhiều quá khứ nhưng đất nước chỉ có một tương lai, đó là tương lai tự do, dân chủ, nhân bản và khai phóng cho những ai, sau những điêu tàn đổ vỡ, còn biết nhận ra nhau, còn biết yêu thương mảnh đất thiêng liêng, vinh quang và thống khổ Việt Nam.

TUỔI TRẺ VÀ LÝ TƯỞNG PHỤNG SỰ XÃ HỘI

Tôi xin bắt đầu bằng một câu chuyện thật, rất cảm động về tinh thần phụng sự xã hội của một cụ già Thụy Sĩ do một người cháu của tôi đang làm việc về ngân hàng tại Thụy Sĩ kể lại. Câu chuyện nói lên ý nghĩa sâu sắc về tình người, về trách nhiệm của mỗi chúng ta trong cộng đồng xã hội hôm nay và ngày mai.

Chuyện xảy ra trên chiếc cầu Lausanne, Thụy Sĩ. Mỗi năm vào những dịp lễ lớn, nhất là trong mùa Đông, một cụ già tên là Dupont thường đến cắm chiếc lều nhỏ cạnh đầu cầu để ở. Mùa Đông ở đâu cũng buồn và lạnh. Nhưng nơi cháu tôi định cư lại heo hút hơn nhiều nơi khác. Trong những ngày lễ lớn, với những người có diễm phúc, đó là ngày sum họp gia đình, tiệc tùng, đàn hát bên bếp lửa hồng ấm cúng. Thế nhưng, với những kẻ cô đơn, không nhà, bệnh hoạn, nỗi trống vắng lại càng sâu đậm hơn, những vết thương nơi thân xác hay tinh thần lại càng thêm nhức nhối. Chiếc cầu Lausanne dài và rất cao từ mặt nước, do đó đã trở thành điểm hẹn cuối cùng của những người bị bệnh trầm cảm (depression). Trên thành cầu cao đó, những người không còn hy vọng gì trong thế giới này đã chọn gieo xuống để tự kết liễu đời mình. Mục đích của ông lão Dupont đóng trại ở đầu cầu, để mỗi khi có một người nào dừng lại bên dốc cầu nguy hiểm, ông sẽ tìm cách bắt chuyện, mời một ly rượu cho ấm lòng, và thậm chí giúp đỡ một ít tiền bạc nếu người đó đang thiếu thốn.

Như người ta thường nói: *"Nỗi buồn khi san sẻ, nỗi buồn sẽ vơi đi, niềm vui khi san sẻ, niềm vui sẽ tăng gấp bội"*. Ông Dupont làm việc đó suốt 20 năm dài. Ông đã san sẻ chuyện buồn phiền trong đời nhiều kẻ khác, khuyên can những người không còn lối thoát nào khác. Con số những người ông cứu giúp thật sự không ai biết. Nhiều báo chí, truyền thanh, truyền hình xin phỏng vấn nhưng đều bị ông từ chối. Con số không quan trọng, nhưng điểm quan trọng là ông đã hy sinh, dâng hiến, đeo đuổi tâm nguyện cứu người. Và mới đây ông qua đời. Trong di chúc, ông để lại hết tài sản tuy khiêm nhượng nhưng đó là cả đời làm việc và dành dụm, cho những ai sẽ tiếp tục làm công việc của ông.

Tinh thần phụng sự xã hội của ông Dupont, có thể được nhìn từ nhiều góc độ khác nhau. Như một người Ki-tô giáo, việc làm của ông là sự thể hiện của lòng bác ái, vị tha; đồng thời, cũng có thể là hành động để ngăn chặn sự hủy hoại thân thể vốn ngược lại với niềm tin tôn giáo mà ông là một tín đồ. Hành động đó cũng dễ dàng được giải thích trong tinh thần Bồ tát của Phật giáo với tấm lòng từ bi vô lượng, hy sinh cả mạng sống của mình để cứu độ chúng sinh.

Qua câu chuyện của ông Dupont, chúng ta có thể nhận ra các đặc điểm và ý nghĩa của lý tưởng phụng sự xã hội:

Lý tưởng phụng sự xã hội, trước hết, là một mục đích sống cao đẹp của một đời người. Một danh ngôn các bạn có thể đã nghe: *"Lý tưởng chỉ hướng cho thuyền đời và làm nảy hoa cho cuộc sống"*. Một cuộc đời không lý tưởng như chiếc thuyền trôi vô định trên biển khơi, như nụ hoa không ánh sáng. Tôi tin rằng, ít nhất đã một lần, các bạn tự hỏi mình, ta có mặt trong cuộc đời này để làm gì? Nếu chúng ta đặt qua một bên niềm tin tôn giáo hay sự giải thích dựa vào niềm tin tôn giáo, và nếu chúng ta không có một lý tưởng để sống, sự có mặt của chúng ta sẽ vô vị biết bao. Đó chỉ là sự lập lại một cách nhàm chán những công việc, những ngày, những tháng, những năm, những tiếng cười và nước mắt, những hơn thua và tranh chấp, cho đến cuối cùng một hơi thở hắt ra. Nhưng với một người sống có lý tưởng, sống có mục đích, những khoảnh khắc dù chỉ một vài giây phút cũng đong đầy ý nghĩa. Người có lý tưởng bao giờ cũng lạc quan và hy vọng bởi vì họ không chỉ sống cho hôm nay mà cho ngày mai và nhiều ngày mai sẽ tới.

Lý tưởng là cần thiết. Trong cuộc sống, hẳn nhiên nhiều lúc vì áo cơm chúng ta có thể phải làm những nghề nghiệp không hợp với sở thích và khả năng của mình. Tuy nhiên, chỉ có những nghề nghiệp mà chúng ta có quyền tự do chọn lựa, yêu thích và đam mê theo đuổi mới có thể đưa chúng ta đến thành công được. Và trong những đam mê phục vụ, phục vụ con người vẫn là đam mê cao quý nhất. Nhà khoa học Albert Einstein có lần đã chia sẻ quan điểm phụng sự xã hội của ông: *"Cuộc sống vì người khác là cuộc sống xứng đáng nhất"* (Only a life lived for others is a life worthwhile).

Nhà thơ Emily Dickinson đã viết trong bài thơ *Không vô ích* (Not in Vain) nổi tiếng của bà:

If I can stop one heart from breaking

I shall not live in vain.

If I can ease one life from aching,

Or cool one pain,

Or help one fainting robin

Until his nest again,

I will not live in vain.

Tôi xin tạm dịch:

Nếu tôi có thể ngăn được một tâm hồn đang tuyệt vọng

Tôi sẽ sống một cuộc đời có ích

Nếu tôi có thể làm vơi đi cơn đau nhức
Hay làm nhẹ nỗi buồn lo của một người nào
Hay tôi có thể vỗ về con chim sơn ca gầy yếu xanh xao
Cho đến ngày được về bên tổ ấm
Tôi sẽ sống một cuộc đời đáng sống cho tôi.

Lý tưởng phụng sự xã hội còn mang ý nghĩa trả một món nợ mà mỗi chúng ta đã và đang thọ ơn từ xã hội. Chiếc áo chúng ta mặc, hạt gạo chúng ta ăn, con đường chúng ta đi, chiếc xe chúng ta xử dụng, không đơn giản chỉ do tiền chúng ta làm ra hay mồ hôi nước mắt chúng ta đổ xuống, nhưng trong đó còn tích lũy công sức của bao nhiêu người khác. Trong thời gian ngắn ngủi của mỗi chúng ta trên thế giới này, không ai có thể tự tạo cho mình một cuộc sống độc lập, riêng tư, thỏa mãn tất cả nhu cầu cá nhân mà không cần đến người khác. Con người xã hội của mỗi chúng ta là kết quả của các mối tương quan xã hội.

Tóm lại, như tôi đã chia sẻ với các bạn ở phần trên, dù sinh hoạt trong hoàn cảnh của một cộng đồng Việt Nam nhỏ hẹp hay trong phạm vi của xã hội rộng lớn, lý tưởng vẫn là điều kiện đầu tiên một người phục vụ xã hội cần phải có.

Tuy nhiên, khoảng cách từ ước mơ, suy nghĩ, nhận định, tâm thức, lý tưởng được chuyển hóa sang hành động cụ thể, sang các đề án cụ thể và thực hiện thành công mục đích sống của đời mình, không phải là con đường tráng nhựa, một dòng sông êm đềm nhưng là một chiếc cầu dài, chênh vênh và nhiêu khê, phức tạp. Để thực hiện lý tưởng phụng sự xã hội một cách thành công, chúng ta không phải chỉ có lý tưởng là đủ. Ngón tay, không phải là mặt trăng nhưng chúng ta sẽ không thấy được mặt trăng nếu không bắt đầu từ một góc nhìn đúng đắn của ngón tay. Lịch sử đã để lại cho chúng ta nhiều bài học về sự thất bại, không phải vì do thiếu lý tưởng nhưng nhiều lý do chủ quan và khách quan khác nhau, đã biến lý tưởng thành ảo tưởng.

Bên cạnh các lý do khách quan vượt ngoài khả năng chủ động của chúng ta, trong giới hạn thời gian của buổi nói chuyện, tôi chỉ xin phân tích hai yếu tố chủ quan mà tôi nghĩ quan trọng nhất. Hai yếu tố đó là sự nhận chân ra chính mình và nhận chân được đối tượng mà chúng ta phục vụ. Trong trường hợp chúng ta đang thảo luận, có nghĩa nhận chân ra chính chúng ta và hiểu chính xác các đặc tính của cộng đồng người Mỹ gốc Việt mà chúng ta đang phục vụ.

Như người xưa thường nói "Biết người không bằng biết mình". Người mang lý tưởng phụng sự xã hội là người, trước hết, phải biết mình là ai, muốn gì và sẽ làm gì trong thời gian nhất định.

Biết mình là ai cho phép chúng ta đặt mình đúng vị trí trong cuộc vận hành của lịch sử, cũng như trong từng mối quan hệ ngoài xã hội. Những bất ổn, ganh tị, tranh chấp trong xã hội, một phần không nhỏ, vì con người thường có khuynh hướng thích làm những công việc vượt quá khả năng của mình, thiếu can đảm chấp nhận những yếu kém của mình, cũng như tự đặt mình vào những vị trí xã hội không đúng với chỗ mình nên đứng.

Trong gần 30 năm xây dựng cộng đồng Việt Nam tại hải ngoại, bên cạnh những tổ chức có căn bản và đang phát triển mạnh, hàng trăm, nếu không muốn nói hàng ngàn tổ chức, cơ quan đã phải chết non. Bên cạnh các lý do thiếu phương tiện, nhân lực, tài lực, các hiện tượng tiêu cực,... một lý do quan trọng khác là các cơ quan, tổ chức đó đã không thật sự biết mình muốn gì và làm gì một cách dứt khoát. Nhu cầu của cộng đồng Việt Nam tại hải ngoại trong giai đoạn hình thành hẳn nhiên rất nhiều và rất đa dạng, nhưng trong mỗi thời điểm nhất định chỉ nên có một nhu cầu cần phải được thỏa mãn và cũng chỉ nên theo đuổi một mục đích nhất định mà thôi.

Ông bà chúng ta thường dặn dò: *"Giai đoạn bắt đầu một công việc bao giờ cũng là giai đoạn khó khăn"*. Vâng, điều đó đúng, nhưng trong hoàn cảnh chúng ta đang sống, duy trì và phát triển một tổ chức có thể còn khó hơn là giai đoạn bắt đầu. Phần lớn các đoàn thể được hình thành do các nhu cầu trực tiếp và các thành viên sáng lập đến với nhau qua các ràng buộc tinh thần, tình cảm hơn là các mục đích được đặt trong các tầm nhìn đúng đắn, ngắn hạn cũng như dài hạn. Khi thời gian kéo dài những nhiệt tình của thuở ban đầu tàn lụi, tổ chức rơi vào khoảng trống và thiếu mất hướng đi.

Chúng ta thường nghe cụm từ "làm một cái gì đó cho cộng đồng" hay "làm một cái gì đó cho quê hương" trong những buổi mít-tinh, hội thảo cuối tuần. Vâng, "làm một cái gì đó" vẫn tốt hơn là không làm gì, nhưng nếu chúng ta biết một cách chính xác "cái gì đó" là gì, vẫn là tốt nhất. Hai mươi năm trước, tôi đã gặp nhiều người ôm ấp giấc mơ "làm một cái gì đó cho quê hương" và hai mươi năm sau tôi gặp lại chính những người đó, ngoài vầng trán nhăn nheo và mái tóc đã bạc nhiều, còn nguyên vẹn và đang ngủ yên trong họ giấc mơ "làm một cái gì đó" vẫn chưa thức dậy. Làm gì, do đó, là một câu hỏi vô cùng quan trọng.

Phục vụ xã hội là một thách thức lớn và đầy khó khăn vì đối tượng của chúng ta phục vụ không phải là những bộ máy thuần kỹ thuật nhưng là con người. Mỗi người là một phần tử của thế giới, nhưng đồng thời, mỗi người cũng là một thế giới, riêng tư, sinh động và thay đổi thường xuyên. Những ưu tư, lo lắng của ngày hôm qua, có thể không phải là của ngày nay. Những đam mê, mơ ước của đêm nay có thể sẽ biến mất khi chúng ta thức dậy.

Những người mang lý tưởng phục vụ xã hội không những biết chính họ và tổ chức của họ muốn gì, phải làm gì, nhưng cũng phải biết rõ một cách chính xác đối tượng phục vụ của họ là ai.

Lời kêu gọi "xây dựng cộng đồng Việt Nam thành một cộng đồng vững mạnh" là một ví dụ điển hình. Thế nào là một cộng đồng Việt Nam vững mạnh?

Cách đây 29 năm, vững mạnh đồng nghĩa với tồn tại, có được công ăn việc làm, mỗi năm có một hai lần họp mặt, nhưng ngày nay, vững mạnh có nghĩa phải thâm nhập vào dòng chính của sinh hoạt xã hội Mỹ, cần phải có những ông bà Nghị viên, Dân biểu gốc Việt. Một tổ chức thành công, vì thế, không những phải biết rõ mục đích của tổ chức được thành lập để làm gì, nhưng đồng thời, mục đích đó phải có tính mềm dẻo đủ để thích nghi và đáp ứng được với nhu cầu vốn thay đổi không ngừng của đối tượng mà tổ chức đang phục vụ.

Ngày mai các bạn sẽ trở về làm việc trong các cơ quan, tổ chức xã hội có trực tiếp liên hệ đến cộng đồng người Mỹ gốc Việt Nam. Qua hội nghị này, chúng ta cũng nên dành vài phút để phân tích vài đặc điểm của cộng đồng người Mỹ gốc Việt, một cộng đồng hình thành trong một hoàn cảnh xã hội và chính trị rất đặc biệt.

Không giống như cộng đồng các sắc dân khác tại Mỹ, cộng đồng Việt Nam được hình thành sau một cuộc chiến tranh dài với quá nhiều đau thương và chịu đựng. Đọc lịch sử nước Mỹ, chúng ta biết rằng những người Đức, người Ý, người Ba Lan khi đặt chân đến Mỹ, họ chỉ mang trên vai gánh nặng của tương lai. Khi còi tàu rú lên báo hiệu giờ vào cảng Boston, New York, San Francisco, cuộc đời họ thật sự được lật sang một chương khác. Họ dễ dàng hội nhập vào xã hội kỹ nghệ Hoa Kỳ, một phần bởi vì họ đã đến từ một quốc gia kỹ nghệ. Họ dễ dàng hội nhập vào lối sống, tập tục, văn hóa Mỹ, bởi vì chính họ cũng từ phong tục tập quán châu Âu. Cộng đồng Việt Nam thì khác. Đa số người Việt đến đây từ một nền văn hóa phương Đông khép kín với những phong tục tập quán hoàn toàn khác với các sinh hoạt trong xã hội Tây phương. Người Việt Nam ra đi mang trên vai cả quá khứ đầy u uất và một tương lai còn nhiều bất định. Trong hơn một triệu người Việt vượt biên bằng đường biển, có bao nhiêu người khi ngồi trên ghe biết mình sẽ trôi dạt về đâu. Tôi tin rằng không ai biết chắc chắn. Nhiều trong số họ đến được bến bờ tự do khi chiếc áo chưa phai hết mùi súng đạn và những vết thương trên da thịt vẫn còn đang mưng mủ. Đa số người Việt đến hải ngoại sau 1975, với một hành trang tâm lý nặng nề và đầy uất ức. Cuộc chiến bằng súng đạn tuy đã chấm dứt gần 30 năm nhưng sức chấn động vẫn còn nghe trong giấc ngủ xứ người.

Các bạn, đa số sinh ra sau cuộc chiến, tuy nhiên không phải vì thế mà các bạn không gánh chịu hậu quả chiến tranh. Những hậu quả tiêu cực của chiến tranh như tính hoài nghi, mặc cảm, dễ bị xúc động được chuyển đến thế hệ các bạn qua di truyền, qua máu huyết, qua không khí nặng nề vẫn còn đè nặng trong những buổi họp hành trong cộng đồng người Việt, qua cung cách đối xử với nhau, và ngay cả trong những giờ bữa cơm gia đình lẽ ra nên vô cùng êm ấm.

Phân tích những đặc điểm của cộng đồng người Việt không phải để chứng minh ai đúng, ai sai, không phải để chỉ ra ai tốt và ai xấu. Đó không phải là mục đích của bài này. Nhưng phân tích để từ đó có thể tìm ra và áp dụng những phương cách phục vụ cộng đồng thành công và hữu hiệu. Cách mạng bản thân hay xã hội là một quá trình chuyển hóa vô cùng tinh tế, bắt đầu từ nhận thức đúng và kết thúc ở hành động đúng.

Chúng ta trở lại một phút với chiến tranh Việt Nam. Một người lính Mỹ chiến đấu trong chiến tranh Việt Nam vỏn vẹn một hai năm, khi trở về nước, còn phải chịu đựng một căn bệnh tâm lý ám ảnh họ suốt đời người còn lại, đừng nói chi là một người Việt Nam, sinh ra trong chiến tranh, chiến đấu trong cuộc chiến tranh tự vệ suốt 20 năm dài đầy khói lửa, chịu đựng nhiều năm lao lung, đói khổ trong trại tù, và khi tuổi về già, khả năng dung hợp không dễ dàng, lại phải đối diện với trăm ngàn khó khăn trên đất lạ. Nỗi đau tâm lý của một người Việt Nam, hẳn nhiên phải trầm trọng hơn nhiều. Những vết thương trên thân thể có thể lành đi theo thời gian, nhưng vết thương trong tâm thức không phải một sáng một chiều mà phai đi được.

Các bạn trẻ rất dễ dàng ca ngợi bao dung, tha thứ bởi vì các bạn sinh ra và lớn lên trong một xã hội có truyền thống văn minh dân chủ, chưa từng chịu đựng khổ đau. Tuy nhiên, nếu các bạn đã phải bị vào tù ra khám, bị đánh đập tra tấn, phải trải qua những ngày cháo rau khoai sắn, thì việc kêu gọi bao dung, tha thứ có dễ dàng không. Tôi nghĩ sẽ không. Hiểu được những khó khăn đó của cha mẹ, cô chú và đồng hương gốc Việt, chúng ta, thay vì thất vọng, sẽ hãnh diện được phục vụ cộng đồng của mình, thay vì chán nản, sẽ kiên nhẫn hơn trong việc hoàn thành trách vụ của mình và thay vì đòi hỏi, chúng ta sẽ cảm thông nhau hơn trong đời sống cộng đồng. Phục vụ cồng đồng, trong ý nghĩa đó, còn là một trách nhiệm đạo đức của thế hệ người Mỹ gốc Việt trẻ, sinh ra hay lớn lên tại hải ngoại, đối với các thế hệ cao niên trưởng thượng. Thừa nhận các hiện tượng tiêu cực trong đời sống cộng đồng không có nghĩa chấp nhận chúng và để cho chúng tự do sinh sôi nảy nở, nhưng để tìm một phương pháp thích hợp nhất thay đổi chúng. Nhiều khi phương pháp hay nhất để ngăn chặn và xóa bỏ các hiện tượng tiêu cực là làm và khuyến khích mọi người hãy làm những điều tích cực.

Bao nhiêu năm nay chúng ta vẫn đi tìm một mẫu sống chung, một tinh thần đoàn kết trong cộng đồng người Việt. Hai chữ đoàn kết thường bắt đầu và chấm dứt trong mọi diễn văn, tuyên ngôn, tuyên cáo. Tôi thật sự tin đó là một lời chúc chân thành và một ước mơ tha thiết. Không một người Việt Nam nào không mong thấy cộng đồng chúng ta đoàn kết, có uy thế, có ảnh hưởng mạnh trong đời sống kinh tế, chính trị Hoa Kỳ. Nhưng làm thế nào để tạo được một mẫu số chung trong khi chúng ta chưa cảm thông nhau? Làm thế nào để nhìn rõ mặt nhau khi chúng ta chưa bước ra khỏi vùng bóng tối của khu rừng dày hoài nghi, mặc cảm còn bao bọc trong tâm thức, trong suy nghĩ và cả trong hành động của mình? Do đó, chiếc cầu bắt qua những khác biệt về thế hệ, hoàn cảnh trưởng thành và môi trường giáo dục không có tên nào thích hợp hơn là chiếc cầu thông cảm.

Thế hệ của các bạn, những người Mỹ gốc Việt trẻ được trang bị bằng kiến thức hiện đại và có trái tim nhân bản, là thế hệ Việt Nam duy nhất có khả năng xây được chiếc cầu thông cảm đó. Các bạn là những người có đủ phương tiện để vượt qua những bức tường hoài nghi, đố kỵ trong đời sống cộng đồng. Thế hệ của các bạn không phải chỉ là thế hệ thừa hành, làm theo, nói theo, nhưng là thế hệ lãnh đạo cộng đồng một cách sáng tạo và vạch ra hướng đi của cộng đồng người Mỹ gốc Việt tại hải ngoại trong thời đại mới. Người được gọi là anh hùng của thời đại ngày nay không phải là những minh quân hay nhân tài xuất chúng nhưng là những người biết sống cho mình và sống cho kẻ khác, biết tự thúc đẩy chính mình để phục vụ tha nhân và biết khuyến khích những người chung quanh dấn thân vào lý tưởng phục vụ con người.

Lý tưởng phụng sự xã hội còn là một cách để thăng tiến chính mình. Như chúng ta thường nghe, không trường đại học nào dạy chúng ta nhiều hơn là trường đại học cuộc đời. Xã hội dạy chúng ta kinh nghiệm sống, dạy chúng ta hiểu biết, khôn ngoan, cách đối xử với nhau, dạy chúng ta tính kiên nhẫn, khiêm cung, biết vươn lên sau những lần vấp ngã. Có rất nhiều trường hợp mà chúng ta phải trả một giá rất đắt cho những bài học ngoài xã hội, nhưng chắc chắn, chúng sẽ khó bị lãng quên hơn so với những bài học ở trường. Trường học dạy chúng ta kỹ thuật lãnh đạo nhưng không thể trang bị chúng ta một đức tính, một tư cách của người lãnh đạo, thành thật, kiên nhẫn và tận tụy, biết tiến khi cần tiến và cũng phải biết lui khi đến lúc phải lui, biết can đảm đương đầu với thách thức khó khăn nhưng cũng biết bao dung và tha thứ. Những đức tính đó chỉ có thể học bằng sự va chạm với thực tế của cuộc sống, bằng việc chia ngọt xẻ bùi với đồng hương của mình. Với kinh nghiệm từ bản thân, tôi đã học được rằng, bông hoa tình thương đẹp hơn khi mọc lên từ nỗi khổ đau, và cũng từ những thăng trầm của đời mình tôi học được rằng chỉ có tình thương mới thật sự dẫn đến cứu cánh của con người.

Mỗi người chúng ta có thể khác nhau trong niềm tin sau cuộc sống này, nhưng trong khi chúng ta còn đang chia sẻ chung một môi trường, một xã hội, chúng ta đang có chung một đạo với nhau, đó là đạo làm người. Và vì thế, tôi xin kết luận bài nói chuyện bằng câu nói cuối đời của ông Dupont: ***"Ta được sống trong xã hội đầy đủ thế này, ta nợ biết bao nhiêu người, nếu không làm việc để trả nợ những ân nghĩa ta vay, thời ta nợ đến bao giờ mới trả nổi".***

NGƯỜI HUYNH TRƯỞNG THỜI ĐẠI

"...Ôi thân yêu bóng chùa Từ Đàm, nơi Bắc Nam nối liền một nhà, tay trong tay quyết vì loài người, đời lầm than...".

Tôi nghe bài hát *Từ Đàm quê hương tôi* này nếu không phải một nghìn lần thì cũng vài trăm lần. Trong chiếc máy vi tính cá nhân ở hãng của tôi chỉ có mỗi một bài

Chùa Từ Đàm. Ảnh sưu tầm

hát đó. Giờ rảnh rỗi tôi lại nghe. Nghe đi và nghe lại. Nghe để nhớ về Huế, nhớ về ngôi chùa Từ Đàm lịch sử của Phật giáo Việt Nam.

Huế còn có căn phòng nhỏ ở số 1B đường Nguyễn Hoàng. Trong căn phòng nhỏ đó, Ban Hướng dẫn Gia đình Phật Hóa Phổ được chính thức thành lập. Những viên gạch đầu tiên, trẻ trung và nóng đỏ nhiệt tình đã được lót lên con đường dài 60 năm đầy thăng trầm của Gia đình Phật tử Việt Nam. Những đoàn viên đầu tiên của tổ chức được các thầy gắn huy hiệu hoa sen trên chiếc áo lam hiền hòa, chơn chất, biểu tượng của tinh thần Phật giáo Việt Nam. Từ đó đến nay, bao nhiêu thế hệ huynh trưởng và đoàn viên đã trưởng thành, bao nhiêu mái đầu xanh đã may mắn được tắm gội đời mình trong dòng sông Lam của Từ Bi, Trí Tuệ và Dũng Lực đó. "Các chú bé", "các cô bé" của hơn nửa thế kỷ qua, dù còn hay mất, dù ở lại với đoàn hay đã ra đi vì những chọn lựa riêng tư của đời họ, tôi tin, màu áo lam vẫn còn in đậm trong tâm tư, trong tim, trong máu của mỗi đoàn viên, của từng anh chị trưởng. Đừng nói chi đến các giáo lý vi diệu mà Đức Từ Phụ đã để lại trong

ba tạng kinh điển, chỉ đơn giản trau dồi đức hạnh để trở thành con người tốt như chúng ta đã học trong năm điều luật của Gia đình Phật tử đã là một việc khó khăn và đáng được ca ngợi lắm rồi.

Thiết tha với Huế như thế nhưng tôi không sinh ra và cũng chẳng lớn lên ở Huế. Tôi là người Quảng Nam. Tôi chưa bao giờ đến viếng chùa Từ Đàm mặc dù đã thăm Huế vài lần. Tôi cũng chưa từng đặt chân đến căn nhà số 1B đường Nguyễn Hoàng. Tôi chỉ học những địa danh, nơi chốn qua lịch sử Phật giáo Việt Nam. Ngày tôi học xong lớp 12, thầy tôi bảo ra Huế học để các huynh đệ của thầy giúp đỡ cho tôi. Tôi đã không vâng lời thầy. Huế tĩnh lặng quá. Huế trầm mặc quá. Huế không thích hợp với cá tính sôi nổi của tôi. Và như thế, cậu thanh niên xứ Quảng từ giã hai cây đa già, từ giã chùa Viên Giác, từ giã văn phòng Ban Hướng dẫn Gia đình Phật tử Quảng Nam, mang hành trang Bi - Trí - Dũng bước vào đời. Giờ đây trên xứ lạ, mỗi khi nghe giọng Huế của người nữ ca sĩ mà tôi chưa biết tên cất lên "Quê hương tôi miền Trung...", tôi lại nghe lòng chùng xuống khi nghĩ về Huế, nghĩ đến công ơn của chư tôn đức, của các anh chị trưởng đáng kính đã từ tổ đình uy nghiêm đó, từ căn phòng khiêm nhượng đó, từ thành phố thân yêu đó dấy lên phong trào Chấn hưng Phật giáo sau bao nhiêu năm bị bạc đãi, đàn áp dưới thời phong kiến và thực dân.

Phong trào Chấn hưng Phật giáo và sự ra đời của tổ chức Gia đình Phật tử Việt Nam trong cùng thời điểm, là một phản ứng tự nhiên của một tôn giáo, mà trong suốt dòng lịch sử đã gắn liền với sinh mệnh của đất nước. Trong nhiều ngàn năm trước, từ khi chư tổ mang ánh sáng Từ Bi đặt chân lên mảnh đất của vua Hùng, đạo Phật không chỉ là đạo Phật thôi mà còn là Phật giáo Việt Nam. Phật giáo Việt Nam không chỉ là một tôn giáo đem lại cho con người những phương tiện cần thiết để đạt đến giải thoát, an lạc, nhưng đã dung hóa và dung hợp một cách hài hòa vào lòng dân tộc, góp phần quan trọng trong việc xây dựng nền tảng văn hóa, đạo đức của dân tộc Việt Nam. Đạo Phật đến Việt Nam không phải như những hạt phấn thông vàng bay vô định trong không gian hay một dây chùm gởi, nhưng như là chất nhựa nguyên hòa tan và nuôi sống cây cổ thụ bốn ngàn năm Việt Nam. Tách rời Phật giáo ra khỏi dân tộc Việt Nam chẳng khác gì hút hết đi sức sống của một cây cổ thụ. Phật giáo và dân tộc gắn liền với nhau đến nỗi cụ Phan Chu Trinh có lần đã viết: "*Thời đại nào Phật giáo suy yếu là thời đại đó dân tộc suy yếu*".

Đọc lại lịch sử dân tộc Việt Nam. Sau ba trăm năm bị đóng khung trong *Tứ Thư, Ngũ Kinh* Nho giáo và Trịnh Nguyễn phân tranh, dân tộc Việt trở nên lạc hậu, lạc mất tầm nhìn về tương lai, xa dần bản sắc dân tộc và gần như kiệt sức. Tổ tiên chúng ta bàng hoàng trước sức mạnh cơ khí của thực dân. Hàng ngàn, hàng vạn người dân Việt đã gục xuống như rơm rạ trước họng súng của quân xâm lược. Trong suốt hậu bán thế kỷ 17 và đầu thế kỷ 18, bóng tối thực dân phủ trùm trên đất nước. Nô lệ. Xiềng xích. Guinea. Reunion. Những gốc cao su còn cắm đầy xương trắng của phu đồn điền Việt Nam bất hạnh. Những máy chém chưa khô màu máu đỏ của những người dân yêu nước. Thế nhưng, niềm tin vào tinh thần độc lập, đặc tính tự chủ, khai phóng bắt nguồn từ thời Văn Lang dựng nước, trong lòng mỗi người dân Việt nói chung và mỗi người Phật tử Việt Nam nói riêng, vẫn âm ỉ cháy. Các cuộc đấu tranh vì độc lập dân tộc đã bùng nổ khắp nơi và trong nhiều hình thức.

Hòa nhịp với phong trào Chấn hưng Phật giáo thế giới và song song với các phong trào yêu nước, đặc biệt phong trào Duy Tân, các bậc cao tổ Giác Nguyên, Khánh Anh, Giác Tiên, Giác Nhiên, Tịnh Hạnh, Từ Quang, Phước Huệ, Tố Liên, Trí Hải... cũng đã rời những thiền phòng kín đáo của các ngài để chống gậy trúc đi vào lòng đất nước. Các ngài đã lắng nghe nỗi đau của dân tộc, đánh thức tinh thần yêu nước, gõ cửa căn nhà độc lập tự chủ trong lòng mỗi người dân Việt, để qua đó phục hưng tinh thần dân tộc bằng phương tiện giáo dục và khả năng chuyển hóa các nguồn đối lực của đạo Phật. Hãy thức dậy đi Việt Nam ơi. Tiếng gọi của tổ tiên Lạc Việt như đang vọng về từ Phong Hóa, Mê Linh, Như Nguyệt, Bạch Đằng. Chấn hưng Phật giáo trong ý nghĩa đó chính là một cuộc hành hương vĩ đại của cả dân tộc tìm về với những uyên nguyên đã tạo nên chính dân tộc Việt Nam.

Tổ chức Gia đình Phật tử, người con trung kiên của Tổng Hội Phật giáo Việt Nam, tiền thân của Giáo hội Phật giáo Việt Nam Thống nhất, cũng đã từ ánh sáng của tinh thần chấn hưng Phật giáo đó mà lớn lên. Gia đình Phật tử Việt Nam không còn là một nhóm nhỏ những thanh thiếu niên tập tành học Phật dưới sự hướng dẫn của Trưởng giả Tâm Minh Lê Đình Thám hay cụ Tôn Thất Tùng ở Huế, nhưng là một tổ chức với hàng vạn đoàn viên hoạt động hăng say và hữu hiệu trong khắp ba miền đất nước. Gia đình Phật tử Việt Nam không còn là một đoàn lữ hành cô đơn trên con đường vắng lặng chưa hề có dấu chân ai nhưng là một phong trào thanh niên sống động có mặt trong mọi nẻo đường. Từ các đô thị sầm uất cho đến tận những thôn làng hẻo lánh, từ cố đô Thăng Long cổ kính cho đến vùng Cà Mau nước ngập vừa mới được khai hoang, đâu đâu cũng có bóng áo lam hiền hòa, nhân hậu, đoàn kết, thương yêu và đùm bọc lẫn nhau. Họ đào kinh, mở đường, đắp đập, mở lớp Việt ngữ bình dân. Trên những chuyến ghe dọc bờ sông Hồng, sông Hương, sông Thu Bồn, sông Vàm Cỏ, trên những chiếc xe đạp dọc bờ ruộng lúa Cần Thơ, Sóc Trăng, trên những chuyến xe đò dọc theo chiều dài đất nước, những bài ca yêu nước bằng tiếng Việt được hát lên giữa trời quê hương đất Việt. Những bản nhạc bằng tiếng Tây như *La vie est belle, Chanson d'adieu*,... mà tuổi trẻ Việt Nam hay hát thời bấy giờ đã được các trưởng Lê Lừng, Bửu Bác thay bằng *Dây thân ái, Về bến Ngự, Trầm hương đốt*. Ánh lửa trại sáng trong đêm báo hiệu của niềm tin tuổi trẻ Việt Nam đang bừng bừng sống dậy và tiếng còi thổi vang như đánh thức tuổi thanh niên đang chìm trong cơn ác mộng hãi hùng. Những người con Phật Việt Nam, những anh chị trưởng mang trên vai sứ mệnh của người huynh trưởng thời đại Chấn hưng Phật giáo và Phục hưng Dân tộc, hăng hái lên đường.

Bằng hành trang Bi - Trí - Dũng, Gia đình Phật tử Việt Nam từ đó đã đóng vai trò quan trọng trong việc thực hiện các chương trình hoằng pháp độ sanh của Giáo hội. Gia đình Phật tử là lực lượng tiên phong trong các nỗ lực nhằm kiến tạo hòa bình đất nước, tranh thủ quyền tự do bình đẳng tôn giáo và công cuộc vận động dân chủ do Giáo hội đề xướng trong suốt 60 năm qua. Hẳn nhiên, không có thành quả nào mà chẳng đòi hỏi sự hy sinh. Bên trong niềm vui trước những thành quả to lớn mà Gia đình Phật tử Việt Nam đã gặt hái được trong 60 năm khôn lớn là nỗi đau vô kể của bao nhiêu thế hệ đoàn viên đã phải chịu đựng trong đàn áp, lao tù, tra tấn. Những cảnh đau thương vẫn chưa nhòa đi trong ký ức của những người huynh trưởng Phật tử Việt Nam. Và từ trên vùng đất quê hương nhuộm bằng máu xương và nước mắt của các anh chị trưởng đã nở lên những cành "hoa đạo" tuyệt vời. Các anh chị đã hy sinh để các thế hệ chúng ta hôm nay và các em, các cháu ngày mai được tiếp tục sống trong tình thương, hòa bình và an lạc. Các anh chị trưởng đã nối chiếc "Dây thân ái" bằng máu xương và da thịt của chính mình. Xin chúng ta cùng dừng lại nơi đây một phút để lắng lòng tưởng nhớ đến các anh trưởng, các chị trưởng kính yêu của đại Gia đình Phật tử Việt Nam.

Nhìn lại những cuộc bể dâu, thăng trầm của thời thế, nhiều "cư sĩ Phật giáo" đã bỏ đi, đã từ chối quá khứ, đã dửng dưng giữa lúc con thuyền đạo pháp đang nghiêng ngửa, đã bỏ mặc sự an nguy của chư tôn đức tăng ni đã một thời dạy dỗ, chở che họ, nhưng các đoàn viên Gia đình Phật tử Việt Nam thì khác. Trong sáu Vụ trực thuộc Tổng

Vụ Thanh niên chỉ có Gia đình Phật tử Vụ là còn tồn tại, còn chống đỡ với bao nhiêu trấn áp, ngay cả trong thời điểm hiểm nguy nhất của sinh mệnh dân tộc và đạo pháp. Nhìn một huynh trưởng Gia đình Phật tử trong chiếc áo lam vá hàng chục mảnh, ôm cây đàn cũ kỹ tập hát cho các em đoàn viên trong chương trình văn nghệ mừng đại lễ Phật đản trong sân chùa những năm sau 1975, chúng ta sẽ cảm thương và cảm động biết bao. Ngày mai, người huynh trưởng đó có thể ngồi viết bài tự kiểm mấy mươi trang và thậm chí có thể vào tù. Nhưng anh không sợ hãi. Lý tưởng cao cả của người huynh trưởng đã giúp anh đứng dậy và tiếp tục hành trình. Dù đi trong bão táp mưa sa, các anh chị trưởng và đoàn viên Gia đình Phật tử bao giờ cũng là những cánh chim trung kiên, hiếu thảo, vẫn ráng bay về tổ cũ, vẫn cố giương đôi cánh mỏng bảo vệ giáo hội, bảo vệ thầy và chở che cho đoàn đội của mình.

Biến cố 30 tháng 4 năm 1975 đã đẩy hàng triệu người dân Việt, trong đó có hàng ngàn đoàn viên Gia đình Phật tử Việt Nam, rời xa tổ ấm. Những đoàn viên Gia đình Phật tử các cấp dù phải ra đi nhưng vẫn không quên lời phát nguyện từ thuở vào đoàn. Nơi nào có huynh trưởng Gia đình Phật tử là nơi đó có Gia đình Phật tử sinh hoạt. Từ các trại tỵ nạn cho đến bước đường định cư tại nhiều nước thứ ba, các anh các chị luôn tìm mọi cách để gầy dựng lại tổ chức mình. Những nơi có chùa thì gia đình sinh hoạt trong chùa. Những nơi không có chùa thì gia đình sinh hoạt trong công viên, trong trường học, trong cả sân nhà thờ của các tôn giáo bạn. Dù khó khăn vất vả, các anh các chị vẫn tin tận đáy lòng rằng Gia đình Phật tử Việt Nam, với một lý tưởng cao đẹp, với truyền thống, quy chế kỷ cương đã bắt đầu từ nhiều năm trước, sẽ tồn tại và phát triển tại hải ngoại.

Sau 28 năm, với bao nhiêu cố gắng và hy sinh, đau lòng mà nói, thực tế đã không diễn ra như các anh chị nghĩ. Gia đình Phật tử theo thời gian đã suy yếu dần. Với hàng mấy trăm Gia đình Phật tử của thời điểm 1980, ngày nay con số và danh xưng có thể còn có đó nhưng thực lực đã hao mòn nhiều theo năm tháng. Người đi thì nhiều, người đến thì thưa và người còn lại thì mệt mỏi. Và hôm nay, với tư cách một đoàn viên 40 năm của Gia đình Phật tử Việt Nam và cũng là người theo dõi các sinh hoạt của Gia đình trong suốt 10 năm nay, tôi xin thưa với quý anh chị, nếu chúng ta không can đảm thực hiện những thay đổi cấp bách và căn bản, trong một thời gian ngắn nữa, Gia đình Phật tử Việt Nam hải ngoại có thể sẽ không còn tồn tại.

Tại ai và tại sao?

Tôi đã đọc nhiều bài báo, tham luận, biên bản đại hội giải thích lý do sự suy yếu của tổ chức Gia đình Phật tử Việt Nam hải ngoại. Tôi có nhiều dịp đảnh lễ chư tôn đức và lắng nghe mối quan tâm của các ngài đối với tương lai của Gia đình Phật tử Việt Nam hải ngoại. Tôi có dịp trao đổi với các anh chị trưởng các cấp trong vùng Đông Bắc Hoa Kỳ cũng như Hoa Kỳ và hải ngoại về tình trạng tạm gọi là yếu dần của tổ chức Gia đình Phật tử. Hàng trăm lý do, khách quan và chủ quan, tích cực và tiêu cực, được đưa ra, được viện dẫn để quy trách tình trạng hiện nay của Gia đình Phật tử Việt Nam tại hải ngoại. Lý do nào cũng đúng. Viện dẫn nào cũng hợp lý. Lý lẽ nào cũng hùng hồn. Thế nhưng một câu hỏi mà tôi chưa từng được nghe, chưa từng được trả lời thỏa đáng, đó là, hướng đi đích thực nào dành cho tổ chức Gia đình Phật tử Việt Nam tại hải ngoại?

Thoạt nghe câu hỏi có vẻ ngây ngô, thừa thãi. Chẳng lẽ 28 năm qua chúng ta đi lạc giữa rừng già? Chẳng lẽ mục đích của Gia đình Phật tử là đào tạo Thanh, Thiếu, Đồng Niên trở thành những Phật tử chân chánh và góp phần vào việc cải tạo xã hội theo tinh thần Phật giáo cũng cần phải thay đổi hay sao?

Hẳn nhiên mục đích đào tạo Thanh, Thiếu, Đồng Niên trở thành những Phật tử chân chánh không thay đổi nhưng đối tượng để đào tạo thì đã thay đổi hoàn toàn. Tương tự, cải tạo xã hội theo tinh thần Phật giáo không thay đổi nhưng đối tượng xã hội mà những người Phật tử cần cải tạo đang thay đổi từng giờ, từng phút. Vũ trụ như là một dòng sông không ngừng chảy và biến đổi trong từng sát-na của ý niệm, đừng nói gì là 60 năm với biết bao nhiêu sao dời vật đổi. Trong mắt đạo Phật, không có sự vật nào là vĩnh cửu, là tồn tại độc lập. Xã hội ngày nay không phải là xã hội của 60 năm trước. Xã hội mà các thế hệ đang sinh ra, đang lớn lên không phải là xã hội mà cha anh chúng đã sống 60 năm trước. Những suy tư, trăn trở, lo âu, ước vọng, đam mê của thế hệ trẻ ngày nay hoàn toàn khác với thế hệ trẻ của 60 năm về trước. Đối tượng để cải tạo thay đổi thì các phương pháp, phương tiện cũng phải thay đổi một cách thích nghi.

Một cách tóm tắt, mục đích đào tạo Thanh, Thiếu, Đồng Niên trở thành những Phật tử chân chánh và góp phần vào việc cải tạo xã hội theo tinh thần Phật giáo của Gia đình Phật tử Việt Nam tại hải ngoại có đạt được hay không, và thậm chí tổ chức Gia đình Phật tử Việt Nam tại hải ngoại có tồn tại hay không, tùy thuộc vào việc chúng ta chọn lựa một trong hai hướng phát triển dưới đây:

Phải chăng chúng ta muốn có một tổ chức Gia đình Phật tử Việt Nam tại hải ngoại đóng vai trò như một bộ phận bất khả phân ly của tổ chức Gia đình Phật tử trong nước, trên đó xây dựng một hệ thống lãnh đạo theo dạng kim tự tháp; dùng các cấp Tập Tín Tấn Dũng làm tiêu chuẩn phân định quyền hạn và trách nhiệm; dùng phương tiện trại (Lộc Uyển, A Dục, Huyền Trang, Vạn Hạnh) làm thước đo cho trình độ tu học và khả năng lãnh đạo của mỗi đoàn viên; đối xử với nhau theo nề nếp gia phong, thương yêu nhưng nghiêm khắc, hy sinh nhưng phục tùng, anh nói em nghe, chị nói em nghe; học tập theo các tài liệu, phương án, giáo trình bằng tiếng Việt được soạn sẵn từ nhiều chục năm trước; khép kín trong các hình thức và cơ cấu tổ chức nặng tính tập trung?

Phải chăng chúng ta muốn một tổ chức Gia đình Phật tử, dù bắt nguồn từ Gia đình Phật tử Việt Nam trong nước nhưng phát triển thích nghi trong một môi trường mới với một hệ thống xã hội mở; kính trọng các nguyên tắc dân chủ và bình đẳng, trong đó, các đoàn viên đã phát nguyện đều có quyền hạn và trách nhiệm như nhau đối với sinh mệnh của tổ chức, kể cả việc bầu ra các cấp trưởng để lãnh đạo mình; mở rộng việc phát triển đoàn vào các cấp trung học, đại học và các tầng lớp chuyên gia tại các công tư sở, phát động phong trào học Phật (Buddhism Study) trong giới trẻ tại các trường đại học; mở rộng mạng lưới liên kết để học Phật trong giới trẻ với các nhóm, các tổ chức Phật giáo tại các quốc gia mà chúng ta đang cư ngụ; các trại huấn luyện được thay bằng các lớp giáo lý ở chùa; các hội nghị Phật học bằng hai thứ tiếng do chư tôn đức giảng dạy mỗi mùa hè; khuyến khích đoàn viên ghi học các môn Phật học tại đại học; tổ chức các hội thảo chuyên đề về giáo dục, văn hóa, khoa học kỹ thuật để đào tạo đoàn viên thành những chuyên viên giỏi, đa dạng về chuyên môn lẫn tư cách lãnh đạo (leadership); dấn thân vào các hoạt động văn hóa, xã hội để đem lại lợi lạc cho địa phương nơi đoàn viên đang cư ngụ thay vì quanh quẩn trong đoàn quán của mình với những bài hát thiếu nhi; đơn giản hóa các thủ tục và hình thức kể cả đồng phục; trẻ trung hóa và sinh động hóa hoạt động của đoàn?

Không phải phân tích hay suy luận nhiều chúng ta cũng đủ biết các phương pháp sau chính là những phương pháp cần thiết và thích hợp với đà phát triển của xã hội con người ngày nay.

Hai mươi tám năm, chúng ta đã đi trên con đường quá khứ mà lòng vẫn nghĩ hay đã tự dối lòng rằng chúng ta đang hướng đến tương lai. Hai mươi tám năm, chúng ta đang đi ngược chiều cây kim thời đại mà vẫn tin rằng chúng ta đang tiến đến một chân trời mới. Không có tương lai nào cả. Không có chân trời mới nào cả. Phần lớn sinh hoạt đoàn diễn ra trong suốt 28 năm qua ở hải ngoại, từ con người cho đến phong cách, từ tâm thức cho đến hành động, chỉ là một khoảng nối dài của Huế, của Sài Gòn, của Cần Thơ, của Đà Lạt chứ không phải của Santa Ana, của Boston, của London, của Victoria.

Thật vậy, phần lớn các anh chị trưởng trong cấp lãnh đạo trung ương của Gia đình Phật tử Việt Nam tại hải ngoại thuộc thế hệ huynh trưởng của giai đoạn từ thời gian chính thức thành lập 1951 cho đến đại hội 1964, sau mùa Pháp nạn 1963. Đó là thời các anh chị mới ngoài 20 tuổi. Một nửa thế kỷ đã qua đi. Hàng me trước trường Gia Long, nơi họp đại hội Gia đình Phật tử năm 1964, đã tròn 40 mùa thay lá. Không ít các anh chị trưởng đặt chân lên đất Mỹ khi tuổi tác đang trong buổi về chiều, sau nhiều năm dài trong lao tù, xiềng xích, đói khát, bệnh tật. Màu áo lam vẫn chưa phai, lý tưởng Gia đình Phật tử vẫn còn nguyên vẹn nhưng lực đã bất tòng tâm. Cuộc chiến đẫm máu đã để lại những vết thương hằn sâu trong thân thể và trong cả tâm hồn các anh chị, không thể sớm chiều mà quên đi được. Hậu quả tiêu cực của vết thương thể hiện trong từng câu nói, trong từng hành động và trong từng cách giải quyết một vấn đề.

Các anh chị lại phải đối diện với một xã hội mới, trong đó gần như mọi sinh hoạt hằng ngày đều được tự động hóa và hệ thống hóa. Các anh chị điều hành các đoàn, đội, trong đó, đa số các em sinh ra và lớn lên tại hải ngoại. Một đoàn viên sinh ra trên chiến hạm, trong trại tỵ nạn, trong những ngày đầu định cư, bây giờ đã gần 30 tuổi. Các em ăn hamburger, học tiếng Mỹ, đi vào đời không bằng những câu ca dao nhưng bằng những trò chơi vi tính, bằng phim hoạt họa. Tiếng mẹ đẻ của các em không phải là tiếng Việt mà là tiếng Anh, tiếng Đức, tiếng Pháp. Trong lúc tiếng gọi của cội nguồn văn hóa Việt thúc giục các em tìm đến chùa học Phật; cùng lúc, các em lại cảm thấy cô đơn, lạc lõng, xa lạ với chính tổ chức của mình. Nhiều trong số các em là bác sĩ, kỹ sư, chuyên viên kinh tế tài chánh. Họ là những người đóng vai trò quan trọng trong nhiều công ty Mỹ, trong xã hội Mỹ; thế nhưng, trong sinh hoạt đoàn thì được đối xử như những đứa bé còn chập chững. Lý do bởi vì các em không quen thuộc với lối sinh hoạt nặng tính thủ công của Gia đình Phật tử, và ngoài ra, các em không rành tiếng Việt. Các em buộc phải rời đoàn. Ngày nay đa số đoàn viên Gia đình Phật tử là các đội oanh vũ, đồng niên và ngành thiếu mặc dù Gia đình Phật tử Việt Nam không phải chỉ là một tổ chức thiếu nhi và lại càng không phải là một đoàn văn nghệ. Nhiều em kiên nhẫn hơn, cố gắng khắc phục bằng cách học thêm tiếng Việt ở nhà, ở chùa, ở các trung tâm Việt Ngữ. Dù cố gắng bao nhiêu, vốn liếng Việt Ngữ của các em cũng chỉ đủ để kêu món ăn trong nhà hàng, để chào hỏi nhau ngoài phố, làm sao có thể qua đó mà thấm nhuần giáo lý Phật Đà. Không một trường Việt Ngữ nào có thể dạy cho các em hiểu được ý nghĩa của Tứ Ân, Lục Hòa đừng nói chi là Bát Chánh Đạo, Tứ Diệu Đế cao thâm vi diệu.

Không ai có thể phủ nhận tấm lòng của các anh chị đối với tổ chức, với các thế hệ đoàn viên. Lịch sử gia đình chúng ta đã nhiều lần chứng minh, nếu cần phải chết để tổ chức còn tồn tại, nếu cần phải chết để các em được sống, các anh chị không ngần ngại mà hy sinh. Gia đình Phật tử là hơi thở, là đời sống thứ nhất của các anh chị, quan trọng còn hơn cả đời sống gia đình riêng. Gia đình Phật tử là điểm khởi hành và cũng là nơi trở về của các anh các chị trong kiếp này. Tuy nhiên đã đến lúc chúng ta nên tạo cơ hội để các thế hệ trẻ được dấn bước trên chặng đường mới của lịch sử Gia đình chúng ta. Hãy trao cho các em chiếc chìa khóa Bi - Trí - Dũng và để các em lên đường, đừng trao cho các em gánh nặng quá khứ và nỗi buồn thế hệ mà các anh các chị đang cưu mang.

Chúng ta thường nghe, thường đọc các hiện tượng phân hóa, tranh chấp trong Gia đình Phật tử và cả trong cộng đồng người Việt. Những phân hóa đó, thật ra, không phát xuất từ những nguyên nhân khách quan hay chủ quan to lớn, sâu xa nào cả, nhưng đơn giản chỉ vì chúng ta không biết rõ nhu cầu thực sự của tổ chức và khả năng đáp ứng của mỗi chúng ta trước nhu cầu đó. Nói rộng hơn trong phạm vi đất nước, nếu mỗi người Việt Nam có một tầm nhìn xa về tương lai dân tộc, biết rõ vị trí và khả năng đáp ứng của mình trước nhu cầu đất nước thì cuộc vận hành của lịch sử đã không quanh quẩn trong vòng bế tắc như hiện nay. Chúng ta có khuynh hướng thích làm những công việc cao hơn tầm tay với, nhận những trách nhiệm không thuộc vào khả năng và tìm cách đứng vào những vị trí không phải dành cho mình. Nước sẽ trở về nguồn. Máu sẽ trở về tim. Lá sẽ rơi về cội. Vâng. Nhưng trước hết máu phải tuần hoàn, nước phải được trôi ra biển và lá phải có cơ hội xanh tươi.

Chúng ta sợ mất truyền thống đã gầy dựng từ 60 năm trước nhưng chính truyền thống cũng phải không ngừng thay đổi và thích ứng với môi trường; nếu không, điều mà chúng ta gọi là truyền thống chỉ là một thói quen lạc hậu mà thôi. Truyền thống tốt đẹp của Gia đình Phật tử Việt Nam sẽ không bao giờ chết nếu chúng ta biết cách phát huy. Chúng ta mang cây nhãn Huế sang trồng ở Garden Grove thì xin đừng kỳ vọng nó sẽ lớn lên, sẽ đơm hoa, kết trái, sẽ có hương vị như nhãn Huế. Phật tính là một nhưng căn cơ thì mỗi người mỗi khác. Hạt giống Bồ Đề trong tâm hồn của mỗi chúng ta đều bắt nguồn từ Animisalocana, nơi đó, đức Bổn Sư đã cám ơn cây cổ thụ đã một thời che nắng che mưa, nhưng không phải vì thế mà cây bồ đề ở Berlin, Sydney sẽ lớn lên như hình dáng cây bồ đề một thời ở Animisalocana.

Nếu thời đại Chấn hưng Phật giáo 1930 chúng ta có những anh những chị đã đóng vai trò tiên phong mở đường, thì ngày nay, để tiếp tục tồn tại và phát triển trên vùng đất mới, Gia đình Phật tử Việt Nam tại hải ngoại cần có những người anh, người chị trưởng mới, những người huynh trưởng mang tâm thức của thời đại, có khả năng đáp ứng được nhu cầu của thời đại toàn cầu.

Người Huynh trưởng thời đại, hay nói theo chữ của thầy Từ Lực là Tâm Minh của thế kỷ 21, là những người mang ánh sáng **Bi - Trí - Dũng**, phương châm cao đẹp của Gia đình Phật tử Việt Nam đi vào lòng người bằng nhiệt tình của tuổi trẻ, phương tiện của thời đại và ngôn ngữ của thế hệ họ. **Từ Bi** không chỉ đơn giản dừng lại ở sự thương xót, bố thí của cải vật chất nhưng còn là những hiến dâng năng lực tràn đầy của tuổi hai mươi vào các mục đích cao cả nhằm đem lại lợi lạc cho con người mà các bậc đàn anh, đàn chị, bị giới hạn trong tuổi tác, thể lực cạn kiệt, tâm lý mỏi mòn đã không thực hiện được. Giữa một xã hội Tây phương vật lộn, tranh giành, chém giết nhau chỉ vì những cám dỗ thấp hèn, vì những đam mê vọng tưởng, tiếng chuông Từ Bi Thanh Tịnh của đạo Phật chắc chắn sẽ được đón mừng. Các đoàn viên Gia đình Phật tử sẽ là những người viết hai chữ tình yêu đích thực vào khoảng trống đang chờ đợi trong tâm hồn những con người vật chất đầy vô vị kia.

Người Huynh trưởng thời đại như những cánh chim bay cao trên nền trời xanh để ôm nhân loại vào lòng. Tâm hồn tuổi trẻ là một đại dương bao la của lòng vị tha, vô vụ lợi, trong sáng và thánh thiện. Và vì thế, tuổi trẻ sẽ dễ dàng mở mang **Trí Tuệ**, nhanh chóng đón nhận được các ý nghĩa chân thực trong các lời dạy của đức Từ Phụ. Ánh sáng của Trí Tuệ là ngọn hải đăng dẫn đến Giác Ngộ, tránh xa mê chấp và giải trừ vô minh phiền não. Trí tuệ như một cỗ xe, càng nhẹ, càng ít hành lý bao nhiêu thì càng chạy nhanh hơn. Thế hệ trẻ chắc chắn sẽ nhẹ hơn, sẽ ít hành trang, ít ám ảnh hơn.

Người Huynh trưởng thời đại, cũng với tinh thần vị tha, trong sáng đó, sẽ thừa **Dũng Lực** vượt qua mọi thách thức và khó khăn, chắp cánh bay qua những ao tù nước đọng của hoài nghi, mặc cảm quá khứ để hướng đến một tương lai khai phóng, bao dung và nhân bản, không những cho Gia đình Phật tử, cho thế hệ trẻ mà còn cho cả đất nước, hay nói xa hơn cho nhân loại ngày mai. Họ có thể sẽ sai, có thể sẽ vấp ngã nhiều lần nhưng sẽ can đảm chấp nhận những sai sót, đứng lên và tiếp tục hành trình.

Người Huynh trưởng thời đại là những người đóng góp hữu hiệu vào nỗ lực làm sáng lên tinh thần Phật giáo khoa học vượt lên trên tất cả các giới hạn của khoa học. Đạo Phật không phải là nơi trú ẩn của những tâm lý bệnh hoạn, cầu an, cầu phước, tiêu cực, bi quan yếm thế, mê tín dị đoan, xin xăm bói quẻ, nhưng là con đường sống tích cực mà nhân loại đang cần. Đạo Phật là đạo của con người. Đạo Phật đã khẳng định chính con người, chứ không phải ai khác, là trung tâm của thế giới, chính con người, chứ không phải một quyền năng nào khác, là chủ nhân của sinh mệnh con người. Đạo Phật là đạo của thương yêu. Trong suốt dòng lịch sử hơn 2600 năm Phật giáo, đạo Phật chưa hề làm nhỏ một giọt máu của nhân loại giữa lúc bao cuộc chiến tranh để lại không biết bao nhiêu xương rơi máu đổ vì những sự nhân danh các quyền lực siêu nhiên. Sử gia lỗi lạc của Anh, H. G. Well đã từng biết ơn Phật giáo qua câu nói: *"Phật giáo đã làm sống dậy, làm thanh tịnh hóa và cũng như đóng một vai trò quan trọng trong việc hướng dẫn, dìu dắt số phận con người"*.

Bởi vì đạo Phật là đạo của tuổi trẻ, là mùa xuân của tư tưởng nhân loại, lý tưởng giáo dục thanh niên của Gia đình Phật tử Việt Nam sẽ rất cần cho tuổi trẻ, không chỉ là tuổi trẻ Việt Nam mà cả tuổi trẻ thế giới. Phương pháp để đưa lý tưởng Gia đình Phật tử Việt Nam vào tâm hồn các thế hệ trẻ Việt Nam, vào tâm hồn thế hệ trẻ người bản xứ, hẳn nhiên sẽ vô cùng phức tạp và đầy thử thách. Có thể chúng ta phải bắt đầu từ con số rất ít, rất nhỏ và phải cần nhiều năm mới nhìn thấy kết quả. Con đường trước mặt của người huynh trưởng thời đại sẽ gian nan nhưng cũng tràn đầy hy vọng.

Tôi có một ước mơ nho nhỏ. Mai mốt khi trở về, tôi sẽ đi thăm chùa Từ Đàm. Tôi sẽ ngồi trong yên lặng trên thềm chùa, để lắng nghe từ trong lời kinh, từ trong tiếng chuông ngân, từ trong lòng đất, những lời nhắc nhở, những lời dặn dò, những tiếng chân của bao bậc tôn sư và các anh chị trưởng đang vang vọng lại trong tâm hồn tôi. Tương tự, tôi cũng tin sẽ có một ngày, các em, các cháu đoàn viên Gia đình Phật tử, vừa mới sinh ra, sẽ sinh ra và lớn lên trên nước Mỹ, Đức, Pháp, Anh, Úc... cũng sẽ trở về. Các em lại sẽ như tôi, ngồi bên bậc thềm chùa Từ Đàm và nói với nhau bằng tiếng Việt Nam không dấu: "*Tại đây, chính từ nơi này, một trăm năm trước, hai trăm năm trước, ba trăm năm trước, có những người huynh trưởng Gia đình Phật tử Việt Nam với những chiếc áo lam giống như chúng ta và phương châm Bi - Trí - Dũng giống như chúng ta, đã bắt đầu hành trình đào tạo Thanh, Thiếu, Đồng Niên trở thành những Phật Tử chân chánh và góp phần vào việc cải tạo xã hội theo tinh thần Phật giáo, nhờ thế mà có chúng ta*". Và trong số các em, thế nào chẳng có em sẽ khe khẽ hát: "*Quê hương tôi là đây...*".

CHÚ ĐIỂN TRONG TÔI

Thời gian trôi trên sông đời bất tận. Bao nhiêu điều đã đến và đi trong ý thức nhưng thời gian trú ngụ ở chùa Viên Giác Hội An sẽ không bao giờ phai nhạt trong tâm hồn tôi. Nơi đó, mái ngói cong, tiếng chuông chùa nhẹ đưa, tiếng lá đa xào xạc, tiếng kinh khuya vọng về đã trở thành một kho tàng sinh động cất chứa một phần đời suy tư sâu thẳm của tuổi học trò.

Một buổi chiều mùa hè 1968, tôi từ Đà Nẵng vào Vĩnh Điện, rồi đón xe lam xuống Hội An. Sau khi ngủ một đêm trong trại lính ở Tiểu khu Quảng Nam với người anh cô cậu, buổi sáng tôi đến chùa

Viên Giác để đảnh lễ Đại Đức Thích Long Trí. Như chúng ta biết hôm nay, đó chính là cố Hòa thượng Thích Long Trí, nguyên Chánh Thư ký Văn phòng Viện Hóa Đạo Lưu Vong trong những năm tháng đầy khó khăn và can đảm 1990. Chúng tôi đều gọi thầy Trụ trì là Sư phụ.

Hôm đó là ngày thường, không lễ lộc gì nên chùa yên tĩnh hơn những lần tôi đến trước đây. Sư phụ vui khi gặp tôi, đứa bé sinh hoạt trong Ban Văn nghệ của Ban Hướng dẫn Gia đình Phật tử quận Duy Xuyên. Nhưng lần này tôi đến một mình, không có các anh chị trong Ban Hướng dẫn Gia đình Phật tử và cũng không có cha tôi cùng đi. Tôi bạch với Sư phụ hoàn cảnh mồ côi của mình và xin cho tôi ở lại chùa để ăn học dù lúc đó tôi chưa biết sẽ học ở đâu. Sư phụ hơi ngạc nhiên về những thay đổi quá nhanh đã diễn ra trong đời tôi nhưng lắng nghe đến hết câu chuyện buồn. Với giọng ôn tồn, Sư phụ bảo tôi ở lại chùa. Ngài chỉ sang phía khu nhà Đông và bảo tôi qua đó ở chung với các chú.

Khu nhà Đông gồm ba phòng có diện tích giống nhau. Không ai có phòng riêng và cũng không có tiêu chuẩn đặc biệt dành riêng cho mỗi người ngoại trừ các chú lớn tuổi ở chung một phòng, đám học trò như tôi và các chú điệu nhỏ ở chung một phòng. Lúc đó chùa đã nuôi hai anh học trò khác, anh Hùng Anh và anh Sáu. Hai anh ở trọ học chứ không phải vì hoàn cảnh gia đình khó khăn như tôi. Anh Hùng Anh và anh Sáu đều rất tốt và rất thương tôi. Các anh làm hầu hết các việc nặng trong chùa. Anh Hùng Anh một thời gian ngắn sau đó đã phát nguyện xuất gia và ngày nay là một Tăng sĩ tông phái Khất Sĩ rất được kính trọng.

Mỗi phòng trong khu nhà Đông có bốn chiếc giường. Một chú dắt tôi về phòng cuối cùng trong ba phòng của khu nhà đông và chỉ cho tôi chiếc giường gỗ hẹp. Một trong hai anh cho tôi chiếc chiếu rách viền và một chiếc mền cũ. Đêm đầu tiên ở chùa Viên Giác, dù tiếng muỗi vo ve và bầy rệp đang bày dạ tiệc trên thân thể thằng bé ốm oi, tôi vẫn cảm thấy an tâm. Sau mấy tháng trời bơ vơ ở Đà Nẵng, tôi đã có một nơi để ngủ mà không phải lắng nghe tiếng la, tiếng mắng và nhất là tôi biết chắc ngày mai sẽ có cơm ăn.

Như thường lệ, nếu không có việc phải làm sớm như đánh chuông hay gánh nước tưới rau, chúng tôi cùng thức dậy một lần, quây quần chung quanh chiếc giếng nước sau chùa. Không giống chú Đồng hay lớn tiếng, chú Tùng xa cách, chú Biên thích võ nghệ, chú Điển ngay trong lần gặp gỡ đầu tiên đã mang lại cho tôi một tình cảm ấm áp. "Em tên gì?", chú Điển vừa hỏi vừa giặt chiếc khăn lau mặt bên giếng nước. "Quê em ở đâu?" Tôi đáp lời chú một cách vắn tắt. Chú không hỏi gì thêm và tôi cũng không muốn kéo dài câu chuyện về mình.

Năm tháng qua đi. Tất cả đều dần dần phôi phai và không còn quan trọng, nhưng ngày đó đời tôi là một bí mật. Với tôi, kể chuyện buồn riêng tư cho người khác nghe là một hình thức van xin tình cảm. Bây giờ có một người không muốn nghe tôi lại cứ bắt phải nghe cho được, nhưng ngày đó tôi không muốn ai thương hại mình. Cả chùa từ bà Chín, chị Bốn cho đến các chú không ai biết nhiều về đời tôi.

Chú Điển sống ngăn nắp, tưởng chừng một bộ máy cơ khí tinh vi cũng không thể chạy đều đặn, sạch sẽ và chính xác hơn sinh hoạt hằng ngày của chú. Giường ngủ của chú Điển phía bên phải của phòng thứ hai nhìn ra phía sân chùa. Một chiếc bàn nhỏ và một tủ sách. Chú có chiếc đồng hồ reo để bàn. Mỗi đêm chú lên dây, coi lại giờ báo thức trước khi đi ngủ. Tiếng reo không những làm cả chùa mà cả bà con quanh xóm cũng nghe. Không giống như đám nhóc chúng tôi, nghe đồng hồ reo, hô một hai ba là nhảy xuống giường đi quét lá, quên cả súc miệng đánh răng. Chú Điển rất ngăn nắp, thứ tự. Thức dậy. Với tay tắt đồng hồ. Vén chiếc mùng lên hai bên cân đối. Tay cầm chiếc thau, vai khoác chiếc khăn đi ra giếng. Chiếc thau rửa mặt, bàn chải đánh răng, cục xà phòng, mọi thứ được đặt đúng vị trí. Tôi rời Viên Giác một thời gian ngắn và trở lại sau khi bà Chín qua đời, chú Điển vẫn còn ở đó. Chú đang học kinh Thủ Lăng Nghiêm để đi thọ Sa di ngoài Đà Nẵng.

Chúng tôi ăn sáng và ăn chiều chung với nhau. Phòng ăn ở phía nhà Tây sau giảng đường. Hai chiếc bàn dài nối nhau. Thức ăn nhiều nhất là rau lang. Lang luộc, lang xào, lang nấu canh, nói tóm lại là lang bảy món. Những ngày Rằm và mùng Một có thêm đậu khuôn chiên vì chùa làm đậu khuôn ra chợ bán. Mì căn hay nấm rơm xào bún tàu là những món cao lương mỹ vị, họa hoằn mới có. Chúng tôi sống thật khắc khổ nhưng không có một tiếng than van. Dường như hoàn cảnh chế ngự những nhu cầu trong cơ thể nên tôi cũng không thấy thèm thịt cá. Thời gian chúng tôi dành nhiều nhất trong ngày là học và đọc. Những đêm nóng nực, hai chú cháu rủ nhau vác chiếu ra ngoài hiên chùa nằm ngủ. Nửa đêm thức dậy nhìn ánh trăng soi sáng sân chùa rộng. Ánh trăng vàng và tiếng lá đa xào xạc tạo nên một khung cảnh vô cùng thiêng liêng và huyền bí trong tâm hồn tôi từ đó đến giờ.

Nhắc đến đậu khuôn. Đây có thể là sinh hoạt kinh tế chính của chùa. Mỗi tháng hai lần vào các ngày mười bốn và ba mươi hay hai mươi chín nếu là tháng thiếu, các cô Trợ, cô Năm, cô Chiến từ Cẩm Nam sang để giúp chùa làm đậu khuôn. Ngoại trừ Sư phụ, cả chùa đều dậy rất sớm. Sản xuất đậu khuôn gồm nhiều bước phụ thuộc vào nhau và mang tính dây chuyền. Giai đoạn xay đậu cần ít nhất hai hay ba người. Một chú khỏe mạnh hay hai chú nhỏ phụ trách xay và một người làm công việc "cho ăn" tức tém đậu vào lỗ chiếc cối đá thô sơ và nặng nề, thêm nước vào đậu khi cần. Xay xong, nước đậu được chuyển sang một người khác để lọc hết xác bằng một chiếc khăn vải trắng, giai đoạn này gọi là bòng đậu. Sau khi bòng tới bòng lui mấy đợt, nước đậu được đun sôi có thêm một chút thạch cao để đông đặc nhanh sau khi đổ vào khuôn. Người phụ trách công việc cuối cùng và khổ nhất là chú Ngô. Chú Ngô phải gánh đậu ra chợ Hội An để bán. Bán không hết đem về làm chao. Chị Bốn chưa bao giờ sai tôi đi bán đậu với chú Ngô, mà dù có sai, tôi cũng không đi. Tôi chỉ làm những công việc trong chùa. Ở ngoài, không ai biết gì về tôi. Nhiều bạn học trong lớp cũng không biết tôi ở chùa Viên Giác. Những năm đầu, chú Điển, anh Hùng Anh thường phải xay đậu, tôi tập "cho ăn". Cô Trợ, cô Năm, chị Bốn, chị Minh Đức phụ trách nấu và đổ nước đậu vào khuôn. Khi chú Điển đi du học, tôi lớn hơn và thay vào vị trí xay đậu. Các em học trò khác như Nhiêu, Sơn, Hoàng lo phần "cho ăn". Nếu ai hỏi đồ vật gì trong chùa để lại trong lòng chúng tôi nhiều kỷ niệm nhất, tôi sẽ trả lời ngay đó là chiếc cối xay. Và chú Điển có thể cũng sẽ trả lời như thế. Tôi già rồi, dòng nước mắt của tuổi thơ đã cạn theo chiến tranh và tàn phá, nhưng nếu nhìn lại chiếc cối xay, biết đâu tôi vẫn còn khóc được. Chiếc cối đá thân yêu đã giúp nuôi sống tôi, chú Điển và cả chùa qua nhiều năm tháng khó khăn.

Trong số những em học trò vào chùa trọ học sau tôi, tôi thương Nhiêu nhất và nó cũng thương tôi nhất. Nhiêu là đứa bé có tâm hồn phong phú. Ngày tôi ra đi, Nhiêu là một trong vài em đã ra tận Đà Nẵng để tiễn đưa tôi. Nhiêu là con duy nhất của thầy Bảy. Gọi là thầy

Hòa thượng Như Điển và tác giả trước cổng chùa Viên Giác (Đức).

theo ý nghĩa các thầy cúng ở nhà quê nhưng thầy không thật sự xuất gia. Gia đình thầy ở Thanh Chiêm, Duy Xuyên, gần nhà chú Điển. Tôi có theo Nhiêu về nhà thăm thầy Bảy một lần. Thầy Bảy ngọng, nói rất khó nghe nhưng đánh trống Bát Nhã tuyệt hay. Âm vang của hai chiếc dùi thầy nhịp vào thành trống dồn dập vào đoạn cuối làm tăng không khí trang nghiêm cho buổi lễ. Bây giờ mỗi khi nghe những CD trống bát nhã vang lên trong những ngày lễ ở chùa, tôi lại nhớ đến tiếng trống của thầy Bảy và tin chắc rằng thầy Bảy đánh trống hay hơn. Những đại lễ như Phật đản hay Vu lan, Sư phụ thường mời thầy Bảy về chùa đánh trống. Tôi vào Sài Gòn không được bao lâu thì nghe tin Nhiêu chết. Em đạp phải mìn trên đường từ Câu Lâu đi xuống phía dốc Phú Chiêm. Năm đó Nhiêu mới chừng 16 tuổi. Tôi biết tin trễ, mà dù biết sớm cũng không về được. Học hành bận rộn, đi lại khó khăn và đời sống của tôi cũng vô cùng chật vật nên chỉ biết ngậm ngùi thương nhớ em.

Ngoài việc đi học ở trường, phụ chị Bốn lo cơm nước, chúng tôi học bài và đọc sách. Chú Điển học bài và đọc kinh. Tôi niệm Phật mỗi đêm để tìm một nơi nương náu bình an cho tâm hồn đầy sóng gió, nhưng ít đọc kinh ngoài công phu chiều và công phu khuya. Phần thời gian còn lại trong ngày tôi dành đọc sách. Năm đó tôi mới 14 tuổi. Không phải sách nào tôi cũng hiểu, đúng ra rất ít sách tôi hiểu hết, nhưng vẫn cố ghi vào ý thức của mình được bao nhiêu tốt bấy nhiêu. Tôi thích nhất là bộ *Lịch sử đệ nhị thế chiến* của Winston Churchill do Thẩm phán Trần Minh Tiết dịch. Cuốn sách dày cả ngàn trang in chữ nhỏ li ti nhưng tôi đọc đi đọc lại mấy lần. Phòng sách nằm trên lầu và muốn lên phải bước ngang qua phòng ngủ của Sư phụ. Biết tôi thích đọc sách nên dù tôi có gây tiếng động trên lầu Sư phụ cũng không nói gì. Nhờ vậy, tháng 9 năm 1972, tôi rời Viên Giác với một hành trang kiến thức rộng và dày hơn nhiều so với các bạn cùng thế hệ.

Các chú ai cũng học giỏi. Chú Điển học tháng nào cũng đứng nhất và có trí nhớ tuyệt vời. Bài học ở trường chú chỉ đọc một hai lần là xong trong khi tôi phải lặp đi lặp lại nhiều lần. Sau này những bài thơ dài nhất của tôi, như bài *Bao giờ nhỉ tôi về thăm xứ Quảng* hay bài *Nhớ cây đa chùa Viên Giác*, chú Điển đều thuộc lòng trong khi tác giả của chúng nhiều khi còn lúng túng khi có người đề nghị đọc. Thời đó, sổ học bạ mỗi tháng đều phải trình lên Sư phụ ký. Tôi rất ít khi được đứng nhất trong lớp nên thường chờ đến gần hết hạn nộp lại cho trường mới rụt rè đem trình Sư phụ. Sư phụ chúng tôi rất bận, sáng ra đi có khi chiều tối mới về chùa nên ít khi hỏi han chuyện học hành của chúng tôi. Khi đứng vị thứ cao, Sư phụ thưởng một trái cam và đứng thấp thầy cũng không quở trách nhiều.

Năm tôi vào chùa, chú Điển học đệ tam ở trường Trần Quý Cáp và là người học lớp cao nhất trong chùa. Chú Thứ học cùng lớp với tôi và học rất giỏi. Chú Thứ là thị giả của Sư phụ và biết lái xe Jeep khi còn rất nhỏ. Chú Đồng, chú Ngô, chú Đức không đi học. Một số chú khác vào sau, tôi không nhớ hết tên. Thỉnh thoảng tôi thấy các bạn học của chú Điển đến thăm. Một vài người trong số họ gốc Minh Hương ở dưới phố Hội An và rất mến chú Điển. Chú Điển lớn hơn tôi năm sáu tuổi gì đó nhưng tôi xem chú là bậc thầy và tấm gương mà chúng tôi noi theo. Chú là Chúng trưởng trong chùa. Không chỉ chúng tôi mà cả Sư phụ cũng nể trọng chú. Trong thâm tâm mọi người đều biết, dù ngày mai có ra sao, chú Điển cũng sẽ là vị Trụ trì kế tiếp của chùa Viên Giác.

Mỗi tháng chùa Viên Giác họp một lần trong giảng đường. Sư phụ chủ tọa và chú Điển điều hành buổi họp. Mỗi người, kể cả Sư phụ đều kiểm điểm công việc mình làm trong tháng, những điểm hay và những thiếu sót đều được nêu ra. Chú Điển thường đại diện cho đại chúng phát biểu về những chuyện trong chùa. Nhiều khi cũng có những cuộc tranh luận phải trái rất căng thẳng. Phần đông các chú thường nghe theo lời chú Điển. Tôi nhỏ nhất, một học trò trọ học và công việc chính là quét lá đa nên không có gì nhiều để thưa trình.

Chín năm sau, năm 1981, khi tất cả từ chú Điển, chú Đồng, chú Thứ, chú Ngô đã ra đi hết, tôi trở lại chùa. Sư phụ và tôi ngồi trong giảng đường, nơi chúng tôi đã từng ngồi mỗi tháng, nhắc lại những chuyện ngày xưa. Sư phụ không trách ai, chỉ còn lại trong lòng Ngài một nỗi ngậm ngùi và thương nhớ từng người con đi xa. Nhưng rồi tôi cũng ra đi để lại Sư phụ, ngôi chùa Viên Giác, hai cây đa, và bao nhiêu gánh nợ của kiếp nhân sinh đè nặng trên đôi vai già nua của Sư phụ cho đến khi Ngài viên tịch.

Chú Điển rời Viên Giác năm 1969 để vào Sài Gòn học xong bậc trung học và sau đó du học tại Nhật Bản. Trước 1975, tôi không nhớ chắc nhưng hình như có gặp chú lại một lần ở chùa Hưng Long trong một dịp chú về thăm. Mấy chục năm sau khi tôi sang đảo Palawan, Philippines mới liên lạc lại với chú Điển, ngày đó đã phát nguyện hoằng dương chánh pháp ở Đức. Trong mỗi lá thư, chú Điển luôn kèm theo một ít tiền để tôi sống trong thời gian tạm cư ở trại.

Ai bảo thời gian như bóng câu qua cửa sổ nhưng trong thực tế có thể còn nhanh hơn thế nữa. Cuối tháng 6 này, chú Điển sẽ kỷ niệm nửa thế kỷ xuất gia. Chú Điển ngày nay là Hòa thượng Phương Trượng chùa Viên Giác nhưng trong tâm hồn tôi hình ảnh bao dung, hiền hậu và rất dễ dàng tha thứ vẫn còn nguyên vẹn.

Không phải hôm nay, khi viết về Hòa thượng Phương Trượng chùa Viên Giác tôi chỉ nên viết những điều tốt đẹp. Không, tôi sẽ từ chối nếu phải viết những điều không thật với lòng mình. Thời gian sống với nhau ngắn ngủi, chỉ hơn một năm, nhưng đó là nhân duyên hiếm quý trong đời người. Tôi vô cùng trân trọng và biết ơn chú Điển. Cây đa già đã chết nhưng bóng đa vẫn còn che mát tâm hồn chúng tôi từ dạo đó đến nay và mãi mãi sau này.

LŨ LỤT TRONG HỒN THƠ XỨ QUẢNG

Trong văn thơ Quảng Nam, nếu mỳ Quảng được nhắc bao nhiêu lần trong văn thì lũ lụt có lẽ cũng được nhắc nhiều lần như thế trong thơ. Cả hai được xem như là đặc sản Quảng Nam. Nước lũ, nước lụt, nước lớn, nước ròng hình như có trong thơ của hầu hết các nhà thơ xứ Quảng, không chỉ để mô tả nỗi đau, sự chịu đựng mà nhiều khi còn dùng để tả sự chờ đợi, đổi thay, ngăn cách đôi dòng: "*Tình ơi, Giao Thủy hai nguồn nước / Gặp gỡ nhau sao chẳng đợi chờ ?*" là thế.

Gánh nước trên sông Thu. Ảnh: Hồ Yên Dung

Trong phạm vi đất nước, lũ lụt là một thực tế rất hiển nhiên. Không chỉ những người sinh ra trên những cánh đồng khô cháy ở Duy Xuyên, Quế Sơn, Đại Lộc, lớn lên bên bờ sông Thu, khóc khi mùa nước lên, than khi cơn bão tới mới hiểu thế nào là đau thương đói khổ mà gần như người Việt Nam nào cũng biết rằng ở giữa thân hình đất mẹ hình chữ S, có một vùng đất gắn liền với hai chữ thiên tai bão lụt, nơi đó, con người sống trong nỗi bất an chờ đợi một tai họa sẽ trở lại mỗi năm. Nơi đó là Quảng Nam.

Lũ lụt, thật vậy, là nỗi lo sợ và nỗi ám ảnh thường xuyên trong tâm trí của người dân Quảng. Khi nhắc câu hát "*Trời hành cơn lụt mỗi năm*" người nghe sẽ nghĩ ngay đến miền Trung nghèo khó và nghèo khó nhất vẫn là Quảng Nam. Câu hát cất lên như một tiếng than dài vọng suốt mấy trăm năm.

Em về ở lại đây thôi!
Nghe mùa nước lũ nguồn trôi phăng đồng
Một trăm cây lá bên rừng
Gửi trong tiếng vọng xa chừng ngàn mây.
(*Tiếng vọng*, Bùi Giáng)

Nhưng em không ở lại. Em chết và những đứa con thân yêu của nhà thơ cũng chết. Những bàn chân nhỏ nhoi của vợ và con "chết trên bờ lúa" in sâu vào tâm hồn nhà thơ.

Từ đó, nhà thơ mang nỗi buồn thiên cổ ra đi, bỏ lại bầy dê, bỏ lại cánh đồng. Nỗi cô đơn sâu thẳm một ngày đã nở thành những chùm hoa trác tuyệt và nhiều huyền thoại nhất của thi ca Việt Nam hiện đại. Nhưng dù có đi bao xa và dù có sống với trạng thái tâm lý ngao du trong thế giới tư duy xa cách với phần lớn con người, trong tâm hồn nhà thơ vẫn còn có một nơi vô cùng trang nghiêm, vô cùng yên tĩnh, một nơi có cánh đồng xanh, có vườn lá biếc, một nơi mà nhà thơ vẫn mong có ngày trở lại, một nơi được nhà thơ nhắc rất nhiều lần. Nơi đó chính là "cố quận".

Nước, nước lũ, nước dâng cao, nước cuốn... đến không từ đâu khác hơn là sông Thu Bồn, chảy dài hàng trăm dặm từ Trà Linh xuống Hội An. Bao nhiêu văn, thơ, nhạc đã chảy ra từ dòng sông đó. Phía sau những rặng tre già nghiêng mình soi bóng, những bãi dâu xanh ngát dọc bờ sông, nhiều nhà thơ xứ Quảng đã sinh ra, lớn lên và ra đi theo nhiều chọn lựa khác nhau. Họ khác nhau về thế hệ, hoàn cảnh trưởng thành và nhiều trường hợp khác nhau cả về chính kiến nhưng tất cả cùng có một tình yêu tha thiết dành cho dòng sông nuôi lớn tâm hồn yêu người như yêu quê hương của họ.

Giờ này, mấy chục năm sau, trên căn gát nhỏ ở Orange County, San Jose, Atlanta, Memphis, Seattle, Houston, Tampa, Montreal, Toronto, Sydney, Berlin, hay một nơi nào trên xứ lạ, khi ngồi nhớ đến sông Thu, các nhà thơ xứ Quảng hẳn nghe lòng quay quắt rưng rưng.

Tuổi thơ như nước Thu Bồn trôi đi, đi xa không trở lại. Những bài thơ đầu đời viết bằng viết lá tre trong cuốn vở học trò lưu niệm có thể đã bị cháy rụi trong chiến tranh. Tiếng guốc đã không còn khua trên những con đường lát sỏi Phan Chu Trinh, Cường Để Hội An. Hàng cây sao đã bao mùa thay lá bên kia sân trường Phan Chu Trinh, Phan Thanh Giản, Nữ Trung học Đà Nẵng. Những trụ đèn đêm trước cổng trường Sao Mai, Đông Giang, Bồ Đề, Pascal không còn ai đứng đợi. Những ô cửa của lớp học và cũng của đời mình đã phủ kín bụi thời gian. Nhưng ký ức thì không. Ký ức vẫn còn đó. Vẫn nguyên vẹn hình ảnh những buổi chiều "nghe nước vỗ dưới chân cầu Vĩnh Điện" hay ngồi ngâm nga "tôi đưa em sang sông" trên bến phà An Hải, Đà Nẵng.

Nhà văn Hà Kỳ Lam viết về dòng sông Thu Bồn, nơi nuôi lớn tuổi đầu đời của anh vô cùng tha thiết: "*Tuổi thơ của tôi gắn liền với sông*

Thu Bồn. Tôi biết dòng sông vẫn thấp thoáng qua bờ tre trước nhà ông bà nội tôi từ thuở lên ba, khi gia đình tôi từ Cần Thơ hồi hương về làng Kỳ Lam sau khi bố tôi qua đời. Tôi đã uống nước sông ấy, tắm nước sông ấy, và lớn lên bên dòng sông ấy. Dù sau này bước chân tôi đã đi "cùng trời cuối biển", cái không gian tuổi thơ của tôi bên dòng nước ấy vẫn được tồn trữ trang trọng một cõi riêng trong lòng, ở đó cái diệu vợi của không gian, cái vô tình của thời gian cũng phải nhường bước. Cái không gian ấy trải dài hai bên dòng sông, từ vùng đồng bằng Kỳ Lam ngược dòng lên Tĩnh Yên, Khe Cát của Duy Xuyên, đến Phú Gia, Hòn Kẽm Đá Dừng của Quế Sơn, chứa đựng những tên làng mạc mà hầu như mỗi lần nghe nhắc đến thì cả một khung trời kỷ niệm hiện về trong tôi. Hôm nay viết về dòng Thu Bồn, tôi muốn cùng quý độc giả chu du trên dòng nước trong khung trời ấy qua trí tưởng để tôi có dịp nhắc đến những địa danh thân thương kia như một chút tình hoài hương...".

Không chỉ trong tình yêu dành cho dòng sông quê hương, các nhà thơ xứ Quảng còn dùng những hình ảnh quen thuộc như nước cuốn, đời nước sông, bến đò xưa, chân cầu cũ như những mốc thời

Hòn Kẽm Đá Dừng. Ảnh: Hoài An

gian để đánh dấu những cuộc chia tay của bạn bè, những mối tình mong manh sương khói và những cảnh đời dâu biển sau cuộc chiến tang thương.

Theo suốt chiều dài lịch sử Quảng Nam, từ những ngày xưa xa lắm, thời những người Việt đầu tiên đáp lời kêu gọi của vua Lê Thánh Tôn "mang gươm đi mở cõi" ở các vùng đất vừa chiếm được. Ngoài trừ một số rất ít đi xa hơn vào miền Nam, hầu hết đều dừng lại ở Quảng Nam, chọn nơi này làm quê hương, để được sống và được chết trên vùng đất hiển linh nhưng cũng mang một nỗi buồn cho định mệnh đầy cay nghiệt của mình.

Tổ tiên Quảng Nam yêu đất Quảng như yêu mối tình đầu và cũng là tình cuối. Giã từ miền Bắc thân yêu, giã từ Thanh Hóa, Nghệ An, tổ tiên Quảng Nam bồng bế con thơ vượt đèo Hải Vân, ra ngoài cửa biển Đà Nẵng, Sơn Chà, Mân Quang, Tân Thái, xuống tận vùng Cửa Đại, Hội An và lên cả các xứ đèo heo hút gió Tiên Phước, Trà Mi. Họ bắt những con cá lớn, trồng những cây quế thơm, dệt những tấm lụa vàng. Và từ những bước chân đầu tiên đặt lên con đường lịch sử đầy gai góc, bao nhiêu thế hệ nối tiếp nhau giữ gìn và xây dựng Quảng Nam.

Truyền thống yêu đất yêu người đó đã được vun xới chăm nom bằng máu xương, mồ hôi và nước mắt. Tình yêu đất của những người Việt đầu tiên trên vùng tân lập Quảng Nam thể hiện trong truyền thống vươn lên từ những thách thức của thiên nhiên khắc nghiệt, khao khát được sống tự do, xa lánh chế độ trung ương tập quyền hà khắc và cương quyết dấn thân khai phá vùng đất mới.

Và thơ ca, đứa con tinh thần của mối tình giữa đất và người xứ Quảng cũng từ đó được sinh ra. Qua bao thời đại, thơ ca lớn lên, có khác nhau ít nhiều về vóc dáng nhưng các cấu tử trong mỗi tế bào căn bản vẫn giống nhau. Dù làm thơ cho những mối tình trai gái hay làm thơ ca ngợi tình cha mẹ, ngôn ngữ trong thơ của họ vẫn đậm đà hương đất Quảng Nam.

Các điểm đặc thù của xứ Quảng, nổi bật nhất vẫn là viết về những địa danh, thể hiện rất rõ nét trong thơ của những nhà thơ sinh ra trên mảnh đất khô cằn sỏi đá này. Họ đưa vào thơ không phải chỉ là những hình ảnh bến bờ thơ mộng, núi non hùng vĩ nhưng đôi khi chỉ là những củ sắn, củ khoai, trái bòn bon, khung cửi, con thoi, con kén. Họ đưa vào thơ không chỉ những nơi chốn rất thơ, rất tình, đọc lên rất êm tai như Trà Mi, Nghi Hạ, Giao Thủy, Thi Lai, Hà Mật mà còn cả những Hòn Kẽm Đá Dừng, Chèo Bẻo, Dùi Chiêng, Câu Nhí, Cà Tang, Đông Bàn, Cẩm Lậu "nghe rất lạ nhưng vô cùng thân thiết". Ngôn ngữ họ dùng đơn giản và dể hiểu như tấm lòng của họ, nói như nhà thơ Hoàng Phong Linh: *"Người Quảng không đeo mặt nạ"*. Nếu thiếu những cái bình thường và đơn giản đó họ không còn nhà thơ xứ Quảng nữa.

Thơ ca gắn liền vào đời sống tinh thần của người dân xứ Quảng từ bao giờ, ngay cả theo giáo sư Nguyễn Văn Xuân cũng không biết chính xác. Chắc hẳn là lâu lắm. Hình ảnh quê hương thân yêu ảnh hưởng sâu đậm trong hồn thơ của hầu hết nhà thơ xứ Quảng.

Dòng sông Thu Bồn, có lẽ không khác sông Vàm Cỏ trong Nam, sông Hồng ở Bắc bao nhiêu, nước vẫn là nước, bờ vẫn là bờ, ghe thuyền vẫn ghe thuyền xuôi ngược, thế nhưng, qua thơ của các nhà thơ xứ Quảng, những rặng tre, dòng nước, chiếc ghe đã trở thành thánh tích.

Bàng bạc trong thơ họ là hình ảnh của đình làng, thôn xóm, bóng đa già đã một thời che nắng che mưa. Nhà thơ xứ Quảng nào cũng ít nhất đôi ba lần viết về những địa danh mà họ đã từng ghi dấu chân trong đời bằng ngôn ngữ vô cùng thân mật như tâm sự với chính mình trong đêm không ngủ được.

Bối cảnh chính trị đầy bất trắc đã đẩy nhiều người dân Quảng ra khỏi quê hương thân thuộc như một bầy chim tản mát bốn phương trời. Như những con nước dù trôi đi xa nhưng vẫn hằng đêm mơ về chân cầu cũ, thơ của họ, vì thế, không phải chỉ là tiếng lòng riêng của tác giả mà còn là tiếng kêu trầm thống của quê hương khổ đau, nơi mà nhà văn xứ Quảng Lôi Tam gọi là "chiếc nôi": "*Rồi vời vợi trong ký ức còn có hình ảnh con đường cũ, mái trường xưa... Tất cả quyện quấn, đan kết thành chiếc nôi êm ái. Chiếc nôi (mà chúng ta vẫn gọi là quê hương) đó không là bảo vật dành cho một vài cuộc đời. Nó có đó từ nhiều nghìn năm trước và sẽ phải còn đó cho muôn nghìn năm sau*".

Cuộc sống nơi quê người dù trong cảnh nệm ấm chăn êm hay còn nhiều khó khăn, trắc trở, những người cầm bút xứ Quảng vẫn không bao giờ quên nghĩ về, nhớ về và viết về tổ ấm quê hương. Trong hành trang thơ ca của các nhà thơ xứ Quảng còn có cả con nước dâng cao, có mùa lũ lớn, có cả nỗi đau không khác gì nỗi đau của những người còn ở lại.

Tin bão tới làm họ xốn xang lo lắng tưởng như nước đang dâng đâu đó bên kia đường. Giọt nước mắt nhỏ xuống trong cơn mưa ở Cửa Đại, ở Trà Mi, Tam Kỳ cũng nhỏ xuống ở Boston, San Jose, Dallas. Giọt nước mắt trong dòng thơ Quảng Nam xa xứ vẫn là nước mắt Việt Nam đang hòa chung vào nỗi khổ đau của hàng triệu đồng bào bất hạnh ở quê hương.

Những con nước nhỏ dưới chân cầu Vĩnh Điện, Câu Lâu, Bà Rén, đã theo ngã Hàn giang, Cửa Đại mà trôi ra biển lớn. Nhưng không phải vì thế mà tan loãng trong đại dương bát ngát như hàng triệu con nước khác. Trái lại, những giọt nước Thu Bồn ngày xưa, vẫn hẹn một ngày bốc thành hơi, bay về tưới mát ruộng đồng xứ Quảng thân yêu đã nhiều năm đại hạn.

Tiếng kêu từ thượng nguồn sông Thu giữa tháng Mười mưa lũ như vẫn còn vang vọng trên mỗi chặng đường của những nhà thơ xứ Quảng ở phương xa như người con trai Quảng Nam Trầm Tử

Thiêng một lần đã viết trong nhạc phẩm *Từ tiếng hát tiếp nối* của anh: *"Lời dân ca lai láng tình quê, đời phiêu du đôi lúc ta lắng nghe, bàn chân đi lòng vẫn mong về"*.

Như nhà thơ Phùng Quán viết: *"Có những phút ngã lòng, tôi vịn câu thơ mà đứng dậy"*, tổ tiên xứ Quảng hẳn đã nhiều lần vịn thơ đứng dậy. Thơ là những cành hoa mọc lên từ nỗi khổ đau và thơ cũng là dòng nước mát nhỏ xuống cánh đồng Quảng Nam nức nẻ. Từ những câu ca dao, những điệu hò khoan tình tứ xa xưa cho đến những cách làm thơ rất mới hôm nay, lũ lụt vẫn sẽ còn đó trong thơ của những nhà thơ Quảng Nam như số phận của những con người sinh ra và lớn lên trên mảnh đất hiển linh nhưng cũng đầy khắc nghiệt này.

PHỐ CỔ HỘI AN
VÀ NHỮNG NGÔI TRƯỜNG CŨ

Mùa tựu trường đầu tiên 1952

Tôi đến trung học Trần Quý Cáp bắt đầu với hành trình ở chùa Viên Giác. Tôi nhớ rất rõ, ngày cuối mùa hè ở trường Nguyễn Duy Hiệu năm 1968, nơi trường Duy Xuyên mượn chỗ để dạy cho các học sinh Duy Xuyên vừa tản cư ra sau trận Mậu Thân 1968, thầy Hiệu trưởng Nguyễn Phúc Mai cho chúng tôi biết sang năm trường sẽ dọn xuống Hội An. Vì một số thầy cô như thầy Nguyễn Phúc Mai, thầy Võ Văn Mạo đều là người Hội An nên việc di chuyển xuống Hội An với các thầy không có gì trở ngại. Các học sinh không nhà như tôi là chuyện gian nan. Tôi vừa ở Hội An cách đó vài tháng sau ngày cha tôi mất. Tôi bỏ chùa Viên Giác ra đi. Nhưng có thể tôi lại phải vào chùa xin tá túc một lần nữa, và lần này chắc sẽ ở rất lâu. Thật tâm tôi không muốn trở lại chùa, nhưng nếu không rồi tôi sẽ đi đâu. Đời tôi thường không có nhiều chọn lựa.

Năm học 1969, trường Duy Xuyên dạy ở đình Cẩm Phô cách chùa Viên Giác không xa. Tôi học lớp đệ tứ. Buổi liên hoan chia tay nhau ở Trung học Duy Xuyên cuối năm đệ tứ là một ngày đầy cảm động. Trường Duy Xuyên rất tội nghiệp. Không có cơ sở riêng như hầu hết các trường công lập khác, phải dạy nhờ lang thang từ quận này sang quận nọ, từ trường Nguyễn Duy Hiệu ở Vĩnh Điện xuống đình Cẩm Phô ở Hội An. Sang năm sau, chúng tôi chuyển sang trường đệ nhị cấp Trần Quý Cáp.

Chiến tranh và tuổi thơ trôi nổi đã làm chúng tôi trưởng thành rất sớm. Buổi liên hoan chia tay được tổ chức long trọng trong phòng rộng phía bên phải đình Cẩm Phô. Năm đó, tôi 14 tuổi và đứa lớn nhất trong bọn tôi cũng chỉ mới 15 tuổi nhưng tôi nhớ rất rõ ngôn ngữ trong lời phát biểu của đại diện ban tổ chức rất ư là người lớn, tương tự, diễn văn của anh trưởng lớp rất xúc động và hùng hồn. Chúng tôi tự viết lấy, không ai viết giùm. Lá thư gởi thầy cô và bạn bè cùng lớp do tôi viết với những lời đầy hứa hẹn cho mai sau. Giáo sư Hiệu trưởng Nguyễn Phúc Mai, giáo sư hướng dẫn Võ Văn Mạo cũng nhắn gởi chúng tôi những lời khuyên nhủ rất chân thành.

Thầy Võ Văn Mạo kể chúng tôi nghe câu chuyện một ông thủ tướng Pháp, tôi không còn nhớ tên, sau khi thành danh trở về trường

Đình Cẩm Phô. Ảnh: Hoài An

cũ thăm thầy như một cách dặn dò chúng tôi ra đi nhưng đừng quên nguồn gốc. Chúng tôi trịnh trọng và vui vẻ hứa với thầy sẽ về Hội An thăm các thầy cô dù không phải là thủ tướng. Thầy trò cùng cười. Nhưng lời hứa chưa thành sự thật. Bao nhiêu mùa thu qua nhưng những chiếc lá trong sân đình Cẩm Phô vẫn còn tản mát mỗi người một ngả. Nhiều chiếc lá đã khô và rụng ở một góc trời nào đó. Suốt đời thầy Võ Văn Mạo gần gũi với học trò và chúng tôi cũng rất gần gũi với thầy. Thầy có tật ở chân nhưng nhờ chiếc xe mobylette màu xám quen thuộc đã đưa thầy lên Duy Xuyên và rồi Vĩnh Điện mỗi tuần. Nghe đâu nhà thầy ở gần rạp Phi Anh nhưng tôi chưa bao giờ đến.

Ngoài thầy Võ Văn Mạo, một người thầy tôi quý mến khác và cũng thương tôi nhất trong suốt bốn năm ở Trung học Duy Xuyên là thầy Phùng Ngọc Nhựt dạy Việt văn và Nhạc. Thầy có vóc dáng rất nghệ sĩ, đeo kính đen, tóc bềnh bồng, có vẻ "lập dị" nhưng có một lòng yêu quê hương thấm đậm. Bài hát đầu tiên thầy tập cho chúng tôi hát trong những ngày chưa tản cư ra Vĩnh Điện là bài *Những nẻo đường Việt Nam*. Thầy hát không hay lắm nhưng truyền cảm và chuyên chở tình yêu quê hương bát ngát. Tôi cũng thích hát. Dù học rất thường trong những môn khác, tôi luôn đứng nhất trong môn nhạc.

Ngày đó tôi đang mang trên vai nỗi buồn quá nặng so với tuổi tác của mình và thầy cũng mang một tâm sự gì đó vô cùng uẩn khúc nhưng không thể san sẻ với ai nên những buổi chiều ở Vĩnh Điện, hai thầy trò thường ngồi trên hành lang hát vu vơ: "*Những nẻo đường Việt Nam, suốt từ Cà Mau thẳng tới Nam Quan, ôi những nẻo đường Việt Nam...*". Nửa thế kỷ trôi qua nhưng tôi vẫn còn nhớ tiếng hát của thầy vang lên trong căn phòng nhỏ ở thị trấn Vĩnh Điện xa xôi. Mới đây, tôi nghe tin thầy đã qua đời. Dù biết dù còn sống chưa hẳn có thể gặp nhau, nhưng ra đi vĩnh viễn thật là buồn. Tôi không nhớ là thầy theo trường xuống Hội An. Sau những ngày ở Vĩnh Điện thầy trò chúng tôi chưa gặp nhau lần nào nữa.

Từ giã ngôi đình cổ, chúng tôi bước vào một ngôi trường khang trang, quy cũ Trần Quý Cáp. Không giống hai năm trước đây chỉ học cho có vì cả thầy lẫn trò đều lang thang, năm đệ tam là năm tôi thực sự đi học. Theo một tài liệu được tổng kết một cách khách quan về lịch sử trường từ ngày thành lập 15 tháng 9 năm 1952 đến năm 1975 Trung học Trần Quý Cáp chỉ có bốn thầy hiệu trưởng gồm thầy Tăng Dục, thầy Hoàng Trung, thầy Lưu Chí Kiên và thầy Trần Huỳnh Mính. Những năm tháng đầu trường dạy nhờ tại một ngôi chùa của người Hoa trên đường Cường Để. Địa điểm hiện nay chỉ được xây xong trong niên khóa 1955 - 1956. Trong thời gian tôi vào, năm lớp ở dãy giữa chưa có các tầng lầu như hiện nay. Năm 1973 này, Kỳ đài Trần Quý Cáp được khởi công xây do hai kiến trúc sư Nguyễn Hy Văn và kiến trúc sư Đô Thị Gia phác họa. Giống như hầu hết các trường trung học, trường Trần Quý Cáp rộng với những hàng phượng trồng dọc theo hành lang. Bên cạnh các cây phượng rất già được trồng sát với dãy lớp giữa là những cây phượng còn non mới lớn ở ngoài sân. Tính từ lối vào, các lớp nhỏ học bên trái và cứ thế lên cao dần cho đến các lớp đệ nhất. Cổng trường ngày đó đơn giản, màu gạch rêu phong với tấm bảng thiếc và hàng chữ Trung học Công lập Trần Quý Cáp.

Hiệu trưởng của chúng tôi ở Trung học Trần Quý Cáp trong ba năm tôi học từ cuối năm 1969 đến tháng 6 năm 1972 là thầy Lưu Chí Kiên và Tổng Giám thị là thầy Tống Khuyến. Vì là trường lớn nhất của tỉnh nên trường Trần Quý Cáp có một ban giáo sư đông đảo và số lượng thầy cô tăng rồi giảm, đến rồi đi, cũng rất nhanh. Tôi chưa đọc một danh sách giáo sư Trung học Trần Quý Cáp nào đầy đủ. Theo một tài liệu được viết khá sư phạm và khách quan, năm tôi vào học, trường Trần Quý Cáp có đến 2.190 học sinh, trong đó có 27 lớp đệ nhất cấp và 17 lớp đệ nhị cấp. Tôi không nhớ hết thầy cô nhưng tên thầy cô mà tôi học trong ba năm vẫn còn nhớ: thầy Nguyễn Văn Liêu dạy Việt văn, thầy Phan Khôi dạy Anh văn, cô Trần Phương Lan dạy Anh văn, cô Bích Ty dạy triết, thầy Phạm Phú Lợi dạy triết, thầy Nguyễn Ngọc Anh dạy sử địa, thầy Đặng Văn Bôn dạy vạn vật, thầy Phùng Rân dạy lý hóa, thầy Nguyễn Như Thọ dạy toán, cô Nguyễn Thị Nguyệt dạy Việt văn, thầy Tống Nhạn dạy Pháp văn, thầy Tăng Kim Lân dạy sử địa, thầy Tống Diệu dạy Anh văn.

Năm đầu ở trường Trần Quý Cáp, thầy Nguyễn Ngọc Anh và thầy Nguyễn Văn Liêu là hai thầy tôi thích nhất vì tôi thích học văn và sử. Tôi nhớ có lần thầy Liêu ra đề luận "Các em học sinh nghĩ gì về chiến tranh?". Tôi nhập đề chỉ bằng một câu vỏn vẹn "Chiến tranh đã làm xã hội Việt Nam đảo lộn". Trong lúc đa số học sinh trong lớp nghe tới chiến tranh là tả những cảnh ánh hỏa châu rơi, tiếng súng xa xa vọng về, tôi nghĩ đến con người và những đổ vỡ trong xã hội Việt Nam. Thầy Liêu rất thích cách viết đó và đọc bài luận cho cả lớp nghe.

Chiến tranh gây ra bao tang tóc, bao tàn phá nhưng từ lúc học lớp đệ tam cho đến bây giờ tôi vẫn tin cái tàn phá tai hại nhất của chiến tranh không phải là tài sản mà là con người. Bao nhiêu lớp người đã chết, bao nhiêu thế hệ đã ra đi và sẽ không bao giờ trở lại trên đất nước Việt Nam. Những mất mát đó không bù đắp được. Những vết thương trên da thịt có thể sẽ lành đi nhưng vết thương trong tâm hồn khó mà phai nhạt. Người ta thường nghĩ đến việc tái thiết đô thị, xây dựng nhà cửa, cầu cống nhưng cái cần tái thiết và xây dựng là tình người. Còn tình người Việt Nam chúng ta sẽ còn Việt Nam mãi mãi. Mất tình người Việt Nam, dân tộc này sẽ bị diệt vong. Nhiều khi ngồi nhớ lại những bài luận năm xưa và những tiểu luận tôi viết bây giờ, cách viết cũng không nhiều thay đổi. Ước gì thu thập lại được tôi sẽ in thành sách. Thầy Liêu ở Đà Nẵng, chỉ vào trường Trần Quý Cáp dạy một năm đệ tam niên khóa 1970, sau đó hình như thầy không dạy nữa.

Thầy Nguyễn Ngọc Anh có kiến thức lịch sử rất rộng. Thầy cũng chỉ dạy tôi năm lớp đệ tam 1970. Thầy dạy sử Việt Nam nhưng cũng hay nhắc đến sử Trung Hoa. Thầy thường mặc áo sơ-mi trắng, khuôn mặt trẻ trung và hình như thầy người Huế. Thầy giảng rất hay vì nghĩ sao giảng vậy một cách tự nhiên, hùng hồn. Rất ít khi tôi thấy thầy để mắt vào sách giáo khoa. Ngay cả cách hỏi bài cũng vậy, thầy thích hỏi câu gì thì hỏi, nhiều khi không liên hệ gì với bài học trong tuần. Đang học chuyện ai thống nhất Việt Nam lần đầu thầy buột miệng hỏi ai thống nhất Trung Hoa lần đầu. Tôi cũng thích lối dạy đó. Sử học là một khoa học đối chiếu. Nếu chỉ biết sử nước mình mà không biết sử nước khác rất dễ dẫn đến một thứ chủ nghĩa dân tộc cực đoan hẹp hòi và ngủ vùi trong vinh quang quá khứ.

Thầy Nguyễn Như Thọ dạy tôi môn toán lớp đệ nhất năm 1972. Thầy hơi ốm, đẹp trai và vui tính. Nhà thầy ở gần đình Cẩm Phô và đến trường bằng chiếc xe vespa màu xanh nhạt. Thầy dạy trường công và cả trường tư. Ngoài ra, mùa hè thầy còn dạy các lớp luyện thi. Thầy dạy toán nhưng không quá khắt khe. Mỗi khi có đứa nào nói chuyện trong giờ học, thầy gọi tên nhưng khi cậu ấy vừa ngẩng lên, thầy ném cho cậu ta một viên phấn nhanh như ném phi tiêu. Thầy trò nhìn nhau cười huề. Thầy viết trên bảng đen rất đẹp và ngay cả vẽ được một vòng tròn 360 độ chỉ bằng một nét không dừng tay. Có lúc vẽ thành công nhưng giống như cuộc đời cũng nhiều khi vòng tròn không được kín. Khi nghe thầy trải qua nhiều gian truân và đã sang đến Mỹ, tôi thầm mong có một ngày được viếng thăm thầy.

Cô Nguyễn Thị Nguyệt dạy tôi môn Việt văn lớp đệ nhất năm 1972. Cô Nguyệt có vóc dáng mảnh mai, mái tóc thề đen lánh bao giờ cũng chải mượt mà. Trong mắt tôi cô Nguyệt đẹp nhất trong số các cô mặc dù cô Phương Lan quý phái và cô Bích Ty hiền hòa. Ngày đó cô Nguyệt vừa tốt nghiệp sư phạm về dạy Việt văn ở trường Trần Quý Cáp nên tuổi cô cũng chỉ mới ngoài hai mươi. Cô thường mặc áo dài xanh. Tôi hay đứng trên hành lang nhìn cô đi trong sân trường. Một cảm giác thật dịu dàng nhưng không đủ để thành thơ nên tôi không có bài thơ nào viết tặng cô ngày đó. Cách đây hai năm cô sang Mỹ, anh Nguyễn Hồng Hà, một cựu học sinh Trần Quý Cáp của thập niên 1960, giới thiệu và tôi may mắn được đến thăm cô ở Boston. Cô Nguyệt là người duy nhất trong số các thầy cô dạy ở Trung học Trần Quý Cáp tôi được gặp lại. Mấy chục năm qua, đứa học trò ngẩn ngơ năm xưa nay đã già nhưng cô Nguyệt trong tâm hồn nó vẫn còn rất trẻ.

Từ cổng vào, lớp học của tôi là lớp thứ hai, dãy bên phải. Nhìn sang phía bên kia là Ty Cảnh sát Quảng Nam chỉ cách một hàng rào. Tôi không biết phòng sát với lớp học tôi có phải là phòng thẩm vấn hay không nhưng thỉnh thoảng tôi nghe tiếng la hét, khóc than, van xin, hăm dọa. Tôi hay tò mò nhìn sang và thắc mắc chuyện gì đang xảy ra bên đó nhưng tất cả bị che khuất bằng một hàng rào kẽm gai cao. Trong lớp, chỗ tôi ngồi sát cửa sổ. Nhiều khi tôi muốn đóng lại để khỏi nghe tiếng la hét khóc than.

Bên kia ô cửa, những con chim sẻ thường bay về cất tiếng líu lo trên những bụi cây. Sau này, mỗi khi đọc lại những câu thơ của anh Trần Hoài Thư: "*Tôi sẽ gọi một bầy chim sẻ nhỏ, những cánh chim từ xa vắng lạc bầy*", tôi hình dung cảnh cũ và chợt nghe lòng xót xa thương thầy cô, nhớ bạn bè. Trong những ngày ở Mỹ, họa hoằn lắm mới nghe tin một người bạn cũ. Thỉnh thoảng mới biết tin một thầy cô nhưng phần lớn chỉ để chia buồn như trường hợp cô Phương Lan vừa qua đời năm ngoái. Nhiều lần tôi tự hỏi, sau bao khói lửa chiến tranh, nghèo nàn tù tội, biển cả mênh mông, bạn bè tôi, những con chim sẻ với đôi cánh nhỏ nhoi lớn lên trong một tỉnh lỵ buồn hiu ngày đó bây giờ phiêu bạt về đâu!

Viết về trường Trần Quý Cáp không thể nào quên nhắc đến Hội An. Dù bây giờ là thành phố UNESCO hay gì đi nữa tôi luôn gọi Hội An là thành phố của tôi. Thành phố trầm lặng có những ngôi chùa tên nghe rất lạ, chùa Ngũ Bang, chùa Âm Bổn, chùa Cầu, nhưng nghe riết nên cảm thấy vô cùng thân thiết. Hội An trong tâm hồn tôi chẳng khác gì một căn nhà riêng, nơi đó, từng góc phố, từng con đường, từng mái ngói, từng giọng nói êm đềm của cô bé bưng cà phê, từng giọng rao cao vút của chị bán cao lầu rong đã gắn liền trong một phần đời. Ngày đó Hội An cũng đã có nhiều quán cà phê nhưng chúng tôi thích uống cà phê ở quán phía trước Tiểu khu Quảng Nam và gần nhà nhất là Cà phê Số Một sát bên con hẻm nhỏ đi vào khu Khổng Miếu.

Hội An những ngày tôi sống buồn và vắng vẻ. Thành phố buồn đến nỗi trong một phóng sự đăng trong trang địa phương của báo *Sóng thần*, tôi đã gọi Hội An là "Thành phố chết". Không những con người chẳng ai ngó ngàng đến Hội An mà cả chiến tranh cũng bỏ sót Hội An. Thật vậy, ngoại trừ trận Mậu thân 1968 và những lần pháo kích, trong suốt mấy mươi năm của cuộc chiến, thành phố của tôi như rơi vào quên lãng. Điều rất lạ, ngay cả Mỹ, trong thời cao điểm với cả trăm ngàn quân đóng ở Đà Nẵng, cách đó vài chục cây số,

Đường Cường Để ở Hội An trước 1975. Ảnh: Vĩnh Tân

không có đơn vị nào lớn đóng ở Hội An. Các đơn vị Đại Hàn thuộc sư đoàn Thanh Long hay Mãnh Hổ gì đó đóng ở Cẩm Hà, Lai Nghi chứ không đóng ở Hội An. Hẳn nhiên lý do chính vì Hội An không còn giữ một ví trí kinh tế chiến lược như 300 năm trước. Dù sao, nhờ những lãng quên đó mà ngày nay những mái ngói cong còn nguyên vẹn, những cột nhà chạm trổ tinh vi đã giúp thu hút du khách để nuôi sống người dân phố Hội sông Hoài.

Những năm chiến tranh, Hội An rất nghèo. Một lần, có người hỏi tôi bây giờ Hội An sống nhờ du khách, ngày xưa sống bằng gì. Tôi trả lời nửa đùa nửa thật, ngày xưa Hội An sống bằng thơ. Ngoài thơ, tôi không nhớ Hội An sống bằng gì khác. Không ruộng đất, không nhà máy. Không du khách. Mặc dù đất Hội An sản xuất ra hàng trăm nhà thơ nhưng nhà thơ nổi tiếng nhất Hội An không ai tranh cãi là Bùi Giáng. Nhà thơ quê Duy Xuyên nhưng học trường Minh Viên ở Hội An và cưới vợ, bà Phạm Thị Ninh, cũng người Hội An. Ông đã rời Hội An 30 năm trước, nhưng để lại những câu lục bát nuôi sống tâm hồn người xứ Quảng qua nhiều thế hệ. Tên Bùi Giáng ở xứ Quảng quen thuộc đến nỗi nhiều khi người ta cứ tưởng ông chưa bao giờ rời khỏi xứ. Một bài thơ của Bùi Giáng về Hội An:

Mơ màng phố cũ hoang liêu
Cánh buồm con sóng sương chiều Hội An
Tờ mây chan chứa mộng vàng
Tuổi đời em kết mấy ngàn cánh hoa
Mừng vui giọt tuổi chan hòa
Bước đi từ đó gió xa bay về
Ngậm ngùi đàn lệ ai nghe
Cội nguồn bên tháng năm thề xẻ chia
Dấu mờ hoen hận còn kia
Hồn trăng soi bóng sầu khuya một bờ.

Hầu hết các nhà thơ Hội An có ít nhất một bài viết về thành phố cổ này và thường là những bài thơ được yêu thích nhất của tác giả như trường hợp *Bữa say ghé Chùa Ông* của Hoàng Lộc, *Nụ hoa cho người em Hội An* của Luân Hoán, *Trưa ở Hội An* của Hoàng Quy, *Ngọn quế viễn phương* của Thái Tú Hạp, *Hồi âm* của Thành Tôn...

Những người từ Hội An ra đi đều có một nhận xét giống nhau: "Hội An là thành phố để về thăm chứ không phải nơi để ở". Tuy buồn bã như thế, hàng năm, tôi vẫn về. Ngay cả những năm khó khăn sau 1975, tôi vẫn cố gắng về. Đi xa, nhớ Hội An da diết nhưng khi vừa bước chân về lòng lại muốn ra đi. Trong những năm ở Sài Gòn, tôi về Hội An chỉ để đi một vòng phố cổ, đứng trước trường Trần Quý Cáp đảo mắt nhìn các em học sinh để tìm lại chính mình thời học trò, rồi lại ra đi trên những chiếc xe Renault màu xanh đậm và già nua không thua gì thành phố.

Chào cô gái học trò đang tới lớp
Cho tôi làm viên sỏi dưới chân em
Để xào xạc hồn tôi khi mới lớn
Chút men tình năm tháng ấy chưa quên.
(*Giấc mơ nhỏ của tôi*, Trần Trung Đạo)

Hội An của tôi là những buổi chiều ngồi trước cửa nhà thơ Phạm Đình Nguyên ở Ngã Ba Tin Lành ngâm nga: "Dòng sông nào đưa người tình đi biền biệt" và nhìn các em nữ trung học Hội An đi học về trong cơn mưa.

Em về phố Hội chiều mưa lớn
Vóc ngọc ngà khoe dưới lụa hồng
Ta như giọt nước mùa mưa đó
Đã cuốn trôi về trăm nhánh sông.
(*Em về phố Hội*, Trần Trung Đạo)

Tôi viết những dòng thơ đầu tiên khi còn ở trường Duy Xuyên và sáng tác nhiều hơn khi chuyển qua trường Trần Quý Cáp. Nhưng thơ và cả văn cũng chỉ chia sẻ trong nhóm bạn bè gần gũi. Ngoại trừ vài vần thơ tình hiếm hoi như trên, phần lớn tôi viết từ nhiều góc cạnh của số phận con người và đất nước. Đơn giản vì tôi thương đất nước mình. Đời tôi gian truân không khác gì đất nước. Từ thời thơ ấu ở quận Duy Xuyên tơ lụa đến bóng đa chùa Viên Giác Hội An, thơ văn tôi còn lại những dấu chân, những tiếng thì thầm của những người tôi quen và không quen, những hoàn cảnh tôi đã gặp, đã từng là nhân chứng.

Bạn bè văn nghệ chúng tôi hay gặp nhau trên căn gác của Nguyễn Xuân Tường, gần chùa Viên Giác. Tôi chỉ quen Tường sau khi chuyển sang trường Trần Quý Cáp nhưng thân nhau rất nhanh. Tường học giỏi, đàn hay, sáng tác nhạc, làm thơ, học cả lớp báo chí hàm thụ của tạp chí *Phổ thông*. Thơ của Tường đăng nhiều nhất trên tạp chí *Thứ Tư*, ký bút hiệu Mặc Vũ. Tôi biết nhiều về báo chí cũng nhờ học ké các sách vở trong lớp hàm thụ của Tường và tập đàn từ cây đàn của Tường. Tường có đức tính rất tốt, tận tụy hy sinh cho bạn bè. Trong những ngày cùng khổ ở Sài Gòn, khi không còn nơi nào khác để trọ, tôi tìm đến Tường. Cậu ấy giới thiệu tôi dạy kèm ở nhà người bà cô ruột của cậu ta. Người đàn bà có tâm hồn bao dung như dòng sông Hằng đó sau thời gian ngắn đã trở thành mẹ nuôi của tôi.

Từ đó tôi không còn khó khăn về vật chất và cả tinh thần nữa. Mẹ người Kim Bồng nhưng trong các tác phẩm của mình, tôi thường gọi mẹ là Mẹ Hòa Hưng để phân biệt với Mẹ Duy Xuyên đã mất. Tôi hay chọc mẹ tôi cười nhất là trong những lần đánh bạc ăn gian với đám em trong ba ngày Tết. Mười năm sau khi rời Sài Gòn, tôi viết tặng mẹ bài thơ *Đổi cả thiên thu tiếng mẹ cười*. Mẹ rất thích bài thơ này. Anh Võ Tá Hân phổ bài thơ thành nhạc, nhiều ca sĩ hát nhưng ước mơ của mẹ là một ngày tôi sẽ về để hát mẹ nghe. Dĩ nhiên là tôi lại hứa như bao lần lần lỡ hẹn đã qua.

Ngoài giờ học ở trường Trần Quý Cáp và gặp gỡ một số bạn bè giới hạn, tôi chỉ ở chùa đọc sách. Sau ngày xây xong Trung tâm Sinh hoạt Thanh niên, sư phụ tôi có ý định thành lập một thư viện nên thu thập rất nhiều sách. Ý định không thành, thầy đóng sách thành từng thùng và để dành trên lầu. Bên cạnh kinh điển là các tác phẩm văn học, kinh tế và rất nhiều sách chính trị. Tôi còn nhỏ nên công việc tôi làm mỗi ngày rất nhẹ nhàng không phải gánh nước tưới rau như các chú lớn tuổi. Những ngày không đi học, sau khi lau chùi bàn ghế trong giảng đường và quét lá đa một nửa sân chùa xong tôi thường dùng thời gian còn lại để đọc sách.

Trường Trần Quý Cáp không có trung tâm thi tú tài. Mùa hè 1972, học sinh các lớp đệ nhất trường Trần Quý Cáp chúng tôi lều chõng đi thi tú tài phần hai ở trung tâm Đà Nẵng. Chủ tịch hội đồng giám khảo là thầy Hoàng Trung, nguyên Hiệu trưởng trường Trần Quý Cáp. Ngày công bố kết quả ở trường Nữ Trung học Đà Nẵng, bác tôi từ bên Sơn Chà đạp xe qua để cùng tôi đi xem bảng. Tôi chỉ muốn đi một mình vì không muốn bác đau lòng nếu chẳng may tôi rớt. Bác nhất định cùng đi. Ngày dán kết quả, hẳn nhiên, là ngày vô cùng hồi hộp.

Sân trường Nữ Trung học ngày đi coi bảng rộn tiếng cười nhưng cũng đầy nước mắt. Khi đến họ Trần, danh sách thi đậu chỉ có vài tên vần chữ T và chấm dứt. Không có tên tôi. Những tờ kết quả dán bên dưới thuộc về các ban khác. Bác tôi mắt yếu không đọc được nhưng thấy tôi không nói gì, bác biết sự im lặng là một dấu hiệu không vui. Khi quá lo lắng, tôi quên nghĩ đến một điều vô lý, chẳng lẽ các họ bắt đầu với các vần U, V, X, Y… đều rớt hết hay sao, nhất là rất nhiều người họ Võ và Vũ. Thì ra, người dán kết quả thấy phía dưới ban khác chiếm, đã dán phần còn lại ở một bức tường khác khá xa. Tôi tìm ra và thấy tên mình trong đó. Bác tôi mắt yếu nhưng vẫn cố chen lấn vào để chính mắt đọc tên tôi.

Tôi ôm chầm các bạn vần T, V, nhảy nhót vui mừng, nhưng khi chợt nhìn lên, tôi thấy bác khóc. Với tâm hồn mộc mạc, bác không vuốt tóc hay nói một lời khen nhưng từ dòng nước mắt đang chảy trên đôi má nhăn nheo của cụ già Quảng Nam chất phác, tôi biết bác mừng lắm. Bác tôi ít nói. Khi buồn ông đi uống rượu. Tánh tình ông hiền hậu và rất dễ mềm lòng. Một lần tôi học lớp đệ ngũ ở Vĩnh Điện bác đạp xe từ Sơn Chà vào thăm. Dù trong giờ học nhưng bác nhất định không chờ. Nhân viên văn phòng đành đưa bác đến phòng học để gặp tôi. Bác đứng giữa lớp khóc ngon lành khi thấy tôi đang ngồi trong một góc phòng. Thầy cô và bạn học biết hoàn cảnh tôi nên không ai nói gì. Tôi rời lớp theo bác ra ngồi trên bậc tam cấp. Tôi dặn bác đừng khóc và cũng đừng vào thăm nữa, tôi sẽ bình an. Nói thế cho bác yên tâm mặc dù tôi không biết đời mình rồi sẽ ra sao. Thằng bé ốm yếu mười ba tuổi ngồi bên ông già Quảng Nam giữa một quê hương đang đong đưa trong cơn bão. Khi bác đạp xe ra về, nhìn theo chiếc lưng còm cõi của bác, lòng tôi se lại, tôi nhớ cha tôi vô cùng. Nhiều khi tôi thấy mình như những cọng lau bên bờ sông Thu, khi cong tưởng chừng sát đất nhưng rồi lại đứng lên và đi giữa cuộc đời.

Coi bảng Tú tài xong, bác tôi hớn hở tự đạp xe ra phà để về lại Sơn Chà. Sau này nghe bác kể tôi mới hiểu ra, bác khóc không phải chỉ vì mừng cho tôi đậu tú tài thôi nhưng còn nghĩ đến ba tôi, em trai kế của bác, đã qua đời vài năm trước đó. Ước mơ của ba tôi, người thợ dệt vải ở Duy Xuyên mong con mình đậu tú tài đã thành sự thật. Ông nội tôi có tám người con gồm cả trai lẫn gái nhưng không gia đình nào thành công trên đường học vấn. Các anh họ lớn tuổi của tôi, ra đi dù theo bên này hay bên kia đều không ai trở lại. Anh chết bên này sông Thu, em chết bên kia sông Thu. Tôi giận bác tôi nhiều chuyện trong gia đình nhưng từ hôm đó về sau tôi thương bác vô cùng. Đi bộ trên đường Hùng Vương ra bến xe Chợ Cồn để về Ngã Ba Huế, tôi muốn la lớn lên cho mọi người cùng biết tôi đang có một niềm vui nhưng không còn một người thân nào trong gia đình để san sẻ.

Tôi quyết định đi Sài Gòn dù trước đó có thầy khuyên tôi nên ra Huế học. Tôi phải đi xa. Không gian nhỏ hẹp ở quê hương hay ở Huế dường như không đủ chỗ cho niềm u uất của tôi trang trải. Tôi về lại Duy Xuyên thăm mộ mẹ lần cuối trước ngày đi. Ngày xưa mỗi chiều đi học ở trường Tiểu học Xuyên Châu về tôi thường dừng lại ở đây. Cỏ hoang không mọc kịp để tôi nhổ. Hôm đó tôi về, ngôi mộ mẹ tôi đầy cỏ dại. Từ độ tôi ra Vĩnh Điện, Đà Nẵng rồi xuống Hội An trọ ở chùa Viên Giác, chẳng còn ai chăm sóc phần mộ mẹ. Phần lớn bà con đều đã tản cư ra Đà Nẵng. Trong xóm chỉ còn lại vài gia đình sống ngay giữa hai lằn đạn, bám lấy ruộng vườn vì không biết đi đâu và cũng không biết lấy gì để sống nếu chạy ra ngoài Đà Nẵng. Tôi ngồi thật lâu bên mộ mẹ. Phía bên kia là Cầu Chìm. Mùa hè, dòng nước Thu Bồn như nước mắt tôi sắp cạn. Ngôi nhà nhỏ của cha con tôi bị cháy rụi chỉ còn trơ trụi một nền đất. Tôi hứa với mẹ tôi mùa hè sang năm con sẽ trở về. Tôi tạm biệt ngôi làng nhỏ ra đi, hành trang của tôi không còn gì ngoài tình thương và khát vọng tự do.

Tôi là một trong những học sinh lớp đệ nhất cuối cùng rời phố Hội thân yêu. Lý do, sau khi thi xong Tú tài phần hai tôi bị bệnh nằm ở Đà Nẵng suốt mấy tuần. Tôi ở nhà một người cô để được cô chăm sóc. Một cô bé cùng quê có đôi mắt đen tròn mỗi chiều đến thăm tôi. Cô tôi nghi ngờ chúng tôi có tình ý gì. Tôi không có và cô bé cũng không. Chúng tôi lớn lên với nhau từ những ngày còn bé ở trong quê. Giống như bây giờ, hồi đó tôi đã thích lý sự những chuyện "trên trời dưới đất" nhưng cô bé dù không hiểu gì cũng kiên nhẫn ngồi nghe. Âm nhạc cũng thế. Những bài hát tôi hay hát thời đó như *Thiên thai, Thu hát cho người* đài phát thanh Đà Nẵng thường không phát nhưng cô bé nghe tôi hát riết cũng quen tai. Một tình cảm nhẹ nhàng bàng bạc như khói sương trong cả nhiều năm sau đó. Những năm học đại học ở Sài Gòn, mùa hè nào tôi cũng về Đà Nẵng. Cô bé rất vui mỗi khi thấy tôi về và tôi cũng nghe như có tiếng chim hót trong lòng mỗi lượt về thăm, cho đến một ngày hè 1981, cánh chim nhỏ bay qua bên kia biển rộng, chưa về.

Khi khỏe ra, tôi vào Hội An dọn dẹp sách vở, đảnh lễ thầy trụ trì và chào các chú trong chùa để ra đi. Thầy trụ trì cho tôi một ít tiền để đi đường nhưng không nói gì thêm nhiều. Cuối tháng Tám và mùa thu sắp sửa trở về. Trong tiếng lá đa xào xạc tôi tự mở cánh cửa để ra đi âm thầm như khi tôi đến. Không một nụ cười hứa hẹn quay về và cũng không một giọt nước mắt khóc chia tay. Như Nguyễn Bính tả trong *Những bóng người trên sân ga*, tôi "một mình làm cả cuộc phân ly". Không ai bà con ruột thịt với tôi. Tôi không phải là một chú tiểu, một tăng sĩ, một đệ tử xuất gia của sư phụ mà chỉ là đứa trẻ mồ côi trọ học. Số phận của tôi không khác gì số phận của hàng triệu đứa trẻ bất hạnh trên đất nước Việt Nam thời đó. Nhưng tôi tin, tôi đã học được rất nhiều và thay đổi rất nhiều sau thời gian ở chùa Viên Giác. Tôi hiểu bao dung tha thứ là điều cần thiết nhưng quan trọng hơn phải biết bao dung tha thứ cho chính mình trước.

Những năm ở chùa Viên Giác đã làm dịu cơn phẫn nộ trong lòng một đứa bé bị chiến tranh tàn phá, hủy diệt gần như tất cả những gì yêu quý nhất. Lời dạy: "Hãy thắp đuốc lên mà đi" của Đức Phật đã ảnh hưởng đến nhân sinh quan và thế giới quan của tôi. Con người ai cũng có thể dăm đôi lần bị té ngã nhưng phải biết buông xả, đứng dậy và tiếp tục đi. Tôi đã đứng dậy, đã đi, đã sống sót qua nhiều thử thách. Tháng Hai vừa qua, đứng trước tảng đá nơi Đức Phật có thể đã ngồi giảng bài pháp đầu tiên bên Vườn Lộc Uyển, tôi xúc động và cảm thấy mình như chiếc lá từ hơn hai ngàn năm trăm năm trước vừa rơi về cội. Chiếc lá đa chùa Viên Giác Hội An, chiếc lá bồ đề ở Vườn Lộc Uyển Sarnath hay giọt nước sông Hằng Varanasi chỉ là một, một tâm hồn, còn và mất, ra đi và lại trở về. Khi chuyến xe rời Lộc Uyển ra phi trường Varanasi, tôi ngoái đầu nhìn lại và thầm thưa nhỏ trong lòng "Con cám ơn đức Bổn Sư".

Cuối tháng 8 năm 1972, các bạn đi du học đã đi rồi, các bạn đi Sài Gòn học đã đi rồi và cả các bạn đi học ở Huế cũng đã đi rồi. Thành phố vốn đã vắng lại càng vắng hơn. Tôi đi ngang qua trường Trần Quý Cáp. Mùa hè sắp hết. Hoa phượng đỏ đang tàn. Thầy cô chưa trở lại. Từ nay Trung học Trần Quý Cáp không còn là trường học mà là kho tàng của tuổi trẻ chúng tôi. Bàn ghế, hộc tủ, bảng đen, những câu thơ viết vội trên tường mãi mãi sẽ là chứng tích. Tôi ra đi mang theo hình ảnh thầy cô và rất nhiều điều đáng nhớ nhưng không thể nào viết hết ra đây. Những lời dạy dỗ của các thầy, các cô là nhựa nguyên, nhựa luyện cho cây đời tôi xanh lá. Những năm sau đó, vào Sài Gòn và rồi ra nước ngoài, dù học thêm ở nhiều trường lớn hơn, dù ngồi trong những giảng đường khang trang hiện đại hơn, dù học với những giáo sư tên tuổi hơn, một điều tôi luôn ghi khắc trong lòng, ánh sáng rực rỡ của ngọn đèn đại học Mỹ đã được thắp lên từ những cây diêm rất nhỏ ở Trung học Duy Xuyên, Trung học Trần Quý Cáp ngày xưa.

Nếu định nghĩa giáo dục là những gì còn lại sau khi quên hết, những gì còn lại trong tôi không phải là những nguyên tắc máy móc, những công thức khô khan mà là những bài giảng công dân giáo dục nhẹ nhàng nhưng cần thiết của thầy cô, những khát vọng và ước mơ tuổi trẻ mà tôi nung nấu dưới mái ngói đơn sơ của ngôi trường mẹ, Trung học Trần Quý Cáp Hội An.

NGUYỆN ƯỚC RẤT LÀ THƠ CỦA MẸ

Bà ngoại của các con tôi mất đã mười năm và an táng trên nghĩa trang gần nhà. Mộ bà cụ nằm trên vùng đất cao rất đẹp và chung quanh còn nhiều đất trống. Chôn cất mẹ xong, gia đình tôi mua hai phần đất. Thật ra khi mua đất không hẳn với ý định một ngày sẽ chôn ở đó. Anh chị em chúng tôi chỉ muốn mẹ yên tĩnh, không bị quấy rầy khi nằm gần người lạ, và cứ thế chia nhau mua hết những phần huyệt chung quanh mộ mẹ.

Mẹ nuôi ở Hòa Hưng của tôi ở Việt Nam thì khác. Trước đây, khi ba chúng tôi mất, gia đình có ý định khi mẹ trăm tuổi sẽ an táng bên cạnh ba để con cháu dễ dàng thăm viếng. Khi đó mẹ còn khỏe nên chưa nói gì. Khi mẹ chúng tôi trở bệnh nặng và biết mình có thể không còn sống bao lâu nên dặn dò các con: *"Một mai khi mẹ qua đời, đừng chôn cất mà hãy hỏa thiêu và đem tro cốt về Quảng Nam rắc xuống sông Thu Bồn"*.

Mẹ rất minh mẫn cho đến hai tuần cuối của đời mình. Các em tôi nghe lời mẹ nhưng không ai dám nghĩ đến một ngày mẹ sẽ qua đời.

Sông Thu Bồn chảy dài nhiều trăm dặm từ vùng trung du xuống Hội An là thánh tích của người dân xứ Quảng. Phía sau những rặng tre già nghiêng mình soi bóng, những bãi dâu xanh ngát dọc bờ sông, bao nhiêu thế hệ Quảng Nam, trong đó có mẹ, đã sinh ra và lớn lên. Họ khác nhau về thế hệ, hoàn cảnh trưởng thành và ước vọng riêng tư nhưng cùng có chung một tình yêu tha thiết dành cho dòng sông nuôi lớn tâm hồn yêu người như yêu quê hương của họ. Mẹ rời quê hương vào Sài Gòn sinh sống đã mấy chục năm nhưng vẫn giữ nguyên vẹn một tình cảm sâu xa dành cho dòng sông của tuổi thơ và nơi chôn nhau cắt rốn.

Dĩ nhiên trong lòng chúng tôi không muốn vì như thế sẽ không còn gì nữa. Làm con ai cũng mong mỗi dịp lễ Thanh minh được ngồi quây quần bên mộ mẹ, lắng nghe lời mẹ như vọng về từ cõi trời Đao Lợi trên đỉnh Tu Di. Làm con ai cũng muốn ngày Vu lan được dâng lên mộ mẹ những cành hoa tươi đẹp biểu tượng cho lòng hiếu thảo. Rồi các thế hệ con cháu nữa, chúng cũng cần được biết nơi ông bà đã yên nghỉ ngàn thu.

Những ngày bệnh, mẹ vẫn nhận ra giọng nói của tôi gọi về nhưng mỗi ngày một yếu hơn. Và cuối cùng mẹ ra đi khỏi cuộc đời này. Mẹ ra đi trong thanh thản, nhẹ nhàng. Ngày mẹ mất, ý nguyện mẹ lại được đem ra bàn thảo và cuối cùng gia đình đồng ý sẽ làm đúng với ước nguyện của mẹ.

Sáng sớm hôm 25 tháng 12 năm 2014, thân tứ đại của mẹ được đưa đi thiêu. Tro cốt tạm gởi trong chùa ở Hòa Hưng, vài tuần sau đó, các em tôi đưa về Quảng Nam và rắc xuống sông Thu Bồn. Mẹ trở về với nơi mẹ sinh ra và từ đó ra đi. Thân tứ đại hòa tan theo dòng nước, chảy ra Cửa Đại để hóa thân trong cuộc biến diệt không cùng của thời gian và vũ trụ.

Suy nghĩ cho cùng, lời dặn dò của mẹ là đúng. Vẫn biết cây có cội nước có nguồn nhưng cội nguồn tâm linh mới thật sự là vĩnh cửu. Mẹ không để lại gì nhưng thật ra mẹ để lại rất nhiều. Mẹ đang để lại cho con cháu không phải là hình tướng, dù đó là bia mộ cao sang hay chỉ là một hạt bụi tro trong bình, mà là tình thương.

Tình thương là ngôi đền thiêng liêng nhất trong trái tim của mỗi con người dành để thờ cha mẹ bởi vì ngôi đền xây dựng bằng chất liệu tình thương sẽ không bao giờ sụp đổ. Nhân loại sau bao nhiêu chiến tranh tàn phá, độc tài, tội ác mà vẫn còn tồn tại hôm nay nhờ vào tình thương.

Tôi thương mẹ Hòa Hưng. Trong hầu hết những bài thơ viết về các bà mẹ Việt Nam, tôi đều có gởi gắm vào đó ít nhiều tấm lòng cao cả của mẹ Hòa Hưng, một người mẹ Việt Nam hy sinh không điều kiện.

Dường như là đặc tính tự nhiên để bù lại khoảng trống vắng tình thương trước đó nên dù khi về ở với mẹ tôi đã 18 tuổi mà thường quấn quít bên mẹ nhiều hơn các em nhỏ tuổi hơn tôi. Mẹ tôi bán bánh bèo đầu đường nên mồ hôi thấm trên vai. Nói ra có chút mắc cỡ nhưng khi đi học về tôi thường kê mũi lên vai mẹ hít một hơi dài. Bây giờ các em tôi vẫn còn nhắc.

Tôi tin cuộc đời này là chuỗi nhân duyên nối kết. Mẹ không sinh tôi ra nhưng hẳn có duyên với nhau từ xa xôi trước nên dù tôi lang bạt nhiều năm cuối cùng đã trở về với mẹ cho hết cuộc đời mình.

Ngày nghe tin mẹ mất tôi ngồi ngơ ngác suốt ngày. Tôi cảm thấy những nỗ lực của mình cho Việt Nam đã mất đi nhiều ý nghĩa. Tôi tự nghĩ, trước nay vẫn tưởng mình là người yêu nước bằng tình yêu trong sáng, thật ra, một phần không nhỏ là do yêu chính mình. Tình mẹ đẹp như sông Thu Bồn chảy qua ngôi làng nhỏ mà mẹ sinh ra và bao dung như sông Hằng ở Vanarasi, nơi tôi ngồi im lặng để nhớ về những ngày sống bên mẹ.

Dù sao, tôi đã gởi con gái lớn về thăm mẹ hai lần để con tôi biết ơn dòng sông từ bi bác ái đã một thời chảy qua đời tôi và sẽ chảy qua ý thức của các con tôi dù chúng sinh ra và lớn lên trên nước Mỹ.

Tôi không còn cơ hội để gặp lại mẹ trong cuộc đời đầy trắc trở của tôi nhưng sợi nhân duyên không phải vì thế mà đứt đoạn. Thân tứ đại sẽ trở về tứ đại nhưng tình thương của mẹ sẽ mãi sáng như vầng trăng tròn trên sông Thu Bồn vời vợi. Và tôi tin, trong cuộc tuần hoàn biến diệt không cùng, tôi sẽ gặp lại mẹ lần nữa như đã một lần hạnh ngộ trên quê hương Việt Nam.

Cách đây không lâu tôi dặn vợ nếu một mai tôi chết đừng chôn cất trên phần đất đã mua mà hỏa thiêu và lấy một chút tro làm biểu tượng, gởi đâu đó trong chùa chờ dịp đem về rắc xuống sông Thu Bồn. Vợ tôi thắc mắc: *"Rắc đâu cũng được tại sao phải rắc xuống sông Thu Bồn?"* và tôi trả lời: *"Làm vậy để hợp với nguyện ước rất là thơ của mẹ"*.

NGƯỜI BẠN DA ĐEN

Hồ nước sau nhà anh chị Đoàn Đông - Lộc Tưởng ở Weymouth có một bầy vịt. Chúng không phải do anh chị mua về nuôi từ tấm bé mà chỉ vì anh chị săn sóc nên chúng ở lại. Mỗi lần qua thăm tôi thường ngồi trên chiếc ghế bên hồ và ngắm cảnh đàn vịt quấn quít bên nhau. Khung cảnh hòa bình, đầy thi vị và thiền vị ở đây dường như ảnh hưởng đến cung cách của bầy vịt. Khi anh Đông mang thức ăn ra rải bầy vịt từ tốn bơi đến ăn, nhường nhịn nhau, không giành giật tung nước vào người du khách như đám vịt ở Boston Common.

Trong bầy vịt đông đúc lại có một chú ngỗng trắng đến định cư. Không phân biệt chủng loại và màu lông, chúng quanh quẩn bên nhau trong một góc hồ. Chị Lộc Tưởng rất thương chúng. Chị bảo nhà hàng xóm có một đàn ngỗng gồm một ngỗng mẹ và bốn ngỗng con. Mẹ và chị cả chết trong mùa đông năm ngoái. Ba anh chị em ngỗng sang tá túc nơi bờ hồ nhà chị và làm bạn với đàn vịt ở đây. Hôm trước, hai trong số ba con ngỗng tập bay và một buổi sáng chúng bay đi mất, để lại chú ngỗng út lẻ loi. Mỗi lần cho vịt và ngỗng ăn, anh chị lại nghĩ đến hai chú ngỗng đã bay đi xa. Mùa đông New England khắc nghiệt. Theo dự báo thời tiết, năm nay trời sẽ lạnh hơn năm ngoái nhiều, biết chúng có sống sót được hay lại chết như mẹ và chị của chúng. Chị cầu dù ở nơi nào mong cho chúng được bình an sau trận bão Sandy vừa rồi và những cơn bão tuyết sắp sửa qua đây.

Nhìn bầy vịt và ngỗng từ bốn phương trời mây nước gặp nhau, tôi chợt nghĩ đến tình bạn, thật thiêng liêng và cần thiết về cả vật chất lẫn tinh thần. Nếu chẳng may một con bơi lạc sang một góc nào đó trong hồ nước rộng này, con đó sẽ chết vì cô đơn và đói khát.

Giống như chú ngỗng sống giữa bầy vịt đen, ở Boston, tôi cũng có người bạn da đen thân thiết. Nếu không có cậu ấy, những ngày tháng đầu của tôi ở Boston, vốn khó khăn chắc đã khó khăn hơn.

Ngày mới đến Boston, bác Tôn Thất Ân và anh Hà Tân, những người làm việc cho International Institute of Boston mỗi tuần mấy bận dắt tôi đi tìm việc làm. Tôi cần một việc làm bán thời gian để có ít tiền lo lắng cho gia đình bên nhà và đi học. Không nơi nào nhận tôi. Lau nhà rửa chén cũng không được. Lý do như anh Hà Tân bảo có thể vì tôi ốm yếu quá, những người phỏng vấn nhìn vóc dáng trói gà không chặt của tôi, không tin tưởng tôi sẽ hoàn thành nhiệm vụ.

Mãi cho đến cả năm sau, tôi mới tìm được một việc làm bán thời gian ở trong nhà bếp của Bệnh viện New England Deaconess ở Brookline. Thời gian đó, tôi học ở Boston University rất gần với Bệnh viện New England Deaconess. Mỗi chiều học xong tôi đón xe bus qua đó làm cho đến mười giờ tối. Trong nhà bếp của bệnh viện, ngoại trừ ông quản trị viên và những đầu bếp chính là người da trắng, còn lại đều da đen và một mình tôi gốc da vàng. Sau sáu giờ chiều, các đầu bếp và cả ông quản trị viên đều ra về, nhà bếp toàn là thợ da đen do một anh trưởng nhóm, cũng là da đen, quản lý.

Công việc của tôi là mang thức ăn đến cho bịnh nhân, chờ họ ăn xong, mang về và đưa vào máy rửa. Mỗi chiều tôi phải xếp các khay thức ăn vào một chiếc xe kín và đẩy đến từng phòng bệnh nhân. Công việc này đối với người khác chắc nhẹ nhàng nhưng với tôi lại rất nặng nề.

Tôi không biết bây giờ có cải tiến chưa nhưng thời đó những xe chứa thức ăn bệnh nhân được làm bằng sắt, bọc kín bằng những lớp kim khí dày. Bệnh viện New England Deaconess đang đươc xây cất rộng thêm nên các khu chuyên khoa tạm thời nối với nhau qua những lối đi dài và hẹp. Đoạn đường từ khu bệnh viện chính sang Joslin Diabetes Center dài gần nửa dặm và phải qua nhiều dốc cao. Tôi không đẩy nổi chiếc xe thức ăn lên dốc. Mỗi khi đến chỗ dốc, tôi phải đứng chờ một người đàn ông nào đó đi qua và nhờ họ phụ. Việc giữ cho chiếc xe chất đầy thức ăn xuống dốc an toàn cũng là chuyện gian nan. Rất nhiều khi xe chênh vênh gần như muốn ngã. Khi tôi sắp sửa đầu hàng, nghỉ việc để đi tìm việc khác thì Sean đến với tôi.

Sean là một thanh niên da đen ở Roxbury, cách Boston chừng vài dặm về phía tây. Công việc chính của cậu ấy là chạy máy rửa chén. Cậu làm ở nhà bếp Bệnh viện New England Deaconess trước tôi xa. Trong giờ giải lao, tôi không quen ai nên ngồi một mình trong góc nhà bếp, có khi làm bài và có khi đọc sách mượn của Thư viện Boston. Có thể vì thấy tội nghiệp cho chú da vàng lẻ loi trong tuyệt đại đa số da đen làm trong nhà bếp nên Sean đến bắt chuyện. Sean mang đến nhiều thức ăn và cùng ăn tối với tôi. Cậu hỏi tôi về chuyện học hành và có vẻ thán phục khi biết tôi học đang học đại học mà lại học ngành điện toán rất khó. Những năm đầu thập niên 1980, học điện toán, một ngành còn rất mới, là một thử thách lớn lao không phải cho người Việt mà bất cứ người gốc xứ nào. Những ngôn ngữ điện toán Pascal, Fortran hoàn toàn xa lạ đối với sinh viên. Tôi học điện toán thay vì kinh tế như khi còn ở Việt Nam đơn giản chỉ vì, theo người ta nói, ngành điện toán dễ kiếm việc làm. Sean không đi học. Cậu làm toàn thời gian ở bệnh viện này. Trước ngày tính nghỉ việc, tôi thố lộ lý do với Sean. Tôi rất cần tiền nhưng chưa biết sẽ tìm việc nơi đâu. Tôi đang đứng trước một ngọn núi khác của đời mình nhưng giống như nhiều lần trước, tôi phải tìm cách vượt qua.

Sean bảo đừng nghỉ, việc khó khăn của tôi là chuyện nhỏ, cậu sẽ giải quyết. Từ đó, chiều nào tôi đi làm cũng có Sean. Làm cho bệnh viện với công việc đem cơm cho bệnh nhân không có ngày nghỉ lễ. Những người làm việc vài giờ mỗi ngày như tôi không có quyền chọn lựa. Dù lễ Tạ Ơn hay Giáng Sinh Sean cũng sắp xếp thời khóa biểu làm việc của cậu thích hợp với giờ giấc của tôi. Khi tôi đẩy xe đến dốc, Sean đã ngồi đó nghe nhạc và chờ tôi rồi. Một mình cậu đẩy xe qua dốc và trở lại làm việc. Cậu không chê tôi yếu đuối. Khi hết việc, cậu qua phụ với tôi đem thức ăn đến từng phòng. Cậu có chiếc cassette cỡ trung bình. Giờ giải lao cậu mang ra nghe nhạc Rap và cùng ăn tối với tôi. Sean mở nhạc rất lớn. Tiếng Mỹ của tôi ngày đó chỉ đủ để làm bài nhưng nghe và hiểu nhạc Rap là chuyện còn xa. Tuy nhiên nghe riết cũng quen tai, không lấy làm khó chịu như những ngày đầu. Vì làm trong nhà bếp nên chúng tôi được ăn tối miễn phí nhưng là những món ăn nhạt nhẽo dành cho người bệnh. Từ khi chơi với Sean, bữa ăn nào cũng thịnh soạn vì cậu lục lọi khắp nơi để tìm thức ăn. Có khi cậu còn tự mở lò xào nấu món ăn tự nhiên như ở nhà. Tôi không bao giờ dám làm chuyện đó. Sean không ăn một mình. Có món gì ngon cậu cũng chia sớt với tôi.

Chúng tôi không biết gì nhiều về nhau. Sean rất ít nói về mình và có vẻ cũng không muốn được hỏi về đời sống riêng tư của cậu. Khi tôi tò mò hỏi tới một chuyện gì, Sean thường cười và bảo tôi điều tra giống như cảnh sát. Sean rất ghét cảnh sát. Cậu dặn tôi, ngoại trừ biết chắc mình vi phạm, đừng bao giờ đưa bằng lái xe cho cảnh sát coi mà hãy nói để quên ở nhà. Tôi cũng không kể lể gì với Sean ngoài việc tôi là người tỵ nạn, đang đi học và cần tiền để sống cho đến ngày ra trường. Tình bạn của chúng tôi là tình người, không có quan hệ nào khác. Sean không bao giờ rủ tôi làm chuyện gì hay đi đâu xa ngoài khuôn viên bệnh viện. Giờ nghỉ, tôi chỉ ngồi và nghe cậu nhái theo giọng anh chàng ca sĩ nhạc Rap trong chiếc cassette cũ kỹ.

Một người đầu bếp da trắng thấy tôi gần gũi với Sean, kêu tôi ra dặn dò phải thận trọng đừng chơi quá thân với những thanh niên da đen và nhất là đừng cho chúng mượn tiền. Ông già đầu bếp da trắng có ý tốt với tôi. Ông thấy tôi, một thanh niên da vàng duy nhất trong nhà bếp nên lo dùm tôi để khỏi bị dụ dỗ để làm những chuyện phạm pháp. Tôi cám ơn lời khuyên của ông nhưng vẫn tiếp tục làm bạn với Sean, không phải chỉ vì tôi cần người đẩy xe mà cần một tình bạn chân thật để lấp vào khoảng trống tình cảm mênh mông của đời người tỵ nạn.

Một ngày nọ, Sean hỏi mượn tôi năm đô-la để mua pin cho chiếc máy cassette của cậu. Tôi chợt nhớ tới lời ông già đầu bếp dặn dò nhưng vẫn rút bóp đưa cho cậu 5 đô-la. Số tiền quá nhỏ. Đừng nói chi 5 đô-la mà năm chục đô-la tôi cũng đưa cho Sean mà không thắc mắc gì. Hai đứa tôi đi bộ ra tiệm mua mấy viên pin và ngồi bên ghế dài trước Bệnh viện New England Deaconess tiếp tục nghe nhạc Rap.

Thời gian ngắn sau đó, tôi không nhớ chắc là ngày nào, Sean chia tay tôi. Cậu bảo vừa tìm ra công việc tốt hơn nên nghỉ làm ở Bệnh viện New England Deaconess. Cậu xin lỗi không thể giúp tôi tiếp tục đẩy xe nhưng đã nhờ một người bạn gốc Haiti giúp khi tôi cần. Đêm cuối của Sean ở bệnh viện, chúng tôi đi bộ ra đường và bắt tay từ giã nhau. Chúng tôi khác màu da, sắc tộc, văn hóa và cũng chẳng biết gì về nơi ăn chỗ ở, việc gặp lại nhau là điều rất khó. Nhìn bóng Sean mất hút cuối đường Brookline, tự nhiên tôi cảm thấy buồn. Tôi không buồn vì thiếu người đẩy xe nhưng vì vừa xa một người bạn. Người đầu bếp da trắng hỏi tôi Sean có thiếu nợ tôi không, tôi trả lời là không. Ông đầu bếp không tin là Sean tìm được việc tốt nhưng phải bỏ trốn Boston vì lý do phạm pháp. Tôi hỏi tại sao ông biết, ông già bảo, đó là chuyện thường xảy ra. Tôi không có đủ lý lẽ để phản bác nhưng không tin Sean bỏ trốn Boston.

Khoảng hai tuần sau, trong khi tôi đang ngồi một mình trong giờ nghỉ giải lao ở nhà bếp, Sean trở lại. Chúng tôi mừng rỡ bắt tay nhau và hỏi han công việc. Sean thắc mắc người bạn Haiti của cậu có giúp tôi không. Tôi trả lời là có. Tôi hồi hộp hỏi Sean tính trở lại bệnh viện làm hay sao, Sean bảo không, cậu chỉ trở lại để trả tôi năm đô-la cậu mượn hai tháng trước. Dĩ nhiên tôi còn nhớ nhưng không quan tâm. Sean dúi vào tay tôi tờ bạc năm đô-la. Để cậu không còn lo lắng chuyện nợ nần, tôi cầm lấy. Sean thú nhận ngày nghỉ việc cậu không có tiền nhưng không biết nói sao để khất nợ. Chúng tôi cùng cười. Sau đó Sean đi. Tôi bắt tay từ giã nhưng không tiễn cậu ra đường như lần trước. Từ đó đến nay, mấy chục năm chúng tôi chưa gặp lại nhau. Khu Sean ở là khu băng đảng và gần như mỗi tuần đều có những vụ bắn giết xảy ra. Tôi thường để ý tên người bị giết, bị bắt và bị tù nhưng không có tên Sean hay hình ảnh một người nào đó giống Sean trên mặt báo. Tôi biết mình chỉ lo xa mà thôi vì trong đáy lòng tôi, Sean, ngoại trừ một phút giây lầm lỡ, khó có thể lâm vào con đường bắn giết hay tù đày vì bản chất của cậu là người rất thiện.

Tôi không tin có màu da tốt và màu xa xấu nhưng chỉ có con người tốt và con người xấu. Điều kiện kinh tế, môi trường xã hội và cơ hội giáo dục đã làm con người lớn lên theo nhiều ngã khác nhau. Nếu Thống đốc Deval Patrick của tiểu bang Massachusetts này không may mắn được học bổng của Milton Academy để thoát ra khỏi vùng Nam Chicago đầy tội ác vào năm lớp tám mà tiếp tục lớn lên ở đó thì ngày nay chưa chắc đã có một thống đốc da đen đầu tiên của nước Mỹ mà có thể đã bị bắn, bị tù vì phạm pháp như hàng ngàn thanh thiếu niên da đen khác vùng Nam Chicago. Một người có tâm hồn đẹp và lòng nhân ái rộng như Sean nếu có cơ hội học hành, thoát ra khỏi môi trường Roxbury sớm biết đâu đã gặp nhiều thành công lớn trong xã hội.

Khi nghĩ đến người thân thiết chúng ta thường nghĩ đến những người đã gắn bó với mình một phần đời không thể nào quên, những tri kỷ, những người bạn thuở hai mươi với tâm hồn cháy bỏng hay những người đã từng sống chết có nhau nhưng thường không để ý đến những người đã đến và đi trong khoảnh khắc. Không phải những người chúng ta quen mười năm, hai mươi năm mới gọi là bạn và những người sống với nhau chỉ một hay hai ngày không là bạn.

Dòng đời như sợi tơ dài, những người bạn đã đến và đi nhiều khi không để lại một dấu tích gì nhưng thiếu họ sợi tơ có thể đã đứt đi một quãng. Họ là những chiếc gút nối lại những hoàn cảnh khó khăn, chiếc cầu bắt qua những chặng thăng trầm và chúng ta phải luôn tri ân họ như cành hoa biết cám ơn những giọt sương mai nhỏ xuống cuộc đời mình.

TÔI BAY QUA CUỘC ĐỜI NHƯ CHIẾC LÁ

Nhà văn Lương Thư Trung, hiện đang cư ngụ tại Houston có lần thắc mắc tại sao tôi thường viết về những chiếc lá. Bởi vì, cuộc đời tôi như cuộc đời một chiếc lá.

Một ngày rảnh rỗi nhà văn Lương Thư Trung ngồi đọc tập thơ của tôi *Đổi cả thiên thu tiếng mẹ cười*, sau đó viết một bài Người tiều phu và những chiếc lá vàng với những câu rất đẹp: *"Đất trời rồi sẽ chuyển sang mùa theo sự vận hành của vũ trụ. Những chiếc lá vàng*

Ảnh: Nguyễn Cao Nam Trân

rồi sẽ rơi rụng, bay đi, bỏ lại bên trời những cành, những nhánh khẳng khiu, buồn thảm đến ngậm ngùi... Trong dòng đời, với biết bao lần ngụp lặn, chìm đắm trong bể khổ trầm luân, giông tố, bão bùng... Rồi bức tranh vân cẩu cũng phải tan đi, để trả lại trần gian này một chút nắng ấm mặt trời, để trả lại cho con người một cõi an nhiên, thanh tịnh. Cao đẹp biết bao khi có những con người hy sinh đời mình tự nguyện làm một người tiều phu với tấm lòng từ bi đi khắp bốn phương tám hướng gom góp từ nhánh củi, cọng rơm, ngọn cỏ đến những chiếc lá vàng khô để đốt lửa soi đường, sưởi ấm nhân sinh! Hạnh phúc thay được làm một nhà thơ! Hạnh phúc thay được làm một người tiều phu với tấm lòng từ bi đi góp nhặt những chiếc lá vàng!".

Anh gởi bài viết đó tặng tôi. Chính tôi cũng lấy làm ngạc nhiên mình dùng chữ lá nhiều đến thế. Có lẽ vì lá gần gũi tôi trong một khoảng đời niên thiếu khá dài:

Con đi góp lá nghìn phương lại

Đốt lửa cho đời tan khói sương.

Hay

Đừng khóc mẹ ơi hãy ráng chờ

Ngậm ngùi con sẽ giấu trong thơ

Đau thương con viết vào trong lá

Hơi ấm con tìm trong giấc mơ.

Hay

Ai về qua phố Hội An

Mua dùm tôi tấm lụa vàng Duy Xuyên

Tôi đi quét lá trăm miền

Mẹ ngồi dệt sợi ưu phiền quanh năm.

Hay

Mỗi buổi sáng tôi một mình ôm chổi
Quét lá vàng như quét nỗi cô đơn
Lá vẫn rụng khi mỗi mùa thu tới
Như đời tôi tiếp nối chuyện đau buồn.

Hay

Một chiếc lá vừa rơi trên nấm mộ
Thu đã về rồi đó phải không em
Anh chợt thấy bàng hoàng trong tuổi dại
Một tình thương tha thiết sẽ không quên.

Hay

Em đừng hỏi ta mong về quê cũ
Chiếc lá khô còn nhớ cội thương cành
Ta chẳng lẽ bước chân đời lê mãi
Nơi quê người làm một kẻ lưu dân.

Hay

Cho tôi nhặt chiếc lá vàng trước ngõ
Viết bài thơ tha thiết hiến dâng đời
Chút chân tình trang trải với muôn nơi
Rất nhỏ bé nhưng vô cùng sâu rộng.

Hay

Mỗi chiếc lá như chừng nghe hơi thở
Mỗi cành cây như có một linh hồn
Ta sẽ về sống lại môt lần thôi
Em sẽ khóc như chưa hề được khóc.

Hay

Ai mang em trên đường đi vượt biển

Chẳng kịp về thăm góc phố năm xưa

Em bỏ đi như lá bỏ quên mùa

Như giọt nước quên tấm lòng biển cả.

Và nhiều nữa, số phận của chiếc lá gắn liền với câu chuyện đời tôi.

Ngày xưa khi trọ học ở chùa Viên Giác, tôi nhỏ nhất trong chùa nên được giao công việc quét lá. Anh Hùng Anh gánh nước, anh Sáu tưới rau, còn tôi không làm được những chuyện đó nên chỉ lo làm sạch sân chùa.

Không ai có phòng ngủ riêng. Năm đầu tôi ở chung phòng với chú Điển, bây giờ là Hòa thượng Thích Như Điển. Mấy năm sau tôi dọn sang ở với các chú điệu cùng lứa tuổi trong căn phòng sát dưới gốc đa. Các chú điệu rất vô tư. Nằm xuống là ngủ ngay. Đúng giờ thức dậy đi tụng kinh khuya. Tụng kinh xong lại đi ngủ tiếp. Các chú hoạt động tự nhiên như những chiếc máy. Ít cười và ít nói. Tôi cũng cùng tuổi nhưng không như các chú, đêm nào khi tới phiên mình đánh chuông xong, tôi thường nằm bên hiên chùa nghe tiếng lá reo. Nhất là mùa thu, tiếng lá rung như một điệu nhạc.

Ở chùa Viên Giác ngày đó có thầy Giải Nguyên. Thầy đi tu khi tuổi đã về già sau khi đã nếm đủ hương vị đắng cay, thăng trầm, vinh nhục của cuộc đời. Thầy là một trong những người giàu có ở Duy Xuyên bỗng dưng phát nguyện xuất gia. Năm đó thầy đã ngoài sáu chục tuổi. Những người già thường ít ngủ. Thầy cũng thế. Khi thấy tôi nằm trên bệ xi-măng trước chùa, thầy cũng đến ngồi gần. Thầy kể tôi nghe nhiều chuyện vui buồn trong đời thầy. Nhưng dù chuyện gì cũng chỉ để dẫn đến một lời khuyên dành cho tôi, đời là bể khổ và chỉ có đi tu là con đường giải thoát.

Tôi không phản đối cách giải thích của thầy nhưng bạch với thầy tôi không muốn đi tu. Tôi chỉ là người trọ học và một ngày không xa tôi sẽ ra đi. Tương lai của tôi nằm phía bên kia cổng tam quan chứ không phải bên này. Dường như tôi sinh ra đời này chỉ để đi xa. Đi theo chọn lựa và nhiều khi không có quyền chọn lựa.

Nhìn lại chặng đường mình đã trải qua, tôi thường nghĩ đến những hạnh phúc nhiều hơn là gian khổ. Tôi nghĩ đến những người tôi đã mang ơn. Nhiều lắm. Từ những đứa bạn nhỏ chắt chiu những đồng tiền lẻ của cha mẹ cho để chia sẻ với tôi cho đến mẹ Hòa Hưng, người đã nuôi tôi chín năm thử thách nhất của đời mình.

Thời gian ở Viên Giác là thời gian cô đơn về tinh thần và khắc khổ về vật chất. Chùa rất nghèo. Không có ruộng đất như các chùa ở ngoại ô như Long Tuyền, Phước Lâm, Chúc Thánh. Nếu các bác có đi chợ cũng chỉ để mua sắm chút nấm, chút mì căn cho thầy, phần lớn chúng tôi ngày hai bữa sống nhờ vào thửa rau lang trồng trước

Tổ đình Chúc Thánh, Hội An. Ảnh: Hoài An

sân chùa và những hủ chao do các bác bên Cẩm Nam mỗi tháng hai kỳ sang làm giúp.

Các thầy, các chú lớn tuổi đi đám ma chay còn được cúng dường tiền bạc để chi dùng riêng tư, không ai cúng dường cho đứa bé như tôi. Đời tư của tôi không ai biết. Thầy chỉ hỏi một câu khi tôi đến và sau đó không hỏi nữa. Họa hoằn lắm mới có một người bà con từ trên quê xuống đi chùa, tình cờ nhận ra, vuốt tóc tôi vài cái, nói đôi lời an ủi rồi ra đi.

Cô tôi, chị của ba tôi, là người quan tâm đến tôi nhiều nhất sau khi ba mẹ tôi qua đời nhưng chưa bao giờ có dịp để vào thăm tôi. Tôi chỉ là khách trọ trong chùa, đến không ai hay và đi không ai tiễn. Ngoại trừ những chiếc lá rung như một điệu nhạc buồn trong một ngày đầu thu, gần năm năm sau, tôi "một mình làm cả cuộc phân ly" để từ giã chùa Viên Giác.

Dù sao, những cực khổ của thuở thiếu thời đã trở thành phân bón cho những bông hoa tình người trong khu vườn mùa xuân của đời tôi nở rộ, để hôm nay khi nghĩ đến Viên Giác tôi cảm thấy thật êm đềm. Tiếng chuông chùa, lời kinh khuya đã nhẹ nhàng đi vào tuổi thơ tôi, đã chuyển hóa tâm hồn chất đầy oan nghiệt của tôi mà nhiều khi tôi không biết.

Những người có cuộc đời nhiều chịu đựng thường phải biết vượt qua, đôi khi bằng cố gắng và đôi khi chỉ bằng cách ngẩng đầu lên mà đi, khinh thường những chướng ngại. Tôi có cả hai. Bây giờ khi nóng tính, khi quá hăng say về một chuyện gì dù đúng hay sai tôi cũng biết dừng lại và biết lắng nghe, không khinh thường sự việc như ngày còn trẻ. Không có những ngày ở Viên Giác, khu vườn đời tôi sẽ buồn bã, khô khan, điêu tàn và trống vắng biết bao nhiêu. Thật vậy, chỉ có tình thương mới thật sự là mùa xuân vĩnh cửu của con người.

Phần II

VIẾT NGẮN

CHIẾC BÁNH PECAN

Những ngày cuối tháng Tư năm nay tôi ở Las Vegas. Tôi đến thành phố cờ bạc này nhiều lần chỉ vì các công ty kỹ thuật hay tổ chức hội nghị ở đây. Lần này lái xe từ Arizona qua và có dắt vợ con theo.

Thứ Bảy vừa rồi ghé ăn trưa ở Bellagio Hotel. Trên quày thức ăn có bánh Pecan. Lấy một chiếc, chụp một tấm hình nhưng không ăn ngay. "Sao anh cứ nhìn hoài mà không ăn", vợ hỏi. "Anh có kỷ niệm với loại bánh này", tôi đáp. "Anh có nhiều kỷ niệm quá, chiếc bánh Pecan cũng có kỷ niệm", vợ nói như than thở.

Ngày mới định cư ở Mỹ tôi xin được một việc làm trong nhà kho của một hãng điện tử. Nhà bếp hay bán bánh Pecan. Trong bữa ăn trưa, mỗi tuần một hai lần, tôi mua thêm một chiếc bánh Pecan nhỏ để ăn tráng miệng. Tôi chỉ thích ăn loại bánh này. Vì lương rất thấp nên ăn tráng miệng cũng là một tiêu chuẩn cao.

Người đàn bà da đen ngồi ở quầy tính tiền rất có cảm tình với người Việt tỵ nạn. Bà làm ở nhà ăn chỉ vài giờ một ngày. Dường như hiểu được khó khăn nên khi quen biết nhau bà không tính tiền chiếc bánh. Cũng vì bà không tính tiền nên từ đó tôi không mua bánh Pecan nữa. Bà hiểu và giải thích: *"Vì tôi làm trong nhà bếp nên không phải trả tiền ăn trưa, chiếc bánh của cậu chẳng qua là tính vào phần bánh tráng miệng của tôi thôi, đừng ngại gì cả"*.

Tôi biết đó chỉ là cách nói để tôi an tâm nên cũng không mua bánh. Thỉnh thoảng khi đến phiên tôi tính tiền bà với tay lấy chiếc bánh Pecan để sẵn bên cạnh máy tính tiền và đặt vào khay thức ăn của tôi. Vì nhiều người còn sắp hàng phía sau, chẳng lẽ đưa qua đưa lại khó coi, tôi im lặng nhận bánh và nói hai tiếng "thank you" rất nhỏ.

Một ngày nọ trong khi trả tiền cho bữa ăn trưa, tôi báo cho bà biết thứ Sáu tôi sẽ ngưng làm việc ở đây. Bà tỏ ra xúc động và thắc mắc nếu tôi có đến nhà ăn vào trưa thứ Sáu. "Vâng. Tôi sẽ đến để chào tạm biệt bà", tôi hứa. "Nhớ nhé", bà nhắc.

Thứ Sáu tôi phải lo giấy tờ ở phòng nhân viên, ngồi chờ lãnh tuần lương cuối cùng và khi xong mọi thứ, giờ ăn trưa đã hết. Tôi nghĩ giờ này chắc bà đã về nên tôi cũng ra về. Khi tới cổng công ty, tôi quay lại và chạy lên nhà ăn lần chót chỉ để chắc là bà đã ra về và mình sẽ không vướng mắc trong lòng về sau khi nghĩ đến.

Nhà ăn vắng hoe vì đã hết giờ, nhưng bà già vẫn còn ngồi chờ với chiếc bánh Pecan.

Tôi mừng quá sức và thầm tự khen mình đã biết quay trở lại, nếu không bà sẽ thất vọng biết bao nhiêu. Bà lại tặng tôi chiếc bánh Pecan. Lần này tôi nói cám ơn và đưa tay lấy nhưng không do dự. Tôi chào tạm biệt, chúc bà sức khỏe và mong có dịp trở lại thăm bà. (Sau này tôi có trở lại nhưng bà đã thôi việc từ lâu). Bà chúc tôi học hành giỏi để có công việc tốt.

Bước đến chân cầu thang tôi ngoái đầu nhìn lại, bà còn ngồi đó nhìn về hướng tôi đi như người mẹ nhìn theo bóng con lên đường. Thật cảm động. Một bà già da đen ở Mỹ, một thanh niên da vàng tỵ nạn từ Việt Nam xa xôi, gặp nhau trong không gian tình người mênh mông như dải Ngân hà.

Trong một bài khác tôi đã viết, dòng đời như sợi tơ dài, những người đã đến và đi nhiều khi không để lại nhiều dấu tích, nhưng thiếu họ sợi tơ có thể đã đứt đi một quãng. Họ là những chiếc gút, nối lại những hoàn cảnh khó khăn, chiếc cầu bắc qua những chặng thăng trầm, và chúng ta nên luôn tri ân họ như cành hoa biết cám ơn những giọt sương mai nhỏ xuống cuộc đời mình.

NHÌN LARUNG GAR LẦN CUỐI

Một Lạt ma trẻ nhìn xuống Học viện Larung Gar và có thể đó cũng là lần cuối. Nếu không có áp lực nào, và chắc cũng không một áp lực nào, buộc Trung Cộng thay đổi ý định, vài hôm nữa một phần lớn của tu viện nổi tiếng thế giới này sẽ bị phá hủy.

Larung Gar không chỉ là học viện mà còn là biểu tượng văn hóa Phật giáo Tây Tạng và lý do phá hủy cũng không phải vì đông đúc, thiếu an toàn như Trung Cộng viện lý do nhưng chính là nhằm xóa bỏ giá trị văn hóa.

Bởi vì, như tổ chức Human Right Watch phản bác, nếu chính quyền Trung Cộng cho là đông đúc thì thay vì phá hủy mà giải pháp đơn giản là xây thêm nhiều tu viện khác.

Từ khi chiếm đóng Tây Tạng năm 1950 đến nay, mục tiêu cuối cùng của nhà cầm quyền Trung Cộng là xóa bỏ Tây Tạng, một quốc gia có chủ quyền, toàn vẹn lãnh thổ, có chính phủ, đơn vị tiền tệ và được hầu hết các quốc gia trên thế giới công nhận.

Chính sách xóa bỏ Tây Tạng của Trung Cộng được thực hiện bằng hai cách, (1) diệt chủng văn hóa (ethnocide) nhằm hủy diệt các giá trị văn hóa; và (2) đồng hóa chủng tộc qua việc định cư ồ ạt người Hán vào Tây Tạng.

Năm 1949, chỉ vỏn vẹn 300 đến 400 người Hán định cư ở Lhasa, thủ đô Tây Tạng, nhưng hiện nay tính trên toàn lãnh thổ, người Tây

Tạng đã trở thành thiểu số trên chính quê hương mình. Lịch sử vàng son của Tây Tạng đang chìm dần vào quá khứ.

Trong lúc tình cảm của nhân loại yêu chuộng tự do và hòa bình dành cho Tây Tạng luôn tràn đầy, thực tế chính trị cho thấy khả năng Tây Tạng được độc lập lần nữa phải gắn liền với sự tan rã của Trung Cộng, giống như trường hợp của các nước vùng Baltic trong cơ chế cộng sản Liên Xô trước đây.

Tây Tạng là một bài học trước mắt cho người Việt Nam còn quan tâm đến tiền đồ đất nước.

Như người viết đã có lần viết đến, nhìn Tây Tạng để thấy nếu chỉ biết tôn vinh quá khứ mà làm ngơ trước hiểm họa Trung Cộng hôm nay, rồi lịch sử dân tộc Việt với những chiến công hiển hách của các thời Ngô, Đinh, Lý, Trần cũng sẽ chỉ là những tấm bia trong một ngôi đền cổ.

Nếu tất cả chúng ta đều im lặng, làm ngơ, chịu nhục trước hiểm họa Trung Cộng, rồi bốn ngàn năm nữa, những đứa trẻ dòng Việt tộc đi ngang qua di tích đền Hùng, sẽ căm hận biết bao khi nghĩ về tổ tiên nhu nhược của chúng vào bốn ngàn năm trước đó.

ĐẤT VÀ KHOAI

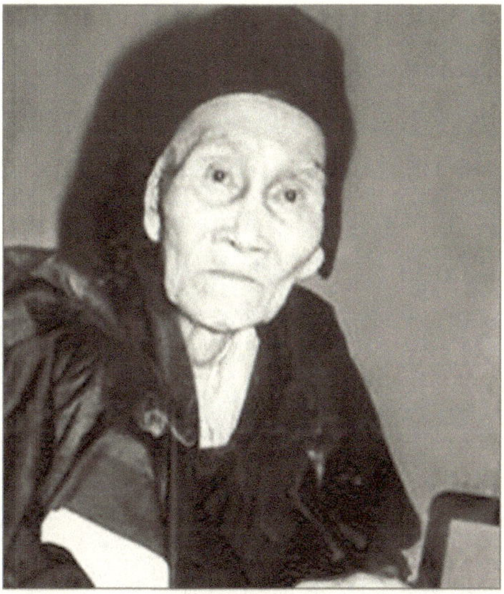

Cố Đại Lão Hòa thượng Thích Giác Nhiên (1878 - 1979), Đệ nhị Tăng Thống Giáo hội Phật giáo Việt Nam Thống nhất

Những ngày còn ở Viên Giác, trước chùa trồng mấy luống rau lang nên món ăn chính của chúng tôi là rau lang. Rau lang xào, rau lang nấu canh, rau lang luộc, nói chung là lang đủ thứ. Ngoài những luống trồng để chỉ ăn rau cũng có một vài luống trồng lấy củ nên chúng tôi thỉnh thoảng cũng được ăn khoai lang. Ăn uống nhiều năm như thế thành một thói quen nên sau này sang Mỹ đời sống tuy tốt hơn tôi vẫn thích ăn khoai lang.

Bà xã biết nên gần như mỗi tuần một hai lần trước khi đi làm, nấu chín vài củ khoai lang bằng microwave và để sẵn trên bàn. Tôi thức dậy, pha cà phê, đọc email và ăn điểm tâm bằng mấy củ khoai lang. Với tôi, khoai không chỉ là món ăn ưa thích mà còn là một nhu cầu tình cảm. Tôi không sống trong quá khứ nhưng không bao giờ quên quá khứ. Tôi trân trọng những kỷ niệm dù rất nhỏ đã đi qua trong cuộc đời mình.

Ngoài khoai lang ở chùa Viên Giác, một câu chuyện về những củ khoai lang thật đậm đà đạo vị của đức Đệ nhị Tăng Thống Giáo hội Phật giáo Việt Nam Thống nhất Thích Giác Nhiên mà tôi có dịp nghe mấy chục năm trước nay vẫn chưa quên.

Một lần tôi đi chung xe với anh Thiện Hải, một người anh trong Gia đình Phật tử và may mắn được nghe anh kể chuyện về đạo hạnh của đức Đại lão Hòa thượng Thích Giác Nhiên.

Chuyện rằng sau khi Đức Đệ nhất Tăng Thống Thích Tịnh Khiết viên tịch, ngài được tấn phong lên làm Đệ nhị Tăng Thống của Giáo hội Phật giáo Việt Nam Thống nhất. Dù là lãnh đạo tinh thần tối cao của nhiều triệu tín đồ Phật giáo Việt Nam, đời sống của ngài không có một chút gì thay đổi. Ngoại trừ những ngày đại lễ phải chuẩn bị thông điệp chúc lành đến chư tôn giáo phẩm và đồng bào Phật tử toàn quốc, ngài vẫn trụ trì Tổ đình Thiền Tôn ở Huế và cùng với chúng điệu chăm sóc khu vườn chùa. Đời sống chính của chùa là mấy luống khoai lang.

Ôn Thiền Tôn sinh năm 1878, nên khi được giáo hội tấn phong vào chức vụ Tăng Thống Giáo hội Phật giáo Việt Nam Thống nhất vào năm 1973, ngài đã 95 tuổi. Tuy tuổi rất cao, ngài có sức khỏe rất tốt và trí tuệ vô cùng minh mẫn. Ngài nhớ những chuyện 80 năm trước một cách chi tiết như những chuyện vừa mới xảy ra hôm qua.

Một lần trước 1975, anh Thiện Hải không nhớ chính xác ngày nào, một phái đoàn đông đảo chư tôn đức lãnh đạo hội đồng lưỡng viện gồm Viện Tăng Thống và Viện Hóa Đạo của giáo hội từ Sài Gòn và các tỉnh ra Huế đảnh lễ Đức Tăng Thống. Khi đoàn xe nhiều chiếc đến trước cổng chùa, chư tôn đức bước xuống nhưng ngạc nhiên chùa sao vắng vẻ, không một thầy nào ra đón. Thì ra, hôm đó là ngày thu hoạch khoai của chùa.

Khi được báo, Đức Tăng Thống từ ngoài vườn bước ra đón phái đoàn nhưng trên tay ngài vẫn còn một rổ khoai lang nhỏ. Chắc ngài chọn để nấu bữa cơm trưa. Thông điệp chào mừng của Đức Tăng Thống dành cho chư tôn đức thuộc Hội đồng Lưỡng Viện chỉ vỏn vẹn "Ra chi mà đông rứa". Sau đó, ngài dặn chúng điệu đi rửa thêm khoai để nấu đãi phái đoàn. Hôm đó Hòa thượng Viện trưởng, các Hòa thượng Phó Viện trưởng, các Thượng tọa Tổng Vụ trưởng Viện Hóa Đạo và lãnh đạo giáo hội các tỉnh thọ trai ở Tổ đình Thiền Tôn Huế bằng khoai lang.

Phật giáo chuyển hóa một cách hài hòa vào mỗi dân tộc. Tinh thần đó không phải chỉ diễn ra ở Việt Nam mà nhiều nơi trên thế giới. Trong cái chung phát xuất từ *Kinh Luật Luận* của Đức Bổn Sư Thích Ca Mâu Ni vẫn có những nét riêng của Phật giáo Tây Tạng, Phật giáo Nhật Bản, Phật giáo Trung Hoa... và Phật giáo Việt Nam.

Từ khi hạt giống từ bi của đức Phật được gieo rắc trên mảnh đất vua Hùng, Phật giáo không chỉ là đạo Phật như đạo Phật Ấn Độ, đạo Phật Trung Hoa, đạo Phật Tích Lan nhưng là đạo Phật Việt Nam. Đạo Phật tại Việt Nam vui cùng niềm vui của dân tộc và cũng có lúc đã khóc chung một dòng nước mắt Việt Nam. Một Chử Đồng Tử không tấm khố che thân, hay các bậc quốc sư dày công giữ nước như Vạn Hạnh thiền sư, Khuông Việt đại sư, cũng đều mang một tinh thần Phật giáo giống nhau.

Phật giáo không chủ trương độc tôn và cũng chưa bao giờ trong lịch sử Việt Nam Phật giáo đóng một vai trò như thế. Trong thời đại Lý - Trần, thời đại vàng son của Phật giáo Việt Nam, nhiều nhà sư đã tham gia trực tiếp vào việc trị nước chăn dân và hầu hết vua chúa không những là Phật tử mà còn là tổ của các Thiền tông nhưng không phải vì thế mà Phật giáo trở thành lực lượng thống trị xã hội; trái lại, các đạo giáo khác vẫn tồn tại và có ảnh hưởng quan trọng trong mọi sinh hoạt văn hóa xã hội Việt Nam.

Dân tộc Việt Nam và Phật giáo Việt Nam như đất và khoai. Phật giáo Việt Nam là những củ khoai lang được nuôi dưỡng bằng đất dân tộc Việt Nam và chất đạm của khoai lang đã làm đất đai thêm màu mỡ.

Câu chuyện củ khoai lang của Đức Tăng Thống Thích Giác Nhiên đơn giản nhưng nói lên đạo hạnh của ngài mãi đẹp như ánh trăng tròn sáng soi trên dòng sông huyền nhiệm. Một vài cụm mây đen tha hóa có thể làm bầu trời tối đi trong chốc lát nhưng không thể nào che khuất mãi vầng trăng.

PHÁP DANH CỦA TÔI

Đời tôi gần giống như cuộc đời của cậu bé mồ côi ở Viện Dục Anh trong văn Vũ Trọng Phụng. Chúng tôi đều sinh ra dưới một ngôi sao xấu. Từ những ngày còn bé tôi đã không có một cái gì để gọi là riêng tư. Đời tôi gắn liền với tập thể, lớn lên và nương tựa vào tập thể. Không có tập thể tôi không sống được. Không có tập thể, tôi sẽ cảm thấy trơ trọi và lạc lõng trong rừng đời.

Tập thể là nước để tôi uống, là hơi để tôi thở, là gia đình, là niềm vui và cũng là chiếc dù che nắng trong hành trình nhiều đại hạn của

Tam quan chùa Viên Giác (Hội An)

đời tôi. Ngay cả bây giờ khi khôn lớn, tập thể vẫn đóng một phần quan trọng trong sinh hoạt tinh thần của tôi. Một trong những tập thể mà tôi luôn gắn bó: Gia đình Phật tử Việt Nam.

Hành trang đi vào cuộc đời của tôi là những vốn liếng tôi học được từ Gia đình Phật tử. Ngày bỏ làng Mã Châu ra đi, tôi không có gì để mang theo ngoài tinh thần Bi - Trí - Dũng, những hạt giống đầu tiên được gieo trồng trong tâm hồn tôi từ thuở ấu thơ. Tôi học để thương yêu người và vật, để khai phóng và dung hóa với tha nhân, để chịu đựng và vượt qua các thử thách của cuộc đời. Hơn ba mươi năm sau, những hạt giống tốt kia đã mọc thành cây xanh, trái ngọt. Từ một mức độ rất giới hạn và nhiều chủ quan, tôi nghĩ mình đã học và hành theo đúng phần nào các châm ngôn của một người Phật tử.

Tôi gia nhập Gia đình Phật tử từ những ngày còn rất nhỏ. Buổi sáng mùng tám tháng Chạp, nhân ngày lễ Đức Phật Thích Ca Thành Đạo, tôi hồi hộp theo cha đến chùa Ba Phong, ngôi chùa làng nho nhỏ nằm bên bờ sông Thu êm đềm chảy ra Cửa Đại để ghi tên vào Gia đình Phật tử Ba Phong. Hôm đó là một trong những ngày trọng đại của đời tôi.

Sau một thời gian sinh hoạt như một đồng niên, vào dịp lễ Phật Thích Ca Thành Đạo năm sau, cả đoàn chúng tôi được Đại Đức Thích Như Vạn từ Hội An về làm lễ quy y. Thầy bổn sư tôi có pháp hiệu là Như Vạn, theo nghĩa câu kệ "Ấn Chơn Như Thị Đồng" của tổ Minh Hải, được truyền thừa qua nhiều thế hệ tăng sĩ.

Trong lễ phát nguyện quy y Phật Pháp Tăng và thọ ngũ giới, đoàn chúng tôi quỳ sát nhau sau lưng Đại Đức Thích Như Vạn. Mỗi khi thầy đọc tên một đoàn sinh thì thầy cũng đọc thêm Pháp danh mà thầy đặt cho đoàn sinh đó. Phe con gái thì không cảm thấy gì lạ với những tên đạo Thị Diệu, Thị Trang, Thị Từ, Thị Hạnh… của họ nhưng khi thầy đọc pháp danh của tôi thì cả đoàn, cả trai lẫn gái cùng bật tiếng cười ồ, dù đang làm lễ trước chánh điện. Còn tôi thì dĩ nhiên khi nghe tên đạo của mình, tôi ngượng đến điếng người. Khóc không được nhưng cười cũng không xong. Ở lại thì không muốn chút nào mà bỏ đoàn ra về thì không dám. Lý do vì thầy đặt cho tôi một cái tên rất là con gái: Thị Nghĩa.

Tôi buồn vì cái tên Thị Nghĩa này lắm. Trong truyền thống của Gia đình Phật tử, từ huynh trưởng đến đoàn viên, đều gọi nhau bằng pháp danh thay vì bằng tên thật. Thật khó chịu biết bao khi nghe các anh các chị gọi tôi là Thị Nghĩa. Nhiều lần tôi định sẽ quy y lại một lần nữa và với một thầy khác. Mục đích duy nhất là để được đặt một pháp danh dễ nghe hơn là pháp danh Thị Nghĩa quê mùa và con gái mà tôi đang có.

Gia đình Phật tử ở quê tôi coi như tan rã kể từ sau khi cộng sản mở cuộc tổng công kích Tết Mậu thân 1968. Các anh chị huynh trưởng, một số đi theo cộng sản, một số đi lính cộng hòa, một số khác bỏ làng ra Đà Nẵng tìm cách sinh sống, làm ăn. Đám đoàn viên chúng tôi từ đó như đám chim non bay tán loạn đầy trời. Tôi bay lạc xuống thị xã Hội An và đậu dưới gốc đa chùa Viên Giác.

Tam quan Tổ đình Phước Lâm (Hội An). Ảnh: Hoài An

Trong những ngày ở Hội An, tôi may mắn gặp lại bổn sư Thích Như Vạn trong một dịp thầy tới thăm chùa. Câu đầu tiên, sau khi vấn an thầy, là tôi phàn nàn ngay việc thầy đã ban một pháp danh rất đàn bà con gái không thể nào chấp nhận được. Tôi bạch với thầy rằng, thầy là bậc tu hành nên không thể hiểu được nỗi khổ đau của một kẻ có tên mà không muốn ai gọi.

Thầy cười và giải thích các triết lý sâu xa của từng chữ, từng câu trong bài kệ tám câu của tổ Minh Hải mà chúng tôi được vinh dự kế thừa. Theo thứ tự mỗi chữ trong câu "Ấn Chơn Như Thị Đồng" có nghĩa là các đệ tử của Đại Đức Thích Như Vạn, dù nam hay nữ, dù xuất gia hay tại gia đều được bắt đầu bằng chữ Thị. Tôi hiểu được một phần nào, nhưng thú thật, đối với một thiếu niên mười bốn, mười lăm tuổi, không phải dễ dàng chấp nhận cái tên của một cô con gái quê mùa Thị Nghĩa.

Tôi rời Hội An để vào đại học. Ở Sài Gòn tôi gần gũi với các tổ chức thanh niên sinh viên Phật tử, có dịp học hỏi dưới sự hướng dẫn của chư tôn đức. Đối với nhiều người, việc được làm đệ tử của các tôn đức trong hội đồng lãnh đạo của giáo hội là một điều khó khăn nhưng với tôi có lẽ không phải là một điều quá khó. Tuy nhiên, cái toan tính trẻ con thay tên đổi họ, quy y thêm một lần nữa ngày xưa cũng đã thật sự chết đi khi tôi đến tuổi trưởng thành.

Một buổi chiều tháng 10 năm 1973, một người bạn và cũng là người lãnh đạo của một tổ chức sinh viên Phật tử ghé qua thăm. Cậu ấy rủ tôi vào mùng Một tháng sau đi làm lễ Quy y ở Viện Hóa Đạo. Cậu đưa cho tôi xem một danh sách những thành viên trong tổ chức của cậu đã phát nguyện và khuyên tôi nên quy y để bạn bè làm theo. Nhìn sơ qua, tôi rất ngạc nhiên vì danh sách khá dài. Tôi hỏi người bạn: "*Chẳng lẽ chừng này Phật tử chưa có một người nào đã quy y trước hay sao?*". Bạn tôi đáp: "*Dù một số đã quy y rồi nhưng họ xin quy y lại vì đây là dịp may mới có một tôn đức lãnh đạo trung ương của giáo hội làm lễ thu nhận đệ tử*".

Tôi nghiêm khắc trả lời bạn tôi: "*Mình quy y từ hồi nhỏ và không có ý định quy y lần nữa vì làm như thế là không nên*". Người bạn hỏi tôi về pháp danh, tôi trả lời cho cậu ấy biết pháp danh của tôi là Thị Nghĩa.

Không giống như hồi nhỏ, mỗi khi nhắc đến pháp danh mình là mỗi lần mặt tôi đỏ bừng vì mắc cỡ, đêm đó tôi nói về pháp danh của mình một cách trang nghiêm và hãnh diện.

Tôi kể với người bạn về thầy tôi, một ông thầy tu quanh năm chỉ biết tu hành, làm ruộng, làm tương, gánh nước tưới rau ở Tổ đình Phước Lâm thuộc thị xã Hội An. Thầy tôi không tăm tiếng, không quyền lực. Thầy tôi không bận tâm đến chuyện trung ương hay địa phương, thầy Bắc hay thầy Trung. Không ai biết gì về Đại Đức Thích Như Vạn ngoài các đệ tử của ngài và tôi cũng chẳng cần ai biết đến thầy tôi. Với tôi, ngài là hình ảnh của một ngôi trong Tam Bảo mà tôi mãi mãi tôn thờ. Với tôi, ngài là trưởng tử của Như Lai, đi gieo hạt giống tình thương giữa lòng thế gian đau khổ nầy.

Phật tánh bao giờ cũng bình đẳng, không có trung ương hay địa phương, không có sang hay hèn, không có giàu hay nghèo. Thái Tử Tất Đạt Đa đã từ bỏ tất cả cung vàng điện ngọc để đi vào cuộc đời khổ đau bằng một chiếc áo vàng và đôi chân đất. Bài học giáo lý đầu tiên cách đây mấy chục năm tôi vẫn còn ghi nhớ.

Cách đây ba năm, tình cờ nơi đất khách tôi hân hạnh làm quen với Đại Đức Thích Hạnh Tuấn, là một trong các đệ tử xuất gia của thầy Thích Như Vạn. Thầy Hạnh Tuấn báo tôi biết rằng bổn sư của chúng tôi đã viên tịch. Tôi cảm thấy buồn. Có thể thầy chẳng hề nghĩ đến tôi, một đệ tử trong hàng ngàn đệ tử tại gia của Thầy. Nhưng đó không phải là điều quan trọng. Với tôi, điều quan trọng vì ngài là một trong Tam Bảo mà mỗi người Phật tử phải tôn kính. Thầy trò chúng tôi đã nối nhau bằng một mối dây đạo tính thiêng liêng. Sợi dây đó đứt đi trong kiếp nầy, tự nhiên tôi cảm thấy đau buồn. Thầy Hạnh Tuấn tặng tôi tấm hình của bổn sư chúng tôi. Tôi thỉnh bức hình về thờ để nhớ đến thầy, nhớ đến những kỷ niệm không thể nào quên trong thời thơ ấu ở quê hương.

Tôi viết lại những điều này không phải để ca ngợi đạo tính chung thủy của mình nhưng là để nhắc lại một quá khứ đáng quan tâm và ghi nhớ của Phật giáo Việt Nam trong một giai đoạn đầy khó khăn của dân tộc và đạo pháp.

Phật giáo, trong cũng như ngoài nước, đang đứng trước một kỷ nguyên mới nhưng với những thử thách cũ. Quá khứ vẫn còn đó và luôn luôn là một bài học quý giá cho tương lai. Chư tôn đức lãnh đạo Phật giáo trong và ngoài nước chắc đã có nhiều thời gian nhìn lại một chặng đường dài mà giáo hội đã đi qua và từ đó chọn một con đường thích hợp cho đạo Phật trong lòng dân tộc và nhân loại thời đại toàn cầu hóa.

NGÔI CHÙA LÀ DÒNG SÔNG

Trên lối ra vào của tòa nhà nơi tôi làm việc ở Boston có treo một bức họa một dòng sông chảy ngang qua ngọn đồi cỏ xanh. Dĩ nhiên, phải đẹp lắm mới được treo ngay trong hành lang rộng nơi mọi người đều đi qua. Khi có dịp nhắc tới bức tranh, tôi thường nói với các bạn đồng nghiệp, bức tranh đẹp nhưng cảnh thật của làng tôi còn đẹp hơn thế nhiều. Các bạn người Mỹ ít khi tranh luận những chuyện đẹp xấu phát xuất từ nhận xét chủ quan, và hầu hết là dân thành phố nên gật đầu cho qua chuyện nhưng chắc trong bụng không tin.

Thật ra, nét đẹp của dòng sông quê hương tôi là nét đẹp của kỷ niệm, của ký ức. Trong ý thức tôi, suốt nửa thế kỷ qua, dòng sông vẫn chảy một màu, rặng tre vẫn xanh suốt bốn mùa xuân, hạ, thu, đông. Không có sông xưa hay bến cũ. Chỉ một dòng sông và một bến bờ.

Thật vậy, tôi đã đến nhiều dòng sông lớn như sông Yamuna, sông Hằng, sông Seine, sông Thames, sông Danube và nhiều sông đẹp ở Mỹ. Nhưng với tôi không dòng sông nào êm đềm và thơ mộng như sông Thu Bồn. Những chiếc ghe chài đậu dưới hàng tre đang nghiêng nghiêng soi bóng, đàn bò gặm cỏ, tiếng hò nhặt khoan.

Tôi ý thức về buồn, vui rất sớm. Những ngày còn nhỏ ở Duy Xuyên, khi có chuyện gì làm mình buồn tôi thường ra ngồi bên bờ sông. Từ nhà tôi ra sông chỉ cách một rặng tre. Khi vui tôi đi với bạn bè thả diều, câu cá nhưng khi không vui tôi chỉ đi một mình. Và tôi ngồi ở đó cho đến khi vơi buồn tôi mới trở về.

Bây giờ không có sông. Trước nhà tôi là một Thiền Viện. Giống như khi còn nhỏ ra sông, ở đây khi có việc không vui trong lòng tôi đến ngồi im trước Đức Phật. Không cầu xin và ngay cả không lạy Phật. Chỉ vái ba vái như một cách chào và ngồi xuống. Trong bóng tối mờ mờ, tôi chỉ thấy nụ cười của Đức Phật. Tôi im lặng để gạn lọc lớp bùn dơ đục trong ý thức của mình. Khi nhẹ lòng tôi đứng dậy ra về.

Nhắc chuyện trong đục tôi nhớ có đọc một câu chuyện về những lời dạy của Đức Phật trong một tạp chí Ấn Độ. Câu chuyện này cũng được nhắc lại trong các sách tiếng Việt, dù có khác ít nhiều.

Ngày nọ trên đường hành đạo, Đức Phật sai ngài A Nan đi lấy nước. Đức Phật bảo ngài A Nan trở lại dòng sông nhỏ mà Đức Thế Tôn và ngài A Nan vừa đi qua để lấy nước. Ngài A Nan bạch với Đức Phật rằng dòng sông đó vừa có một đoàn xe hai bánh chở đầy thóc lúa được những nông dân đẩy qua nên làm cho nước đục. Phía trước một đoạn đường không xa có một dòng sông khác nhưng nước chắc trong veo. Từ đây đến đó cũng bằng đoạn đường từ đây trở lại dòng sông cũ, nếu đi tiếp sẽ gặp nước trong. Nhưng Đức Phật nhấn mạnh ngài A Nan nên trở lại dòng sông cũ và nhớ phải lấy nước trong chứ đừng lấy nước đục.

Ngài A Nan dĩ nhiên vâng lời. Thị giả của Đức Phật ôm bình trở lại dòng sông cũ. Quả nhiên nước đục ngầu. Đoàn nông phu và đoàn xe hai bánh đã đi qua nhưng họ cũng đã khuấy động lớp bùn dơ dưới đáy sông. Đức Phật dặn phải lấy nước trong. Ngài A Nan đặt bình xuống, ngồi bên bờ sông và thiền định. Khi ngài mở mắt nhìn, phía trước là một dòng sông trong vắt. Ngài A Nan lấy đầy bình nước và trở lại nơi Đức Phật đang chờ. Trên đường về nhớ lại những lời Đức Thế Tôn dặn, ngài hiểu rằng Đức Phật chỉ mượn việc đi lấy nước để giảng về thiền định.Ý niệm trong con người cũng như nước trong sông khi những chất dơ lắng xuống, tâm sẽ trong sáng ra.

Vừa rồi tôi có kể lại chuyện bà Chín đối xử không tốt với tôi gần nửa thế kỷ trước. Có bạn khuyên tôi nên tha thứ, có bạn khuyên phải thông cảm cho bà, có bạn trách tôi sao lại đeo mang gánh nặng trên đường sau mấy chục năm. Bài viết thật ra không liên quan đến oán ghét, trách móc, căm hận đeo mang gì cả. Từ năm 13 tuổi, tôi đã không giận hờn bà. Nhiều người bà con ruột thịt của tôi còn đối xử với tôi tệ bạc hơn nhiều. Nếu tôi vướng vào những hệ lụy đó có thể tôi đã chết, theo cả nghĩa đen lẫn nghĩa bóng, từ lâu rồi.

Điều tôi muốn gởi gắm trong bài viết ngắn là mỗi người nên nghĩ thật, sống thật với chính mình và đón nhận mọi hoàn cảnh đến với mình bằng một tâm không bụi bặm, không thù oán. Mỗi người, mỗi sự vật đến trên đời này đều có lý do riêng. Nghiệp duyên mỗi người mỗi khác. Đừng trách ai mà phải biết chấp nhận những cái không như mình muốn nhưng đã cùng có mặt trong cùng một không gian và thời gian với mình, để từ đó vươn lên trong nhẹ nhàng, an nhiên và không bị vướng vào chấp. Trong dải thiên hà mênh mông vô số những vì sao, thoạt nhìn tưởng rằng mỗi vì sao riêng rẻ và độc lập nhưng không, chúng rất cần nhau nhưng đồng thời cũng có tướng dụng riêng. Từ bi, hỷ xả không đến từ những lời dạy tôn giáo, trong trường hợp tôi là Đức Phật, mà đến từ một tâm trong sáng của chính mỗi người.

Nói vậy không có nghĩa là tôi sống thật và nghĩ thật được hết. Tôi còn rất nhiều điểm xấu, phải nói là quá nhiều điểm xấu, để thay đổi. Tôi cũng nhỏ nhoi và phàm tục nên không thể tự ngồi sau vườn mà phải sang chùa nhờ uy nghiêm của Đức Phật.

Ngôi chùa với tôi bây giờ là dòng sông thời thơ ấu.

TIẾNG CHUÔNG CHÙA

Một lần chợt nhớ tiếng chuông chùa ngày xưa, tôi email hỏi thầy trụ trì chùa Viên Giác chiếc đại hồng chung ngày đó còn dùng không. Thầy trả lời không, chùa đã đúc chuông mới lớn hơn nhưng chuông cũ vẫn còn đó. Thầy gởi tôi tấm hình chiếc chuông chùa đã dùng trong thời tôi còn ở đó. Thật cảm động khi nhìn lại hình ảnh thân quen của tuổi 13.

Khi còn trọ học ở Viên Giác, các anh lớn gánh nước tưới rau, còn tôi nhỏ nhất trong chùa nên được giao công việc quét lá và đánh chuông. Lâu quá rồi tôi không còn nhớ chính xác là phải đánh bao nhiêu tiếng nhưng khoảng nửa giờ đồng hồ. Tôi và các chú tiểu nhỏ tuổi chia phiên nhau nên không phải đêm nào cũng thức dậy sớm. Dù sao, với tuổi 13, 14 còn ham ngủ mà phải thức dậy lúc bốn giờ rưỡi sáng để đánh chuông là cả một cực hình.

Trong phòng chú Điển, tức Hòa thượng Thích Như Điển ở Đức bây giờ, có chiếc đồng hồ reo. Tiếng đồng hồ reo vang dội cả ba phòng khu nhà Đông đánh thức mọi người nhưng chỉ có những người phải đi đánh chuông và tụng kinh khuya mới phải đi làm bổn phận của mình.

Năm đầu tôi ở chung phòng với chú Điển. Năm sau tôi dọn sang ở với các chú tiểu cùng lứa tuổi trong phòng gần dưới gốc cây đa. Các chú tiểu rất vô tư. Nằm xuống là ngủ ngay. Đúng giờ thức dậy đi tụng kinh khuya. Tụng kinh xong có khi còn đi ngủ tiếp. Các

Đại đồng chung ở chùa Viên Giác trong thời gian tác giả sống ở đó

chú sinh hoạt như những chiếc máy. Ít cười và ít nói. Tôi cũng cùng tuổi nhưng không như các chú, đêm nào khi tới phiên mình đánh chuông xong, tôi thường nằm bên hiên chùa nghe tiếng lá reo. Nhất là mùa thu, tiếng lá rung như một điệu nhạc. Tùy theo vui buồn trong lòng mình, tiếng lá reo có lúc cũng êm đềm và nhiều khi cũng rất ngậm ngùi, cay đắng.

Ở chùa Viên Giác ngày đó có thầy Giải Nguyên. Thầy đi tu khi tuổi đã về già, sau khi đã nếm đủ hương vị của cuộc đời. Những người già thường ít ngủ. Thầy cũng thế. Khi thấy tôi đánh chuông xong ra nằm trên bệ xi-măng trước chùa, thầy cũng đến ngồi gần. Thầy kể tôi nghe nhiều chuyện vui buồn trong đời thầy. Nhưng dù chuyện gì cũng chỉ để dẫn đến một lời khuyên dành cho tôi, đời là bể khổ và chỉ có đi tu là con đường giải thoát. Tôi không phản đối nhưng bạch với thầy tôi không muốn đi tu. Tôi chỉ là người trọ học và một ngày tôi sẽ ra đi. Tương lai của tôi nằm phía bên kia cổng tam quan. Dường như tôi sinh ra là để đi xa.

Thời gian ở Viên Giác là thời gian cô đơn về tinh thần và khắc khổ về vật chất. Chùa rất nghèo. Không có ruộng đất như các chùa ở ngoại ô. Phần lớn chúng tôi ngày hai bữa sống nhờ vào thửa rau lang trồng trước sân chùa và những hủ chao do các bác bên Cẩm Nam mỗi tháng hai kỳ sang làm giúp. Các thầy, các chú lớn tuổi đi đám ma chay còn được cúng dường tiền bạc để chi dùng riêng tư, không ai cúng dường cho đứa bé như tôi. Cả chùa chỉ biết tôi là thằng bé mồ côi và không ai biết gì hơn thế nữa. Tôi không có ai để tâm sự và cũng không muốn tâm sự cùng ai. Tôi chỉ là khách trọ, đến không ai hay và đi sẽ không ai tiễn. Thật vậy, hơn bốn năm sau, một ngày đầu thu, tôi tự tay mở cánh cửa chùa ra đi. Tiễn đưa tôi chỉ có tiếng lá reo và tiếng chuông chùa còn ngân mãi trong tâm hồn.

"GẶP PHẬT"

Cách đây không lâu tôi ghé thăm Rockport, một thành phố du lịch nhỏ, cách Boston khoảng một giờ lái xe. Dọc hai bên đường phố hẹp là những hàng quán bán kỷ vật du lịch. Tôi đi ngang một tiệm bán hàng điêu khắc. Nhiều tượng Phật được trưng bày. Tôi dừng lại, trước khi chụp vài tấm hình, tôi đứng thẳng, nhìn các tượng Phật và chắp tay vái một vái. Du khách tấp nập và hình như có ai đó đang nhìn tôi.

Rất nhiều người nghĩ chỉ có Phật được đặt trên chánh điện nghiêm trang trầm hương nghi nghút mới là Phật, còn Phật ở

các cửa tiệm, ở những phòng trưng bày nghệ thuật, viện bảo tàng thì không phải. Thật ra, hình tượng chỉ để nhắc nhở. Phật trong tâm, trong suy nghĩ có tánh thiện, trong nhận thức và vì thế Phật ở mọi nơi. Khoảnh khắc ta nghĩ đến Phật là lúc Phật hiện ra trong ta. Bất cứ nơi nào, bất cứ hoàn cảnh nào.

Tuần trước đi chùa nhân lễ Phật đản. Thầy trụ trì rất vui và bảo: *"Lâu lắm con không về chùa, lát nữa con lên nói vài lời với các đạo hữu nhân ngày Phật đản"*. Tôi không chuẩn bị gì nhưng nói rất dễ dàng vì đạo Phật có rất nhiều điều hay, nét đẹp để nói về. Tôi nói sở dĩ đức Phật chọn một nơi nhiều bất công, nghèo nàn như Ấn Độ để thị hiện chỉ vì tình thương của đức Phật dành cho con người.

Phật ở Ấn Độ cũng không khác gì Phật ở Rockport tấp nập chiều hôm qua.

Một lần ở Chennai, tôi hỏi người chủ tiệm món hàng nào được du khách ưa chuộng nhất, người chủ tiệm trả lời "tượng Phật". Đức Phật

là biểu tượng của tình thương và đạo Phật là đạo của tình thương. Ai lại không muốn mang về nhà một biểu tượng từ bi, bác ái và bao dung như thế dù người đó thuộc tôn giáo nào.

Trong ý nghĩa đó, đạo Phật không chỉ là đạo riêng của những người Phật tử mà là đạo chung của con người, bởi vì con người còn tồn tại đến hôm nay là nhờ có tình thương. Thế giới con người sẽ tận diệt nếu một ngày tình thương không thắng được hận thù.

Thời gian này tôi hay "gặp Phật". Không biết có "duyên" gì đây. Mới "gặp Phật" ở Rockport tháng trước, nay lại "gặp Phật" ở Cape Cod hôm qua. Lần này tôi không lạy Phật. Phật ở Cape Cod được dùng như một loại trang sức rẻ tiền hay để lừa bịp khách hàng. Như các bạn thấy qua hình ảnh. Một Đức Phật được đặt trước cửa một tiệm coi bói, một tượng đức Phật được đặt trong lồng kính chung với váy phụ nữ, một tượng đức Phật được dựng trên lối đi như để chào đón khách hàng, một số tượng Đức Phật bị nhốt bên trong cửa sắt của một khu vườn dường như lâu rồi không ai chăm sóc.

Buôn bán tượng Phật là một kỹ nghệ đang được thịnh hành bắt đầu từ quê hương Đức Phật. Bước xuống phi trường quốc tế New Delhi, hình ảnh đầu tiên những khách phương xa bắt gặp là bàn tay Đức Phật. Bước vào tiệm bán đồ kỷ niệm cho du khách ở nhiều nơi trên xứ Ấn, hình ảnh được trưng bày nhiều nhất cũng là Đức Phật. Khuôn mặt bao dung, nụ cười nhân hậu rất thu hút khách thập phương.

Nhưng đúng như Giảng sư Tây Tạng Dzongsar Jamyang Khyentse viết, Ấn Độ là quốc gia đã lãng quên người con yêu quý của mình: Đức Phật. Di sản của Đức Phật không phải là khuôn mặt bao dung, nụ cười nhân hậu hay ngay cả đền đài mà là những lời dạy của ngài. Rất hiếm tại Ấn Độ có nơi phát hành các kinh sách Phật giáo, phần lớn chỉ bán các tượng Phật hay giữ đền để thu tiền.

Nhìn những tượng Đức Phật, tôi thầm mơ ước, ngày nào người Mỹ nói riêng và Tây phương nói chung không còn nhìn các tượng Phật như một đồ trang trí mà cùng tìm hiểu, cùng lắng nghe những lời khuyên của Đức Phật, ngày đó nhân loại sẽ hòa bình.

NHÂN DUYÊN Ở SARNATH

Tôi ghi lại hình ảnh một vị sư đang thiền định trên lối vào Vườn Lộc Uyển, Sarnath, Ấn Độ khi ghé thăm nơi đó lần đầu ba năm trước.

Thầy biết tôi chụp hình nhưng không phản ứng gì. Chừng hai giờ sau, khi chúng tôi sắp sửa tạm biệt khu vườn kỳ diệu nơi đức Phật Chuyển Pháp Luân, tôi gặp lại thầy.

Chúng tôi nhận ra nhau và tôi cúi đầu đảnh lễ.

Với nụ cười thật hiền hòa, thầy bắt chuyện như gặp lại người quen thân. Thầy từ Thái Lan hành hương các Phật tích ở Ấn Độ và

chúng tôi đến từ nước Mỹ xa xôi. Bằng tiếng Anh trôi chảy, thầy hỏi han về đời sống một cách quan tâm và tự nhiên như tiếp tục câu chuyện của chúng tôi vừa dở dang không lâu trước đó.

Các thầy trong đoàn ra dấu cho thầy biết đã đến giờ ra đi. Thầy đề nghị chụp hình kỷ niệm với gia đình tôi. Dĩ nhiên, chúng tôi rất vui đồng ý.

Tôi không hỏi email hay địa chỉ để gởi hình tặng thầy và thầy cũng không thắc mắc. Một chiếc lá rơi trên con đường hành giả đi qua. Tất cả rồi sẽ phôi pha, nhưng tôi tin, nhân duyên tốt lành của giờ phút đó sẽ là hình ảnh không bao giờ nhạt phai trong tâm thức.

Tôi chắp tay chào và thầy cũng chắp tay đáp lễ. Màu y vàng khuất dần trong đám đông. Thầy lên xe bus cùng với nhiều thầy khác trong đoàn hành hương từ Thái.

Trong lòng tôi chợt dâng lên một niềm lưu luyến thật êm đềm và quen thuộc. Tôi biết cảm giác êm đềm đó đến từ một nơi rất xa, nơi có mái chùa cong, có cây đa già và có tuổi thiếu niên đầy trăn trở.

Vườn Lộc Uyển là một trong những Phật tích quan trọng nhất của đạo Phật vì đó là nơi đức Bổn Sư đã giảng những bài pháp đầu tiên dẫn tới thời cực thịnh của Phật giáo Ấn Độ vào thế kỷ thứ bảy, nhưng sau đó Phật giáo Ấn Độ suy tàn. Ngày nay, Vườn Lộc Uyển chỉ còn là những đống gạch vụn.

Hàng loạt lý do dẫn tới sự suy tàn của Phật giáo Ấn Độ, trong đó có vai trò của đạo Bà La Môn, sự tàn sát của đạo quân Hồi giáo, nhưng một trong những lý do mà chính đức Đạt Lai Lạt Ma và nhiều học giả Phật giáo nêu ra đó là sự thoái hóa và biến chất của hàng tăng sĩ Phật giáo.

Nhưng không phải tăng sĩ nào cũng biến chất. Ẩn mình trong đám mây đen là ánh sáng của vầng dương trí tuệ. Che dấu dưới lớp rêu xanh là những viên ngọc từ bi nhẫn nhục.

Các bậc tăng tài chân chính là những mạch nước đang chảy, nhiều khi chảy rất âm thầm, trong lòng nhân loại sau 25 thế kỷ và sẽ còn chảy mãi.

Thầy ra đi trước, vài phút sau chúng tôi cũng ra đi. Giữa buổi trưa hè nắng gắt lòng chợt nghe như có tiếng suối reo.

NHỚ NGÀI TIÊU DIỆN

Trong những bức hình từ bên chùa gởi qua có bức hình mà dân gian thường gọi "Ông Ác" này.

Hai bên chánh điện của các chùa Phật giáo thường có thờ "Ông Thiện" và "Ông Ác". "Ông Thiện" là ngài Hộ Pháp và "Ông Ác" là ngài Tiêu Diện.

Khi còn ở chùa Viên Giác, những đêm hè nóng nực tôi thường ôm chiếu ra ngoài hiên chùa nằm ngủ. Vì bàn thờ ngài Tiêu Diện phía bên trái chánh điện, gần phòng ngủ của tôi nên tôi ngủ dưới chân ngài Tiêu Diện nhiều hơn phía bên ngài Hộ Pháp.

Nhiều khi nửa đêm bị đánh thức bởi tiếng lá đa xào xạc, tôi ngước nhìn lên bàn thờ và bắt gặp đôi mắt của Tiêu Diện Đại Sỹ như đang trừng trừng nhìn xuống. Mới 13, 14 tuổi mà, dù chẳng can tội gì, tay chân cũng cảm thấy run run. Khuôn mặt ngài hung dữ quá, nhất là hai hàng lông mày xếch đến tận mang tai và chiếc lưỡi như có thể giãn dài tới tận chỗ tôi nằm.

Mỗi khi nhìn tượng ngài Tiêu Diện, tôi tự hỏi tại sao nơi cửa thiền từ bi thanh tịnh lại thờ một vị có khuôn mặc hung dữ lúc nào cũng sẵn sàng gây hấn như thế.

Tôi đem thắc mắc bạch với thầy trụ trì. Thầy bảo ngoài Phật Thích Ca Mâu Ni, còn thờ rất nhiều hình tượng của chư Phật và Bồ tát. Mỗi vị tùy theo hạnh nguyện cứu người và cũng phát xuất từ căn cơ và hoàn cảnh của chúng sinh mà hóa thân trong một ngoại hình thích hợp. Ngài Tiêu Diện hàng phục ma vương, ác quỷ và hướng dẫn chúng đến nghe pháp mỗi ngày, trong lúc ngài Hộ Pháp lãnh đạo những người lương thiện. Và cũng để tôi khỏi bị chấp vào hình tướng khi hành xử ngoài xã hội, thầy dặn dò, Phật tính có trong mọi người, dù người thiện hay người ác.

Từ đó tôi quen đi, không sợ mà còn cảm thấy gần gũi với ngài. Khi đi xa trong lòng lại nhớ chỗ tôi nằm.

Cái đẹp, cái nhân từ dù của một bậc Bồ tát hay một con người không chỉ thể hiện bằng hình dáng bên ngoài và cũng không dễ dàng được nhận ra bằng mắt.

"CÁM ƠN HOA ĐÃ VÌ TA NỞ"

Mẹ của bé chết ít nhất cũng hơn ba năm rồi. Bé sống một mình gần như bị lãng quên trong chiếc chậu sành nhỏ. Chung quanh là những bà mai, cô lan, chị trúc xum xê cành lá. Thỉnh thoảng bé mới được tưới vài giọt nước.

Nhớ lại bốn năm trước đến thăm nhà một người em. Thèm thuồng nhìn những chậu hoa sứ nở rộ so với nhà mình hiếm hoi mới có một bông hoa. Hiểu ý. Khi ra về chú em bảo chọn một chậu sứ đem về. Dĩ nhiên tôi chọn chậu không chỉ đầy hoa mà còn tươi tốt nhất.

Chậu sứ nở hoa gần suốt mùa hè. Những cánh hoa màu hồng xinh đẹp. Thân sứ tròn rắn chắc. Nhưng rồi mùa hè qua đi, mùa thu se lạnh và khi mùa đông đến sứ bắt đầu rụi dần. Nhiệt độ trong nhà không đủ ấm và không đủ sáng. Sang năm sau sứ không ra hoa nữa. Những cành sứ bắt đầu mềm, rụi dần và rã nát. Nghe đâu những chậu hoa sứ ở nhà chú em cũng lần lượt qua đời dù chú săn sóc rất nghề.

Trước khi đem bỏ đi để lấy chậu trồng cây khác, bà xã bẻ một nhánh chỉ bằng đầu chiếc đũa vẫn còn xanh và cắm vào chiếc chậu nhỏ với hy vọng mong manh, bé sẽ sống. Biết đâu bé còn duyên với gia đình này. Mà còn duyên thật. Nhánh sứ bằng đầu chiếc đũa lớn lên trong thử thách và chịu đựng nhiều mùa đông New England khắc nghiệt. Nhất là mùa đông dài vừa qua, cuối tháng Tư tuyết vẫn còn rơi. Bé sống âm thầm nhưng can đảm.

Hai tuần trước bà xã vui mừng báo tin "sứ ra hoa rồi". Tôi xúc động nhìn bông hoa sứ nhỏ nhoi duy nhất vừa nở. Hoa sứ không đẹp bằng và không thơm như nhiều thứ hoa khác nhưng tôi cảm thấy thân thương và gần gũi. Tôi tặng cho bông sứ nhỏ một tâm hồn để dễ cảm thông nhau, và hai câu thơ tuyệt vời: *"Cám ơn hoa đã vì ta nở / Thế giới vui từ nỗi lẻ loi"* của Tô Thùy Yên cũng vừa chợt đến.

LỜI THẦY DẠY: "NÊN VIẾT NGẮN"

Thầy chúng tôi là giáo sư và nhà bình luận nổi tiếng Sơn Điền Nguyễn Viết Khánh. Trước năm 1975 thầy là Tổng Thư ký Việt Tấn Xã. Sau 1975, cộng sản bỏ tù thầy 12 năm, trong đó có nhiều lần bị biệt giam trong các connex, một loại thùng sắt để chứa hàng.

Thầy định cư ở San Jose từ năm 1992 và qua đời năm 2012 thọ 91 tuổi. Khi còn học ở Đại học Vạn Hạnh, tôi không trực tiếp học thầy nhưng khi qua Mỹ, tình thầy trò chung dưới một mái trường gần gũi và thắm đậm. Thầy gọi chúng tôi bằng con. Không chỉ riêng tôi mà cả các anh chị khóa I tuổi gần 70 thầy cũng xưng thầy và gọi họ bằng con.

Khoảng hai năm trước khi thầy qua đời, thầy trò chúng tôi cùng được mời đến nói chuyện tại buổi gây quỹ giúp thương phế binh Việt Nam Cộng Hòa ở Sacramento, California. Chờ tôi phát biểu xong, thầy đến chỗ tôi ngồi và nói nhỏ vào tai tôi: *"Tối nay về ở với thầy.*

Thầy có chuyện muốn nói với con". Thầy cho tôi biết nhà của một anh khóa I và nhắc sau bữa cơm sẽ theo thầy về đó. Tính tôi ham vui và thích ở với bạn bè để cà phê, văn nghệ... nhưng nghĩ tới tuổi tác của thầy và biết sẽ hối hận vô cùng nếu tôi không còn gặp lại thầy lần nào nữa sau này. Tôi theo thầy về nhà anh khóa I.

Sau khi được anh chị khóa I đãi ăn cháo khuya, hai thầy trò về phòng. Phòng ngủ có hai chiếc giường được đặt gần nhau. Buổi thi vấn đáp bắt đầu.

Thầy đem những bài viết của tôi ra mổ xẻ từ những bài về lý luận cho đến thời sự. Tôi rất ngạc nhiên vì thầy đọc bài tôi khá nhiều. Dĩ nhiên thầy khen trước để tôi vui rồi sau mới phê bình. Thầy nhận xét khi viết tôi quá tham lam giống như viết một lần cho hết rồi gác bút luôn. Nhiều vấn đề lẽ ra nên viết thành hai, ba bài tôi cũng cố đưa hết vào một bài. Thầy bảo: "*Từ nay nên viết ngắn lại và mỗi bài chỉ nên tập trung vào một vấn đề mà thôi. Độc giả biết con muốn nói điều gì và họ sẽ nhớ*".

Tôi ngồi bên thành giường, cúi đầu và "dạ" hoài.

Buổi sáng thầy trò chúng tôi được anh khóa I mời ăn sáng. Trước khi chia tay, thầy nhắc lại những điều dặn dò tối qua để coi tôi còn nhớ hay đã tàn theo giấc ngủ rồi. "Con nhớ thầy dặn gì không?". "Dạ nhớ, nhưng". "Nhưng sao?". "Mấy chục năm nay thầy viết bình luận mà bình luận thường không quá hai trang. Con không viết bình luận mà viết về một vấn đề nhiều khi rất lớn dù trong phạm vi lý luận hay lịch sử. Vấn đề lớn mà viết một hai trang thì có thể bị hiểu sai và không bao gồm đủ".

Để thầy mình không buồn, tôi tiếp: "*Từ nay con sẽ viết những bài ngắn chỉ một hai ý như thầy dặn, nhưng sau đó sẽ tổng hợp các ý đó thành một bài đầy đủ về một vấn đề lớn*". Thầy mỉm cười gật đầu.

Thế là thầy trò chúng tôi "đạt tới một thỏa hiệp" trước khi ra phi trường. Khi sinh hoạt trong FB, tôi nhớ lời thầy dặn nên hay đăng những bài ngắn. Thật ra chúng là các phần liên hệ của một bài khác dài hơn.

Đó là lần cuối cùng tôi được nghe thầy dạy bảo. Hôm thầy qua đời tôi không về được và chỉ biết thắp nén hương lòng từ một nơi xa. Nhiều năm trôi qua nhưng lời dặn của thầy vẫn còn văng vẳng bên tai mỗi khi tôi cầm bút.

Con tưởng nhớ và biết ơn thầy.

NGƯỜI BẠN ẤN BÁN DỪA

Ba năm trước trong một lần đến Ấn Độ, tôi cùng một người bạn Ấn đi viếng một ngôi chùa Hindu cách Chennai chừng hai giờ lái xe. Trên đường về ngang qua một thị trấn nhỏ, hai đứa khát nước nên dừng xe lại bên một quày bán dừa tươi.

Người bán dừa là một thanh niên còn trẻ, nói được ít tiếng Anh, khó khăn nhưng cũng đủ để khách hàng hiểu ý. Hình như anh bán dừa không gặp người Á Đông nhiều nên thích bắt chuyện với tôi. Nói chuyện một chốc chúng tôi trở thành bạn. Người Ấn miền Nam da đen hơn người Ấn miền Bắc. Tôi hỏi tên anh nhưng tức khắc quên ngay sau khi anh trả lời.

Trước khi chia tay, tôi và anh chụp chung vài tấm hình kỷ niệm. Tôi chỉ anh xem hình anh trong máy. Hình rất đẹp và anh rất thích. Tôi hứa có dịp sẽ tặng cho anh ta những tấm hình màu in trên giấy láng.

Một du khách và anh bán dừa trên đường của một thị trấn Ấn Độ đông đúc, nghèo nàn, gặp lại nhau là chuyện rất hiếm. Những lời hứa dù rất thành thật rồi cũng chỉ là gió thoảng, mây trôi sau đó. Ước muốn, thời gian và điều kiện không phải bao giờ cũng là những kẻ đồng hành hòa thuận.

Sang năm sau, người bạn Ấn Độ đưa gia đình đi chùa Hindu, trên đường về lại tình cờ thấy anh bán dừa lần nữa. Người bạn không có ý mua dừa nhưng ghé thử người bán dừa còn nhớ mặt hay không.

Anh nhớ rất rõ và rất mừng. Anh hỏi thăm đủ thứ về tôi như một người thân đang ở một phương trời xa cách. Anh dặn người bạn Ấn cho anh gởi lời thăm và nhắc đi nhắc lại nhiều lần nhớ báo tin cho tôi biết anh ta vừa cưới vợ. Dường như anh có một niềm tin sâu xa trong lòng rằng tôi sẽ rất vui khi biết tin anh lập gia đình.

Người bạn Ấn sau đó gọi sang Mỹ: *"Không biết mày còn nhớ không nhưng người bạn bán dừa của mày gởi lời thăm và muốn báo tin mừng anh ta vừa cưới vợ".*

Tháng Tư năm ngoái tôi lại đi Ấn. Trước khi đi dặn vợ mua sắm một ít quà. Một vài chiếc áo cho anh và mấy hộp chocolate cho vợ anh. Bà xã còn ra Walmart sang mấy tấm ảnh thành nhiều cở khác nhau. Khi tới Ấn tôi phải năn nỉ người bạn Ấn đưa đi thăm anh bán dừa. Hai đứa đều quá bận nhưng tôi nhất định không chịu "để đó có dịp trao lại dùm" như người bạn Ấn đề nghị.

Quà không đáng giá bao nhiêu và chỉ có tính tượng trưng nhưng giá trị tinh thần rất lớn. Cùng chứng kiến một cảnh đời nhưng chúng tôi nghĩ và nhìn từ hai góc khác nhau. Người bạn Ấn sống trong một quốc gia có 1,2 tỉ đồng bào trong khi tôi chỉ có một người bạn bán dừa. Cuối cùng tôi năn nỉ được anh và chúng tôi dành một buổi chiều để đi đến thị trấn giữa đàng năm trước. Tự nhiên tôi cũng cảm thấy vui trong lòng khi sắp gặp lại anh bán dừa.

Khi đến thị trấn trời đã xế chiều, nhưng tiếc thay quầy bán dừa không còn ở đó. Nơi người bạn bán dừa của tôi đứng trước đây nay chỉ còn khoảng đất trống. Người bạn Ấn hỏi thăm những tiệm chung quanh, mọi người đều nói anh đã không còn bán dừa ở đây từ nhiều tháng trước nhưng không ai biết anh dọn đi đâu. Hai đứa thất vọng.

Trước khi ra về, tôi chợt nghĩ những tiệm bán dừa lẻ chắc phải biết nhau vì có thể họ đều nhận dừa từ một nguồn bán sỉ. Chúng tôi đi tìm một tiệm bán dừa khác trên đường đó. Tôi đưa tấm hình của bạn tôi ra cho chủ quày và những người đứng gần nhận diện. Một người nhận ra anh. Thì ra anh vẫn bán dừa nhưng dời sang một con đường khác cách đó không xa.

Cuối cùng tôi gặp lại anh bán dừa. Anh mừng như một gặp lại người thân vừa ở Mỹ về. Tôi đưa quà của vợ mua cho anh. Anh ngắm nghía những tấm hình. Một nhóm khá đông người Ấn đang ngồi trò chuyện trước một tiệm ăn. Anh đến khoe hình và giải thích cho mọi người nghe một cách hãnh diện.

Một người đứng lên nói tiếng Anh rất chính xác và lưu loát, thay mặt cho nhóm dân Ấn, cám ơn tôi đã đi từ một nơi rất xa chỉ để mang những tấm hình tặng bạn. Tôi nói vài lời "không có chi" và bắt tay từng người. Bạn tôi chặt dừa mời. Tôi móc túi lấy tiền trả nhưng anh gạt tay tôi. Để anh vui tôi không trả tiền như lần trước.

Trời đã về chiều và tôi phải ra đi. Cầm tay anh bán dừa khá lâu. Tôi báo anh biết vì nhóm của tôi không còn làm việc ở phía Nam này nhiều nữa nên có thể tôi không còn dịp để trở lại, dù sao, mong anh luôn nhớ một điều, tôi biết ơn trong đời đã có thêm một người bạn, sẽ luôn nghĩ về anh và mong anh cũng vậy. Anh mỉm cười, gật đầu và nhìn theo tôi cho đến khi chúng tôi cùng chìm khuất trong rừng người.

Ấn Độ Dương mênh mông nhưng còn giới hạn, tình người ở khắp nơi.

TUỔI CON THOI

Hôm 13 tháng 9 ở Washington DC, có một bạn đọc tham dự buổi ra mắt sách hỏi tôi "tuổi con gì" nhưng vì bận trả lời câu hỏi của nhà văn Trương Anh Thụy nên không kịp trả lời, và sau đó lại quên đi. Nếu không quên, tôi đã trả lời, "thưa tôi tuổi con thoi".

Thật vậy, sau thời Vietnet 1990, bạn bè mỗi người chọn một cách sinh hoạt thích hợp cho mình. Có người lập ra tổ chức riêng và cũng

Với bác Lữ Lan tại DC, 13-9-2014

có người tham gia tổ chức, đảng phái đấu tranh có sẵn từ trước. Nói chung, phần lớn tập trung theo đuổi một hướng đi mang tính tập thể. Thỉnh thoảng anh em gặp nhau, nói chuyện dăm câu hay đàn hát vài bài, rồi ra đi ai làm việc nấy.

Tôi vẫn một mình, không tổ chức và không đảng phái. Mấy chục năm làm con thoi giữa nhiều thế hệ. Tôi tham gia hầu hết trại hè thanh niên, sinh viên và cũng tham gia rất nhiều sinh hoạt cộng đồng nơi thành phần tham dự đa số là những vị tóc đã bạc màu. Tôi đi khắp nơi để làm chiếc cầu cảm thông giữa hai thế hệ. Nhiều khi không dễ dàng và ngay cả chiếc cầu có khi cũng chịu nhiều trách móc. Không sao, chiếc cầu đã già đi theo năm tháng nhưng chưa gãy đổ.

Thực tế là vậy. Một sinh viên gốc Việt Nam lớn lên trên nước Mỹ, Úc, Đức làm sao hiểu được niềm u uất, hờn căm của những người đã phải chịu đựng nhiều năm trong các nhà tù cộng sản. Tương tự, các bác HO không thể hiểu được những khát vọng hồng, những ước mơ xanh trong tâm hồn các thế hệ trẻ Việt Nam. Cả hai có thể cùng hô một khẩu hiệu "tự do, dân chủ", cùng nói về "nhân quyền, cơm áo" cho nhân dân Việt Nam nhưng chưa hẳn đã hiểu những khái niệm đó trong cùng một cách giống nhau. Những ngày tháng đó thật khó khăn vì internet chưa phổ biến và cộng đồng người Việt chưa để ý nhiều đến các vấn đề biển đảo.

Trong buổi giới thiệu sách vừa qua ở Washington DC, tôi rất mừng khi các thế hệ cha chú đã đến với mình. Nhiều trong số họ là những người một thời mang trọng trách với sự thịnh suy của đất nước. Hầu hết nay đã vào tuổi 80.

Bác Lữ Lan phát biểu với phái viên Thanh Trúc của SBTN sau khi đọc xong *Chính luận* mà ông mua từ Amazon: *"Đêm qua tôi thao thức, thế là qua từng trang, từng chương của cuốn sách này, và điều ước mong của chúng tôi là tất cả cộng đồng quốc gia mình phải xem qua cuốn sách này. Tại vì đất nước mình đã chịu nhiều thê thảm bao nhiêu quá lâu đời và bây giờ tôi cũng chưa thấy có dấu hiệu trong cộng đồng mình từ ngoại quốc cũng như trong nước có sự cải tạo tư tưởng để mình có thái độ thích nghi với hoàn cảnh. Ai cũng thấy địa ngục Việt Nam càng ngày càng trầm luân hơn. Tôi mong rằng đây là lời cảnh báo cuối cùng của tác giả Trần Trung Đạo. Quý vị nên đọc cuốn sách này và mỗi người sẽ tự chọn cho mình một thái độ thích nghi".*

Nghe bác nói, tôi chợt thấy sức sống diệu kỳ của dân tộc và cảm thấy đôi vai mình chợt nặng hơn khi nghĩ đến các thế hệ trẻ hôm nay và ngày mai. Chưa quen trước hay gặp bác lần nào và bác Lữ Lan đến chưa hẳn chỉ vì tôi. Bác đến vì trách nhiệm. Thế nhưng, trách nhiệm đối với sự thịnh suy của đất nước Việt Nam, tương lai của dân tộc Việt Nam không chỉ phải đặt trên vai của những người lãnh đạo Việt Nam Cộng Hòa hay cựu quân nhân viên chức Việt Nam Cộng Hòa trước 1975, không phải đặt trên vai của những người Việt Nam ở lại trong nước hay ra đi ngoài nước mà là của tất cả những người mang dòng máu Việt Nam.

Các chú bác không ban cho tôi chức vụ, bổng lộc nhưng ban cho tôi ơn phước của tổ tiên, niềm tin vào lịch sử và những lời khuyến khích chân thành.

Lịch sử Việt Nam như một dòng sông, có lúc êm đềm và cũng lắm khi ghềnh thác nhưng không bao giờ ngưng chảy. Lịch sử là vũ khí, là hành trang căn bản trong hành trình tranh đấu cho tự do dân chủ, cũng như để xây dựng đất nước sau nầy. Lịch sử là niềm tin. Niềm tin không thể mua bán. Niềm tin không thể nghe theo. Niềm tin không thể giả dối. Mỗi chúng ta phải tạo dựng niềm tin cho chính mình bằng suy nghĩ và cảm nhận của cá nhân mình. Những người nhắm mắt làm theo, nhắm mắt đi theo không bao giờ đi trọn con đường được. Họ chỉ có thể đi trên những đoạn đường bằng phẳng không gai góc nhưng một khi có ghềnh thác hiểm nguy họ sẽ là những người đầu tiên bỏ cuộc. Niềm tin là tự nguyện. Không ai cho chúng ta vay mượn niềm tin. Lịch sử dân tộc cho thấy mọi sự vay mượn đều dẫn đến lệ thuộc. Lệ thuộc vật chất thì còn có thể thoát ra nhưng lệ thuộc niềm tin, lệ thuộc tinh thần sẽ dẫn đến nô lệ, vong thân, rất khó mà thoát ra được.

Giờ này các chú bác lẽ ra đang an hưởng tuổi già bên con cháu hay đang nhàn hạ trong một khu tịnh dưỡng dành cho bậc cao niên. Nhưng không. Các chú bác vẫn đến dù hôm đó phải đi trong mưa gió. Các chú bác tặng tôi một món quà quý giá, đó là trách nhiệm của thế hệ. Ngày mai tôi lại đi và hành trang của tôi cũng chỉ có thế. Cám ơn các chú bác đã cho con niềm hy vọng Việt Nam.

ĐÊM GIAO THỪA TRÊN ĐẤT MỸ

Tôi xuống máy bay ở phi trường Logan, Boston khoảng 10 giờ tối, một ngày cuối tháng 11 năm 1981 trong cái lạnh se người. Tôi và T., một người tỵ nạn cùng chuyến và nhỏ hơn tôi vài tuổi, nhìn quanh không thấy ai. Chờ khoảng mười phút, chúng tôi tự động lần mò theo lối đi có chữ Exit để ra ngoài.

Bác Tôn Thất Ân làm việc cho Viện Quốc tế (International Institute of Boston) có trách nhiệm đón chúng tôi ở phi trường. Ngày đó, người đi đón có thể vào tận cửa nhưng bác ngồi chờ ở trạm lấy hành lý vì nghĩ thế nào chúng tôi cũng ra đó trước. Tôi không có hành lý gì cả ngoài một túi nhỏ cầm trên tay, trong đó chứa vài bộ áo quần và những giấy tờ cần thiết. T. cũng thế. Bác thấy chúng tôi nên rời khỏi ghế bước lại gần. Bác Ân không lạnh lùng nhưng cũng không quá miềm nở. Bác làm việc đón đưa mỗi ngày theo phận sự một nhân viên có lương chứ không phải đón mừng một thân nhân từ bên kia trái địa cầu vừa đến. T. có bà con ở Boston còn tôi đến một mình. Lát nữa, bác Ân sẽ đưa T. đến nhà bà con của chú ấy, và sau đó sẽ mang tôi đến nơi tạm trú đầu tiên trong hành trình tỵ nạn còn mờ mịt và chông gai của mình. Sau này gần gũi bác nhiều hơn, tôi biết bác Ân rất bao dung, rộng lượng và đầy tình nhân ái nhưng tính tình hơi nghiêm nghị. Tôi gặp lại bác Ân nhiều lần khi bác còn ở Boston và luôn nghĩ đến bác như một người ơn lớn của mình.

Cuối tháng 11, trời Boston khá lạnh. Với một người đến từ vùng nhiệt đới và cô đơn như tôi càng cảm thấy lạnh hơn nhiều. Nhớ lại vài giờ trước đó, người đón chúng tôi ở phi trường Chicago là một cô gái Việt làm cho cơ quan thiện nguyện. Người con gái Huế có đôi mắt đẹp và giọng nói ngọt ngào, phát cho mỗi người trong đoàn chúng tôi một chiếc áo ấm. Tôi nhỏ con nên muốn một chiếc áo cỡ nhỏ. Người đẹp nhìn tôi như thương hại cho thân hình ốm yếu nhưng lắc đầu và chỉ vào thùng áo cùng một cỡ như nhau. Nếu ở trường Luật Sài Gòn, tôi đã cám ơn đôi mắt ấy một bài thơ tả tình đầy sáo ngữ nhưng ở Chicago hồn thơ cũng đã lạnh cóng như mặt hồ Michigan gần đó. Từ Chicago, đoàn tỵ nạn từ Philippine chia tay nhau lên máy bay nội địa đi về nhiều ngã. Bầy chim xa mẹ vốn lẻ loi lại càng lẻ loi hơn.

Bác Ân lái xe đưa chúng tôi ra khỏi phi trường nhưng không đến thẳng khu nhà chúng tôi ở. Bác bảo phải ghé lại Viện Quốc tế trên đường Commonwealth trước cho biết chỗ vì kể từ ngày mai chúng tôi sẽ phải đến đó nhận tiền ăn cho đến khi được cấp welfare (một loại tiền trợ cấp của chính phủ dành cho người nghèo khó), và cũng luôn tiện lấy thêm đồ dùng. Bác lấy một chiếc nệm mỏng và bảo đó sẽ là của tôi. Bác đưa T. về với bà con của chú ấy trước sau đó đưa tôi đến khu nhà số 15 đường Park Vale ở Allston, cách Boston chừng 10 dặm. Khi đó căn nhà đã có nhiều người ở trước. Tôi nhập chung với một số người ở tầng hai. Tầng ba cũng có vài gia đình người Việt trong đó có gia đình anh chị Liêm mà tôi vừa gặp lại ở Atlanta đầu năm nay sau hơn ba mươi năm xa cách. Tôi rất mừng khi gặp lai anh chị. Ngày xưa chúng tôi ở chung một khu nhà nhưng ít có dịp chuyện trò vì đời sống quá tất bật khó khăn. Bây giờ khi bước qua rồi và nhìn lại chúng tôi mới thấy quý khoảng không gian và thời gian chung sống.

Tôi đến sau và được xếp nằm gần cửa sổ nhưng chắc không phải là một ưu tiên. Nằm gần cửa kính thường lạnh hơn và gió lọt vào. Sau này mới có giường nhưng mấy tháng đầu ai cũng nằm dưới sàn gỗ. Cảm giác bất an tràn ngập kín trong lòng. Tất cả đều xa lạ. Từ những người chung quanh đến cảnh vật mùa đông, không ai và không có một ngoại cảnh nào có thể gọi là cảm thông, chia sẻ với mình.

Đúng như lời cô gái Việt ở Chicago cảnh cáo, Boston chào đón tôi bằng những cơn bão tuyết triền miên suốt mùa đông đầu rét buốt. Đêm giao thừa của ngày Tết Việt Nam đầu tiên trên nước Mỹ không có bánh chưng xanh, không có rượu nồng pháo nổ, không một lời chúc tụng ngoại trừ âm hưởng của những bông tuyết trắng bị gió đùa vào cửa sổ. Tôi đã băng qua nhiều ngọn núi trong đời mình nhưng những năm đầu trên đất Mỹ là ngọn núi cao nhất. Tôi phải vượt qua, nếu không, tất cả các thành tựu trong quá khứ sẽ trở thành vô nghĩa.

Đúng giao thừa, người anh lớn tuổi nhất trong nhà đang cặm cụi sửa soạn một bàn thờ nhỏ trong phòng khách để cúng ông bà. Bàn thờ đơn giản, chỉ một lon hương, hai cây đèn, một nải chuối và một bình hoa. Thấy anh chuẩn bị cúng, tôi và những người ở cùng nhà ra khỏi phòng, nghiêm trang đứng sau lưng anh. Anh khấn vái xong, chúng tôi, những kẻ không họ hàng, thân thuộc gì với nhau, cũng lần lượt mỗi người thắp một cây hương, cúi đầu vái ba vái. Không biết vái về đâu và cũng không biết từ phương Đông xa xôi, tổ tiên ông bà có nghe được lời cầu nguyện của những đứa con đang lạc loài trên đất khách. Không có tiếng khóc trong đêm giao thừa đầu tiên nhưng lòng ai cũng nặng trĩu ngậm ngùi.

Không nói ra, nhưng hình như người nào cũng sợ phải đối diện với nỗi cô đơn, lạc lõng trong đêm giao thừa. Chúng tôi, thay vì về lại phòng mình, ngồi quây quần nhau chung quanh chiếc bàn dài. Vài đĩa cánh gà chiên. Vài lon bia. Một bình trà. Những bầu tâm sự. Mẹ già. Người yêu. Bè bạn. Những câu chuyện vượt biên hồi hộp và gian khổ.

Có một điều không ai trong chúng tôi đã hối tiếc việc ra đi. Chúng tôi kể lại cho nhau nghe chặng đường nguy hiểm của mình một cách hãnh diện. Thành quả dù lớn hay nhỏ cũng đều có giá và tự do thường phải trả giá đắt nhất, đôi khi bằng chính mạng sống của con người. Năm 2010, nhân ngày 30 tháng 4, đài VOA có phỏng vấn tôi lý do ra đi và tôi trả lời, bởi vì "Quê hương Việt Nam sau 30 tháng 4 năm 1975 là quê hương để nhớ để thương chứ không phải để sống".

Và như thế, tôi đón cái Tết đầu tiên với những người xa lạ nhưng vô cùng cần thiết trong đời sống mới, những người đã gọi nhau là đồng hương và tôi cũng được hưởng thêm một tình cảm mới mà chúng tôi gọi là tình đồng hương. Giống như một gia đình, lắm khi vui và cũng có khi buồn nhưng từ những bước đầu khó khăn, nhỏ nhoi và vui buồn đó, cộng đồng Việt Nam đã được sinh ra và lớn lên vững mạnh đến hôm nay.

CHIẾC CỐI XAY

Thầy trụ trì chùa Viên Giác, Hội An vừa gởi tặng bức hình chiếc cối xay. Bây giờ chiếc cối xay trông rất nhỏ mà ngày xưa to lớn và nặng nề làm sao.

Những ngày còn trọ học trong chùa, mỗi tháng hai lần vào các ngày mười bốn và ba mươi (hai mươi chín nếu là tháng thiếu) chùa làm đậu khuôn.

Ngoại trừ sư phụ, cả chùa đều dậy rất sớm. Sản xuất đậu khuôn gồm nhiều bước phụ thuộc vào nhau và mang tính dây chuyền. Giai đoạn xay đậu cần ít nhất hai hay ba người. Một chú khỏe mạnh hay hai chú nhỏ phụ trách xay và một người làm công việc tém đậu vào lổ cối xay. Xay xong, nước đậu được chuyển sang một người khác để lọc hết xác bằng một chiếc khăn vải trắng, giai đoạn này gọi là bòng đậu. Sau khi bòng tới bòng lui mấy đợt, nước đậu được đun sôi có thêm một chút thạch cao để đông đặc nhanh sau khi đổ vào khuôn. Người phụ trách công việc cuối cùng và khổ nhất là chú Ngô. Chú Ngô phải gánh đậu ra chợ Hội An để bán.

Khi chú Điển đi du học, tôi và một em học trò khác cũng trọ học trong chùa làm công việc xay đậu. Em học trò đó tên là Nhiêu. Nhỏ hơn tôi hai tuổi. Tôi thương Nhiêu nhất và nó cũng thương tôi nhất. Nhiêu là đứa bé có tâm hồn phong phú. Giống như tôi, Nhiêu là con duy nhất của bác Bảy ở Phú Chiêm. Ngày tôi ra đi, Nhiêu ra tận Đà Nẵng để tiễn đưa. Tôi bảo em về nhưng em nhất định chờ xe bus rời trạm hàng không Việt Nam mới đón xe về lại Hội An.

Tôi vào Sài Gòn không được bao lâu thì nghe tin Nhiêu chết. Em đạp phải mìn trên đường từ cầu Câu Lâu đi xuống phía dốc Phú Chiêm. Năm đó Nhiêu mới chừng 16 tuổi. Tôi biết tin trễ, mà dù biết sớm cũng không về được. Học hành bận rộn, đi lại khó khăn và đời sống của tôi cũng vô cùng chật vật nên chỉ biết ngậm ngùi thương nhớ em.

Nên bây giờ, nếu ai hỏi đồ vật gì trong chùa để lại trong lòng chúng tôi nhiều kỷ niệm nhất, tôi sẽ trả lời ngay đó là chiếc cối xay.

Tôi không còn trẻ nữa, giòng nước mắt của tuổi thơ đã cạn theo chiến tranh và tàn phá nhưng nếu nhìn lại chiếc cối xay, biết đâu tôi vẫn còn khóc được.

Chiếc cối đá thân yêu đã giúp nuôi sống chúng tôi qua nhiều năm tháng khó khăn và là hình ảnh của một thời thơ ấu đầy tang thương và mất mát.

NGÀY CƯỚI

Sáng 26 tháng 8 năm 1985, một thanh niên dắt người vợ trẻ mới cưới của anh đến tòa thị chánh thành phố Quincy, tiểu bang Massachusetts để làm hôn thú.

Cả hai mới qua Mỹ vài năm. Anh còn đi học đại học. Buổi tối học ở Boston University, cuối tuần học ở Wentworth Institute of Technology và ban ngày đi làm trong một nhà kho của một công ty, nơi có bà phụ bếp người da đen thường cho anh những chiếc bánh Pecan. Anh có một giấc mơ dành cho đất nước ôm ấp từ năm 13 tuổi chưa bao giờ thổ lộ với ai, nhưng anh cũng biết ước mơ gì trước hết phải đi học.

Vợ anh làm cho một hãng điện tử lương 6 đô la một giờ. Biết anh học điện toán khó khăn, mỗi ngày trường chỉ cho dùng máy IBM một giờ để làm bài nên sau ngày quen nhau, cô dành dụm tiền mua tặng anh chiếc máy đánh chữ điện tử hiệu Brother để anh tập đánh máy.

Nhờ chiếc máy đánh chữ nên anh đánh computer nhanh hơn và làm bài cũng nhanh hơn. Khi các bác HO qua Mỹ, một bác đi học computer và hỏi anh tìm mua giùm một máy đánh chữ để tập đánh máy, anh về nhà lấy máy đem cho. Vợ anh buồn mấy ngày, không phải vì tiếc chiếc máy đánh chữ cũ nhưng tiếc một kỷ niệm thuở hàn vi.

"Chúng tôi xin phép được làm giấy hôn thú", anh thưa với cô thư ký văn phòng. "Chúc mừng anh chị", cô thư ký miểm nở. "Thế bao giờ anh chị sẽ làm lễ cưới", cô thư ký hỏi. "Chúng tôi làm lễ cưới hôm 24 tháng 8 rồi ạ", anh đáp. Cô thư ký bật lên tiếng cười giòn. "Xin lỗi anh chị, theo luật, giấy chứng nhận kết hôn phải được làm trước khi lễ cưới diễn ra, nhưng không sao, hôm nay theo giấy tờ sẽ là ngày cưới của anh chị đó nhé", cô thư ký biết mình cười hơi thiếu tế nhị nên nói nhanh. Anh và dĩ nhiên vợ anh cũng không biết phải làm giấy tờ trước khi làm lễ cưới.

Cô thứ ký đưa giấy tờ để anh điền vào, kể cả tên họ người làm chứng và các thủ tục cần thiết phải hoàn tất để được cấp giấy chứng nhận kết hôn. Trước khi ra về cô thư ký tặng hai vợ chồng một gói quà gồm kem đánh răng, xà phòng và khăn lau mặt. "Đây là quà của thành phố tặng anh chị chứ không phải của tôi đâu", cô thư ký tươi cười giải thích.

Đúng như anh nói, một đám cưới đơn giản diễn ra tối 24 tháng 8 năm 1985, tại một nhà hàng ở Boston chỉ có 60 người tham dự gồm họ hàng bên đàng gái và bạn học. Bên đàng trai không có ai. Ông bà bác sĩ Hoàng Hữu Nhuận được nhờ đại diện bên đàng trai và anh Trung, người đi cùng ghe và ở chung trại tỵ nạn Palawan điều hợp chương trình. Hầu hết bạn học đều nghèo nhưng đậm đà tình nghĩa.

Đám cưới xong, gia tài của hai vợ chồng chỉ còn đủ để trả hai tháng tiền nhà. Họ không có khả năng tài chánh để đi chơi với nhau vài hôm như người ta thường gọi là "honeymoon". Anh nghĩ chắc vợ buồn nhưng không nói ra nên hứa với vợ, khi nào có điều kiện mỗi tháng 8 anh sẽ đưa vợ đi nghỉ không chỉ một "honeymoon" mà năm nào cũng có "honeymoon". Một lý do khác, 26 tháng 8 cũng là sinh nhật vợ. Vợ anh không nói gì khi nghe anh an ủi nhưng biết đó chỉ là một trong nhiều hứa hẹn và sẽ được xếp vào ngăn tủ đợi chờ.

Khi anh ra trường có công việc làm và mỗi tháng 8, để kỷ niệm ngày cưới và sinh nhật vợ, anh thường đưa vợ đi chơi. Vì công việc làm nên thời gian và địa điểm mỗi năm có khác.

Năm nay, dù đã đi một vòng nhiều nước từ Canada sang Á châu, tháng 8, anh lại đưa vợ đến Daytona Beach để kỷ niệm nơi hai vợ chồng đến lần đầu mấy chục năm trước. Anh không phải là người chồng gương mẫu, đi hoài, tâm hồn anh mênh mông, chuyện đất nước, chuyện con người nhưng anh cũng luôn cố hoàn thành lời hứa dù nhiều khi rất trễ tràng.

Một triết gia nói "không ai tắm hai lần trong cùng một dòng sông" để chỉ sự thay đổi trong từng khoảnh khắc của thời gian và vũ trụ.

Giải thích đó không đúng hẳn. Dòng sông Tâm nước vẫn một màu xanh và trôi theo cùng tháng năm thăng trầm, vinh nhục của đời người. Dòng sông không thay đổi.

Giọt nước mắt vợ anh khóc một lần anh bệnh nặng nằm trong căn phòng nhỏ ở Brighton, chiếc máy đánh chữ điện tử hiệu Brother, Daytona Beach, chân cầu cũ và nhất là hình ảnh ngày 24 tháng 8 khi vợ anh mặc chiếc áo cưới màu trắng mướn của một người Việt ở Malden vẫn còn nguyên vẹn. Tất cả vẫn sống với anh cho đến ngày một hơi thở hắt ra nhưng không trở lại.

MẸ CHỜ CON

Mùa hè nhiều sinh hoạt và đầy kỷ niệm của gia đình đã qua. Xem lại những hình đã chụp có bức hình "Mẹ chờ con trai bên ngoài trường đại học" cảm động nên chia sẻ và chia vui với các bạn.

Tuần trước đưa bà xã đi Rensselaer Polytechnic Institute (RPI) ở New York để dự buổi bảo vệ luận án tiến sĩ của cậu con trai.

Cậu đã hoàn tất hết chương trình tiến sĩ ở Phân khoa Không gian và Nguyên tử của học viện vào mùa hè nhưng vì lý do gì đó buổi bảo

vệ luận án lẽ ra trong tháng 5 phải dời sang ngày 1 tháng 9 vừa qua ở RPI (RPI đứng thứ 41 trong danh sách 280 trường đại học Mỹ được US. News & World Report xếp hạng).

Chương trình bắt đầu đúng 12 giờ trưa trong một phòng họp rộng. Phần thuyết trình của cậu trong giờ đầu được mở rộng cho gia đình và sinh viên tham dự. Bài thuyết trình chỉ toàn là toán và toán. Sau phần thuyết trình, phần đặt câu hỏi của hội đồng giáo sư giám khảo chỉ mình cậu được phép có mặt.

Ở cuối chương trình cậu nhìn mẹ và nói bằng tiếng Anh, "Thank you for coming" rồi nhìn ban giám khảo để giới thiệu "This is my parent". Các giáo sư cố vấn và giám khảo lần lượt đến chào và chúc mừng mẹ cậu.

Cậu dặn mẹ ra ngoài chờ và khoảng một giờ sau cậu sẽ ra.

Mẹ cậu ra ngồi trên chiếc ghế trống ngoài sân giảng đường.

Một giờ trôi qua nhưng cậu chưa ra. Cậu nhắn qua phone dặn mẹ chờ thêm một giờ nữa. Mẹ cậu lại chờ. Một giờ và rồi nửa giờ nữa

trôi qua, cậu vẫn chưa ra.

"Chắc hỏi khó lắm nên nó trả lời lâu vậy", mẹ cậu lo âu. "Bảo vệ luận án chỉ là thủ tục, em đừng lo", tôi trấn an mẹ cậu. "Biết đâu họ đánh rớt nó thì sao", mẹ cậu nóng lòng. "Không đâu, học tới đây rồi không rớt nữa, nếu có trở ngại các giáo sư cố vấn chắc đã biết rồi".

Tôi nói vậy nhưng cũng nghe ruột nóng. Xách máy đi vòng vòng chụp cảnh để giết thời giờ. Từ trên đường nhìn xuống cảnh mẹ chờ con trông thật não lòng. Tình mẹ không thể tả bằng ngôn ngữ.

Cuối cùng cậu bước ra. "Có trở ngại gì không con?", mẹ cậu hỏi. "Không, trường sẽ gởi bằng về", cậu đáp. "Cho con?", mẹ cậu thắc mắc. "Không, cho mẹ đó", cậu trả lời và mỉm cười. Mẹ cậu cũng cười.

Mẹ dắt cậu đi ăn cơm trưa, một trong những bữa cơm ngon nhất sau tám năm dài cậu con trai của mẹ theo học ở Học viện Kỹ thuật Rensselaer này.

Trường mời cậu ở lại nhưng cậu từ chối. Vì cậu được học bổng toàn phần của trường nên phải hoàn thành đề án đang làm trước khi chọn một hướng đi riêng. Bầu trời rộng mênh mông, chim bay hướng nào tùy ước vọng của chim nhưng bổn phận của cha mẹ là phải góp phần chắp cho con đôi cánh.

Trên đường về lòng mẹ lâng lâng, không phải vì mùa thu đang trở về bên dòng sông Hudson mà vừa xong một bổn phận thiêng liêng của người mẹ.

CÔ ÚT VÀO ĐẠI HỌC

Sau khi Thảo và Hiếu ra đời, vợ chồng tôi nghĩ thế đủ rồi, có gái và trai. Chúng tôi chỉ mong dưỡng nuôi hai con nên người. Nhưng rồi mãi 8 năm sau, vào một ngày mùa đông, có cô bé gõ cửa bước vào gia đình. Căn nhà nhỏ ở Dorchester chợt nghe tiếng khóc và tiếng cười trẻ thơ.

Lớn lên cô út thích nghệ thuật, sinh vật biển và quan tâm nhiều đến môi trường sống. Thú vui sau giờ học của cô út là vẽ, điều hành

các nhóm về môi trường và làm thiện nguyện ở Boston Aquarium. Cuối tháng 8 năm 2016, cô út vào đại học.

Sau khi thăm một số trường ở nhiều tiểu bang trong đó có những trường về Art & Design tốt nhất. Nhiều trường trong hệ thống UC ở California cũng nhận cô út. Nhưng cuối cùng cô út chọn Stony Brook University ở Long Island, NY vì nơi đó có cả ba khoa Arts, Environmental và Ocean Sciences.

Cô út muốn học bốn năm đầu ở một trường tốt trung bình, cấp nhiều học bổng và có nhiều ngành để chọn trong trường hợp cô thay đổi ý định về hướng đi. Khi lên chương trình cao hơn, cô sẽ cố gắng vào một trường chuyên môn thật tốt để dọn đường cho nghề nghiệp về sau giống như anh chị cô đã làm.

Không giống anh chị, cô út nghiêng về nghệ thuật, sáng tạo và nặng tình cảm. Cô út đọc đâu đó một nghiên cứu về những gia đình có ba con, theo đó, đứa con đầu thành công nhất, đứa giữa tương đối thành công nhưng đứa út phải tranh đấu nhiều hơn để tiến thân. Nghe cô út kể như than thở tôi mủi lòng nên trấn an con: "Ai cũng phải tranh đấu, nhiều ít tùy theo điều kiện và hoàn cảnh mỗi người. Ba mẹ đứng phía sau con về cả tinh thần lẫn vật chất suốt đường con đi trong bất cứ ngành học nào con chọn lựa". "Thank you Dad".

Một lần đi thăm Maine University, tuyết rơi mù mịt, hai cha con dừng lại uống café ở một quán ven đường, tôi hỏi vui: "Mai mốt ba mẹ già, con có lo lắng cho ba mẹ không?", "Không, con không thể", "Tại sao?", "Ngành con không làm ra nhiều tiền, ba mẹ nên ở với Connie hay Steven", "Ba mẹ có tiền hưu, ý ba là săn sóc tinh thần kìa", "Nếu vậy thì đương nhiên con săn sóc ba mẹ". Thật cảm động khi biết con nghĩ đến lãnh vực khoa học mình yêu thích và phục vụ nhiều hơn là lương bổng do ngành nghề đem lại.

Việc cô út rời nhà để vào đại học là một thay đổi quan trọng. Cô út đi để lại một khoảng trống lớn, nhất là với mẹ. Thói quen đánh thức con vẫn còn nên rất buồn khi buổi sáng nhìn chiếc giường không có con đang ngủ nướng. Hai mẹ con, thật ra là hai người bạn thân, đi đâu cũng có nhau dù coi một chương trình trên TV, shopping đầu phố, ngồi "roller coaster" ở Walt Disney World hay đi ghe trên sông Hằng ở Ấn Độ. Cô út phụ thuộc vào mẹ nhưng mẹ cũng phụ thuộc vào cô út.

Mẹ cô út cũng biết con chim nhỏ đã biết bay và rồi sẽ bay xa nên năm nay ba mẹ đi nghỉ hè với cô út nhiều hơn các năm trước. Cô út muốn gì mẹ cũng chìu ngay cả việc ngồi "roller coaster" nhức đầu chóng mặt ở Universal Studios Florida hay ráng chịu say sóng đi xem cá voi ở vịnh Boston.

Ngày 25 tháng 8, cô út rời Boston. Ba mẹ đưa cô út xuống trường. Hôm sau là ngày sinh nhật mẹ nhưng không tổ chức gì vì phải lo dọn vào cư xá sinh viên và ngay sau đó ba mẹ phải về lại Boston. Dù bận rộn, cô út vẫn không quên sinh nhật mẹ. Dưới bóng cây trong sân trường mới cô út trao cho mẹ gói quà.

Từ nhỏ, cô út thường tự tay làm quà tặng mẹ. Năm nay cũng vậy. Quà năm nay là một cuốn album với hình ảnh chọn lọc của hai mẹ con từ khi sinh ra cho đến chuyến nghỉ hè mới nhất ở Florida để nhớ chặng đời 18 năm sống trọn vẹn trong vòng tay mẹ. Cô út chọn ảnh từ album gia đình, chụp lại, in ra và đóng tập.

Ngoài ra, cô út biết mẹ sẽ gặp khó khăn khi xử dụng cái "Universial remote control" để điều khiển giàn máy TV ở nhà với DVD, sound system, netflix, Verizon Cable... phức tạp nên soạn một tập sách mỏng bằng hình ảnh chỉ dẫn cách mở, tắt, sang đài, điều chỉnh âm thanh, coi phim, tìm kiếm... Mẹ cầm quà của con miệng cười ngất mà mắt đỏ hoe. Mắt cô út cũng đỏ hoe theo.

Con người không gặp nhau rồi chia tay, đến rồi đi một cách ngẫu nhiên, tình cờ như chúng ta thường nghĩ nhưng là kết quả của nhân duyên trong nhiều kiếp và chúng ta chỉ chọn không gian này làm điểm hẹn. Tình mẹ, tình cha, tình con, tình vợ chồng, tình anh em, tình yêu, tình bạn dù sống với nhau một đời hay chỉ gặp nhau trong khoảnh khắc đều là kết quả của nhân duyên. Hãy trân trọng và cám ơn một thời ta đã có nhau.

Cô út đang lớn và sẽ bay vào bầu trời cao rộng nơi có những nhân duyên mới đang chờ đợi cô, và cứ thế giọt nước sẽ bốc hơi, tụ thành mây và làm những cơn mưa để tưới mát cuộc đời. Mong cô út học giỏi, thành công và thương cô út vô bờ bến.

MẸ ĂN CHAY

Hai tuần trước cô út trở lại trường. Không giống năm ngoái, năm nay không có mẹ đi theo. Cô út tự lái xe từ Boston đi New York. Mẹ cô út cho chiếc xe của mẹ để cô út có phương tiện đi mua sắm vì trường nằm khá xa với trung tâm thành phố. Mẹ không yên tâm nên muốn ba cùng đi và rồi đón xe lửa Amtrak về.

Trên đường đi hai cha con dừng lại ở một khu vực nghỉ chân để ăn sáng. Cô út chợt hỏi: "Bao giờ mẹ bắt đầu ăn chay vậy ba?". "Mẹ không có ăn chay, nhưng sao con nghĩ vậy?". "Năm ngoái con vô

trường mẹ ăn chay một tháng mà". Tôi cười: "Đó là lần đầu tiên con vào đại học, bây giờ con quen thuộc rồi". "Vâng, thì ra, con hiểu". Hai cha con cùng mỉm cười và cảm động về chuyện mẹ ăn chay.

Chuyện mẹ cô út ăn chay là một bí mật nhưng vì tôi không giữ được bí mật nên nay cả nhà đều biết. Bây giờ thì ai cũng biết.

Đứa con nào đến trường lần đầu từ trung học đến đại học rồi chuyên khoa mẹ cũng ăn chay một tháng. Ngoại trừ cậu con trai học một mạch tám năm, chị lớn phải thi cử nhiều lần theo một học trình dài. Thời gian chờ đợi sau mỗi đợt thi, chờ được phỏng vấn, chờ được trường nhận và chờ kết quả được nội trú là những ngày tháng "ăn không ngon ngủ không yên" của mẹ.

Khi các con lớn tôi muốn các con biết về cách suy nghĩ của một người mẹ Việt Nam. Ăn chay hoàn toàn không mang tính tôn giáo hay mê tín dị đoan nhưng là cách thể hiện một lời hứa với chính mình. Đó có thể xem như một phần thưởng tinh thần, một trách nhiệm lớn vừa hoàn thành và chuẩn bị một chặng đường mới đầy hy vọng đang mở ra cho con cái của mẹ. Mối lo sẽ nhẹ đi và niềm vui sẽ đến.

Mẹ của cô út chẳng tới chùa hay đến nhà thờ cầu nguyện cho đứa con nào của mẹ học hành giỏi giang hơn người khác. Nếu một người thành công nhờ vào lời cầu nguyện rồi nhân loại sẽ là một thế giới của những kẻ lười.

Ngày các con còn nhỏ, nơi gia đình đến nhiều nhất mỗi tuần là thư viện. Các hình kèm theo chụp ở khu thiếu nhi của thư viện Boston. Mỗi đêm, ngoài bài tập của trường, mẹ luôn dạy các con học trước chương trình của trường ít nhất vài ba tháng. Mùa hè mẹ thường dắt các con đi hái nho, hái táo để vui với thiên nhiên.

Hành trình nuôi con của mẹ cô út dành cho các con là một hành trình đầy hy sinh, gian nan và yêu thương không điều kiện.

CHÁU NGOẠI CHÀO ĐỜI

Năm đó tôi làm việc trong nhà kho của một hãng điện tử ở Boston. Buổi chiều và cuối tuần đi học. Học và làm đều là toàn thời gian. Bận rộn chuyện mưu sinh và học hành. Chẳng những thế trong lòng còn luôn nôn nao nghĩ tới đứa con sắp sửa chào đời.

Một buổi sáng cuối tháng Giêng, Phụng gọi vào chỗ làm bảo về đưa đi bệnh viện. "Tới ngày rồi đó", Phụng nói trên phone. Lòng

tràn ngập vui mừng nhưng cũng đầy lo lắng, tôi vội vã xin phép ông "boss" và chạy ra lấy xe.

Trên đường về ghé ngân hàng lấy ít tiền và khi trở ra chiếc xe già nua đề hoài không nổ. Nhân viên ngân hàng biết chuyện nên gọi giùm taxi và cho phép để chiếc xe già ở đó. Khi về tới nhà, tôi dặn người lái taxi đừng đi, chờ dưới nhà để giúp đưa vợ tôi đến bệnh viện Beth Israel.

Trời rất lạnh. Tháng Giêng mà. Trong phòng chờ sanh của bệnh viện nhìn ra ngoài trời tuyết đang rơi nhẹ, lòng hồi hộp nghĩ tới lát nữa mình sẽ làm cha và những ngày tháng tới. Bên cạnh tôi, một cô gái trẻ đang nằm trên giường chờ làm mẹ. Chiều hôm đó Thảo ra đời và đúng như chúng tôi mơ ước, mẹ tròn và con vuông.

Chỉ hai tuần sau khi cô bé ra đời, căn nhà tôi thuê bị cháy. Hai vợ chồng phải ẵm con còn đỏ hỏn đi tìm chỗ ở. Khoảng gần năm sau chúng tôi gom hết tiền dành dụm được để đặt mua căn nhà nhỏ

ở Dorchester. Nhà thơ Lê Mai Lĩnh thường gọi vui là "nhà truyền thống" vì là nơi tụ họp thường xuyên của anh em văn nghệ.

Chúng tôi dự tính rất nhiều cho đứa con đầu lòng. Khi Thảo lên năm, thay vì vào trường công, chúng tôi đưa con gái vào học trường tư St. Mary's Catholic School, một trường Công giáo dạy rất tốt ở khu Brookline.

Chúng tôi muốn các con mình lớn lên có lòng bao dung, nhân ái và được kính trọng, và trong xã hội Mỹ, con đường duy nhất để được kính trọng mà không cần phải giàu có là con đường giáo dục.

Cùng một dòng sông nhưng khúc sông của các con chảy êm đềm nhiều so với khúc sông của cha mẹ. Thảo học một mạch từ lớp một ở St. Mary's Catholic School cho tới xong nội trú.

Cách đây hai năm Thảo lập gia đình và quyết định ở lại làm việc tại Boston.

Tháng 10 năm 2017, tới phiên Thảo làm mẹ. Suốt mấy tháng nay vợ chồng tôi hồi hộp đợi chờ. Cháu ngoại ra đời sáng ngày 11 tháng 10.

Ba chục năm sau, dòng sông nhân duyên vẫn êm đềm chảy trong tâm hồn. Cháu có tên Mỹ và tên Việt. Là cháu trai nên bà ngoại đặt cho cháu tên Việt là Chấn Huy.

Còn quá sớm để biết Chấn Huy sẽ làm gì trong tương lai nhưng dù làm gì đi nữa, tôi vẫn mong cháu giữ được hai đặc tính thương người và được người thương.

MỘT CÁCH MƯU SINH

Trên đường phố Prague, du khách thỉnh thoảng gặp những người ăn xin quỳ trên chó như thế này. Một người mù ăn xin nhờ chú chó dẫn đường. Nhiều người, trong đó có tôi, bỏ vào mũ của anh vài chục xu tiền lẻ. Cô út rất thương chó nên cứ đứng nhìn chú chó tội nghiệp vì chủ mà phải làm thân ăn mày. Chú chó mập lông vàng và người chủ áo xanh. (Tôn trọng sự riêng tư của anh tôi giảm độ sáng của bức hình để không ai có thể nhận ra anh).

Sau khi rẽ sang con đường khác, chợt phía sau có một người và một con chó đi qua mặt chúng tôi rất nhanh. Thì ra cũng anh ăn xin áo xanh và chú chó mập lông vàng. Vì lúc nãy nhìn anh và chú chó khá lâu nên gặp lại là nhận ra ngay. Khác chăng, lần này anh không quỳ trên chó, chó không dắt anh và anh cũng không dắt chó. Chú chó chạy theo anh và cả hai đều vội vã.

Chắc chắc là anh không mù. Một người mắt sáng như tôi mà cũng khó khăn lắm mới bước được giữa đường phố Prague đầy khách du lịch nói chi là người mù.

Cảm giác đầu tiên là tiếc mấy xu tiền lẻ vì đã cho lầm người. Lẽ ra chúng đang ở trong túi của những người đói khát, mùa lòa lại rơi vào túi của một anh chàng mạnh khỏe, mắt sáng hơn tôi nữa.

Nhưng rồi nghĩ lại. Anh không biết chơi violin như cô gái bên góc phố kia. Anh không biết chơi guitar như anh chàng trong công viên nọ. Có thể anh kiếm không ra việc làm. Và cũng có thể anh chỉ muốn quỳ cách đó để xin tiền thay vì đi làm.

Cách của anh, không lương thiện nhưng không thể gọi là bất lương. Anh không móc túi ai dù tệ trạng móc túi rất phổ biến tại các khu du dịch châu Âu. Anh không cướp giật của ai dù anh mạnh khỏe, chạy nhanh hơn rất nhiều người. Anh chỉ quỳ xuống để xin những đồng tiền cắc. Số tiền mình bỏ trong mũ của anh cũng chẳng làm thay đổi cuộc đời anh để gọi là tiếc nuối và cũng chẳng đáng bao nhiêu để khinh rẻ một người khác.

Nói cho cùng đó cũng là một cách mưu sinh.

THẠCH THẢO VEN HỒ

Khá lâu không ra thăm hồ nước trong xóm. Hôm nay, trong lúc nghỉ trưa, xách máy đi dạo một vòng xem thu đã vàng chưa. Mùa thu vừa chớm. Lá chưa vàng nhiều. Có thể hai tuần nữa những hàng cây phong bên hồ mới vàng đều. Nghe đâu thời tiết năm nay nóng trễ nên mùa thu cũng đến trễ.

Tôi chợt nhớ đến những bụi hoa thạch thảo mọc bên những kẽ đá ven hồ và ghé lại thăm. Ít nhất cũng đã bốn năm từ ngày tôi làm quen với những người bạn thiên nhiên này. Mỗi tháng 9 các bụi thạch thảo đều nở hoa. Năm nay cũng thế. Những chùm hoa màu

tím nhạt xinh xinh. Chụp vài tấm hình trước khi ra ngồi nghỉ trên chiếc ghế bên hồ.

Trở lại, tính đến thăm mấy bụi thạch thảo lần nữa trước khi về, cũng vừa lúc người công nhân dọn dẹp công viên đang cắt cỏ dại quanh hồ. Ông ta cắt hết những bụi cây lớn nhỏ, dĩ nhiên, trong đó có những chùm hoa thạch thảo nhô ra từ kẽ đá.

Tự nhiên thấy tiếc. Tính bước tới giải thích với ông thợ cắt cỏ nhưng nghĩ lại chắc gì ông ta thông cảm. Với người làm sạch công viên và có thể đa số người khác đó chỉ là hoa cỏ dại.

Mọi sự vật trên đời cũng thế. Giá trị của một sự kiện, vật chất hay tinh thần, không phải tự bản thân của nó mà còn do người sử dụng hay nhận thức. Đưa cho cậu bé bắn chim một viên ngọc hay viên sỏi chắc cũng không khác gì nhau. Cả hai đều dùng để bắn chim.

Trong xã hội Việt Nam bây giờ, một số người hy sinh cả gia đình và tính mạng để theo đuổi những mục đích mà họ nghĩ là vô cùng cần thiết cho xã hội, cho tương lai đất nước nhưng đa số người khác lại không thấy, mà dù có thấy cũng không hiểu và dù có hiểu cũng không đủ để thúc giục họ dấn thân.

Cũng may, người dọn vườn chỉ cắt nhánh thôi, rễ cái của những chùm thạch thảo vốn đã ăn sâu vào kẽ đá rồi, mùa thu tới sẽ có cơ hội lớn lên và sẽ trổ hoa.

CHIM SẺ GIÀ CÔ ĐỘC

Thứ Bảy tuần rồi có chú em đến thăm. Quen chú từ ngày mới tới Mỹ năm 1981 và gần gũi nhau từ đó đến giờ. Ông em làm thợ sơn, ông anh làm vi tính, ông em thì quá sức đơn giản, còn ông anh thì vô cùng phức tạp. Gặp nhau nhiều khi chẳng biết nói gì nhưng thỉnh thoảng vẫn gặp, chỉ ngồi uống một ly café rồi chia tay, ai nấy trở lại với cuộc sống riêng của mỗi người.

Lần này, cũng tính đi uống café nhưng khi ra Dunkin Donut gọi café xong hai anh em đổi ý. Lý do như chú nói, nhà kho đặt sau vườn tôi trốc mái từ trận bão tuyết năm ngoái nếu không sửa, mùa đông tới sẽ không có gì che những vật dụng để trong kho. Thay vì ngồi ở quán, hai anh em cầm ly café theo sang tiệm Lowes mua gỗ và tôn về sửa nhà kho. Chú làm hết, tôi chỉ làm thợ vịn. Mà cũng không vịn nữa, thấy trời đẹp, lấy iphone ra quay một vài cảnh quanh nhà.

Một chú chim sẻ từ đâu bay đến đậu gần thùng đồ nghề. Chú sẻ này có vẻ già hơn các chú sẻ bình thường. Tôi đang quay cảnh nhà nên luôn tiện quay chú sẻ đang đậu trên thùng sơn rỗng. Ngạc nhiên vì chú không bay dù tôi đứng rất gần. Chắc là bị thương tật hay sợi gì đang vướng vào chân, vào cánh. Tôi nghĩ vậy nên đưa tay ra định nắm lấy chú, lúc đó chú mới bay đi trong nặng nề và yếu ớt.

Chú chim sẻ đến đậu trên tảng đá ở góc vườn. Tôi đến ngồi với chú một lát.

Ngồi bên chú chim già yếu tôi chợt nhớ câu chuyện Mẹ Teresa kể trong những ngày Mẹ mới tới Calcutta.

Calcutta là bang nghèo nhất của nước Ấn. Mỗi ngày trên đường nhiều người nghèo đói hay bệnh tật nằm chờ chết. (Không chỉ thế kỷ trước mà ngày nay nếu các bạn đến những tiểu bang miền Bắc Ấn, cảnh nghèo đói không thể chịu đựng được vẫn còn nhưng người địa phương không ai ngó ngàng vì dường như đã quá quen với cảnh bần hàn này).

Ngày đó Mẹ Teresa chưa có một phương tiện gì để cứu giúp những người đang chết trên đường và cũng chưa có chỗ để mang họ về. Căn nhà Mẹ mua của một người Pakistan, bây giờ được gọi là Mother's House, chỉ có sau khi Mẹ lập Dòng Tu.

Khi còn là một Sơ trẻ dạy học, sau giờ dạy, Mẹ thường ra ngồi bên những người đang chết, cầm tay an ủi họ. Theo lời Mẹ kể, nhiều bệnh nhân nhìn Mẹ mỉm cười như để cám ơn người mang đến cho họ chút hạnh phúc dù muộn màng, trước khi nhắm mắt lìa đời.

Chú sẻ già bệnh hoạn vẫn đậu trên tảng đá. Không líu lo và cũng không cử động mạnh. Một con ruồi đậu trên cánh cũng không làm chú khó chịu. Tôi nghĩ chú đang đói. Mùa hè, bà xã mua thức ăn cho chim và thỉnh thoảng tôi đổ đầy chiếc hộp gỗ treo nơi góc vườn. Hộp thức ăn còn khá nhiều.

Khi tôi trở lại, chú chim rời tảng đá vào nép mình trong bụi cây gần đó. Tôi rải thức ăn chung quanh rồi đi phụ chú em sửa nhà kho. Ngồi đó biết đâu chú sẻ ngại và không ăn, tôi nghĩ vậy. Một lát sau tôi trở lại, chú chim không còn ở đó. Nhìn quanh cũng không thấy. Lần này chú đã bay xa.

Chim sẻ thường bay cả bầy có khi hàng trăm con và ríu rít rất ồn ào nhưng sáng hôm đó bầy đàn đâu không thấy, chỉ một mình chú chim già lẻ loi, chậm chạp và bệnh hoạn. Con người cũng thế thôi. Thời khỏe mạnh sẽ qua nhanh và những ngày cô độc, bệnh hoạn sẽ đến.

Và tôi chợt nhớ những câu thơ của anh Trần Hoài Thư viết về bầy chim sẻ đậu bên ngoài ô cửa của thuở học trò ngày xưa nhưng nay đã lạc bầy:

Ngôi trường ấy có bao nhiêu ô cửa
Để tôi về đếm những đám mây
Tôi sẽ gọi một bầy chim sẻ nhỏ
Những cánh chim từ xa vắng lạc bầy.

(*Ô cửa*, Trần Hoài Thư)

NGƯỜI TÀI XẾ TAXI Ở LAS VEGAS

Đầu tháng 11 năm 2013, trên đường đến Mandalay Bay, bắt chuyện với anh lái taxi, người Nam Mỹ.

- Độ này công việc làm ăn ra sao, hy vọng khá hơn thời suy thoái kinh tế bốn năm trước?

- Vâng, khá hơn nhưng cũng còn chậm. Tuần này rất bận vì nhiều hội nghị. Anh là người Việt?

- Sao anh biết tôi gốc Việt?

- Người Việt làm ngành IT nhiều. Hôm qua cũng đón một cô gốc Việt đi dự hội nghị về IT như anh.

- Anh ở Las Vegas bao lâu?

- Hai mươi mốt năm.

- Ở lâu vậy chắc vì anh thích Las Vegas?

- Không.

- Không thích mà ở đến hai mươi mốt năm.

- Không biết đi đâu khác. Tính dọn về Texas nhưng còn đang tính toán. Ở Austin tốt nhưng đắt đỏ hơn Dallas. Chưa biết sao đây. Sống ở Las Vegas chỉ phí thời gian. Mai mươi mốt năm vẫn lái taxi thuê. Thời gian là quan trọng nhất, tôi lãng phí hai mươi mốt năm và sẽ không tìm lại được.

- Nhiều người cũng nói với tôi như anh, thời gian là quan trọng nhất, qua đi không tìm lại được, nhưng cách nói đó không đúng hết đâu.

- Sao lại không?

- Khi nào anh còn sống, thời gian sẽ không mất.

- Là sao?

- Đừng tiếc những gì anh biết sẽ không tìm lại được. Anh còn trẻ. Nếu không có gì bất trắc, anh vẫn còn ít nhất hai mươi mốt năm sau này. Thời gian đó mới là quan trọng chứ không phải thời gian đã qua. Chúc may mắn.

- Cám ơn.

THỎ MẸ NUÔI CON

Một cuối tuần đầu mùa hè vừa qua hai vợ chồng lên thăm nhà con gái lớn. Cô lớn khoe vừa khám phá một bầy thỏ con vừa mới được sanh trong một chiếc tổ sau vườn. Tôi ghé ra thăm.

Gọi là tổ nhưng thật ra là một chiếc hang do cha mẹ bầy thỏ đào trong đất và được che bằng một lớp cỏ khô. Cô gái lớn nhẹ nhàng gỡ lớp cỏ khô phía trên. Nếu không có tiếng kêu chít chít và dấu động đậy thì thật khó nhận ra có một bầy thỏ con đang chen chúc nhau phía dưới.

Chúng thật dễ thương. Hang chật hẹp nên không biết bên trong có bao nhiêu cô chú. Chừng bốn và cũng có thể là năm. Các cô chú kêu chít chít như than phiền ai đó vừa đạp lên mình hay đang trách mẹ trời đã trưa mà vẫn chưa về.

Tuyệt nhiên không thấy bóng dáng thỏ cha và thỏ mẹ.

Ngồi nhìn các cô chú thỏ con một lúc, thu một đoạn phim ngắn để nhớ rồi hai cha con đậy cỏ khô lên giống hệt như lúc đầu và đi vào nhà nhanh kẻo thỏ mẹ trở về.

Buổi chiều trước khi ra về, tôi ghé qua một lần nữa. Tất cả vẫn y nguyên và vẫn không thấy thỏ mẹ. Tôi tự hỏi chẳng lẻ thỏ sinh xong rồi bỏ đi mặc cho bầy con đói khát thế sao.

Tìm đọc một bài về thỏ hoang trên rabbit.org mới thấy thương cho thỏ mẹ. Thỏ mẹ phải tần tảo kiếm ăn suốt ngày để có sữa nuôi bầy con đông đúc. Nếu ở nhà thì lấy sữa đâu cho con bú. Thỏ mẹ cho con bú một lần vào sáng sớm và chỉ trở lại hang vào buổi tối để cho con bú một lần nữa rồi đi lại. Mỗi lần như thế các cô chú thỏ con chỉ được mẹ cho bú chừng năm phút. Giống như nhiều động vật có vú, thỏ mẹ không sưởi ấm cho con, thay vì, chỉ dùng cỏ khô để che nắng che mưa.

Khoảng tháng sau tôi trở lại. Hang thỏ trống hoang. Bầy thỏ đã ra đi. Trong lúc tôi nghĩ ngợi, từ trong tường đá, một vài cô chú thỏ chạy vụt qua. Các cô chú thỏ nhảy rất nhanh nên canh máy ảnh thế nào cũng không chụp kịp. Dù sao, một niềm hy vọng chợt lóe lên khi nghĩ những cô chú thỏ tháng trước đã lớn hẳn lên rồi.

Tôi kể câu chuyện này trong ngày 10 tháng 10 còn vì một lý do khác. Vì ở Việt Nam có một thỏ mẹ nhưng không được chăm sóc con mỗi sáng và ru con ngủ mỗi tối như bao nhiêu thỏ mẹ khác. Không mỗi ngày, không mỗi tháng và không cả mỗi năm. Ngoại trừ một biến cố lớn xảy ra, chín năm nữa, thỏ mẹ đó mới được thả về nhà với các con.

Và những thỏ con, dù khó khăn và chịu đựng, rồi sẽ lớn nhưng không lớn để được sống trong tự do như bao nhiêu thỏ con khác nhưng lớn lên để nuôi dưỡng lòng căm hận dành cho những kẻ giam cầm thỏ mẹ.

Giữa một xứ sở quá cần tình thương mà hận thù lại một ngày thêm chồng chất. Nhưng đừng trách thỏ con. Hận thù sẽ không chấm dứt nếu những nguyên nhân gây ra thù hận vẫn còn tồn tại.

CHUYẾN XE LỬA KINH ĐÔ (KYOTO)

Khoảng hai mươi lăm năm trước, một người bạn quen trên internet kể lại chuyến đi bằng xe lửa của anh từ Tokyo đến Kyoto. Người khách ngồi cạnh anh là một cô gái Nhật. Đường dài họ bắt chuyện làm quen.

Cô gái Nhật hỏi thăm anh từ đâu đến và sẽ về đâu. Anh trả lời anh là người Việt Nam tỵ nạn vừa đặt chân lên đất Phù Tang. Khi chia tay

cô gái Nhật chúc anh vượt qua những khó khăn trong những ngày tháng tới của đời mình.

Việc hỏi thăm nhau để giết thời giờ trên chuyến xe lửa là việc bình thường với phần đông nhân loại nhưng với người Việt Nam câu chuyện khơi lại vết thương của một kẻ vừa xa gia đình, xa quê hương chưa biết bao giờ trở lại. Anh viết bài thơ để kỷ niệm lần gặp gỡ với cô gái Nhật và phổ biến trên internet.

Tôi mượn "cô gái Nhật" trong câu chuyện của anh để viết một bài thơ khác cho thân phận của mình vừa đặt chân lên đất Mỹ và đặt tựa bài thơ *Em đừng hỏi.*

Hai mươi lăm năm sau, đến phiên tôi ngồi trên xe lửa từ Tokyo đi Kyoto và chợt nhớ lại câu chuyện đã một lần diễn ra trên tuyến đường này. Nhìn hàng ghế trống bên kia, dường như có ai đã từng ngồi ở đó.

Thời gian trôi qua, cuộc sống vật chất lẫn tinh thần của nhiều người tỵ nạn đã khác. Chàng thanh niên tỵ nạn ngày xưa đã có gia đình, có một hướng đi, không còn bơ vơ lạc lõng như những ngày đầu.

Nhưng trong phần riêng tư và sâu thẳm của tâm hồn vẫn còn một khoảng trống cô đơn chưa lấp kín và một vết thương có thể sẽ không bao giờ lành. Đăng lại bài thơ để nhớ kỷ niệm chuyến xe lửa Kinh Đô.

EM ĐỪNG HỎI

Em đừng hỏi sao ta già trước tuổi
Khi thời gian đâu có nghĩa lý gì
Tuổi của ta được tính bằng khắc khoải
Bằng tủi buồn trên mỗi bước ta đi.

Em đừng hỏi quê hương ta có đẹp
Khi hận thù còn nhuộm đỏ giang san
Ai mới đạp trái mìn chưa nổ kịp
Bao nhiêu năm cuộc chiến vẫn chưa tàn.

Em đừng hỏi cha mẹ già bao tuổi
Chưa bao giờ ta kể chuyện đời ta
Xin hãy để cho niềm đau yên ngủ
Vết thương lòng năm tháng sẽ phôi pha.

Em đừng hỏi ta mong về quê cũ
Chiếc lá khô còn nhớ cội thương cành
Ta chẳng lẽ bước chân đời lê mãi
Nơi quê người làm một kẻ lưu dân.

Em chúc cho ta được tròn ước nguyện
Vâng, ta còn mơ ước nhỏ mai sau
Ta sẽ sống để chờ ngày trở lại
Hôn một lần lên đất mẹ thương đau.

MỘT BUỔI CHIỀU MƯA

Mấy mươi năm chụp hình, đa số là hình vợ con và anh chị văn nghệ sĩ nên tôi có một gia tài hình ảnh rất là phong phú. Hình văn nghệ sĩ, mỗi người có dịp ghé đều lấy phần mình, còn lại là hình của gia đình. Bà xã xếp vào cả tá album.

Sợ để lâu ngày giấy sẽ hư và màu sẽ phai đi nên tuần trước tôi mua một cái scanner để bên cạnh bàn làm việc, khi nào rảnh scan vài tấm. Tấm nào đẹp để qua một bên chờ bà xã về khoe.

Hôm qua, khoe bà xã tấm hình mẹ chụp với con gái đầu vì trong hình mẹ trông còn quá nhỏ.

Bà xã cười và nói: "Hồi đó mới hai mươi mấy tuổi nên bị anh gạt dễ dàng". "Gạt em sao?" "Ai nói là nhà anh cũng trên đường đi ngang nhà em nên cho phép anh đưa em về cho tiện".

Nhớ lại một buổi chiều mưa mấy chục năm trước, tôi đi làm ra và chợt thấy một cô gái trẻ đẹp cùng sở làm đang đứng chờ mưa tạnh để đi bộ đến trạm xe điện.

Tôi bước lại xin phép để được đưa cô ra trạm xe. Mưa quá lớn, không biết bao giờ mới tạnh và người mời lên xe cũng làm cùng sở, nên cô tin tưởng bước lên.

Trên đường ra trạm xe điện, tôi hỏi khu nhà cô ở và cô trả lời. “Tưởng em ở đâu xa, nhà anh cũng trên đường đi ngang qua khu em ở. Anh “drop” em luôn nhé”. Tôi lớn hơn cô rất rõ nên xưng anh em khá tự nhiên.

Cô gái cho phép tôi đưa về nhà. Và cứ thế mỗi chiều dù mưa hay nắng tôi cũng có dịp đưa cô gái cùng sở làm về. Nhưng mỗi lần “drop” cô xong tôi phải quay đầu xe lại chạy về hướng sở làm lần nữa vì nhà tôi trọ ở phía bên kia.

Cả tháng sau cô mới biết và như người Mỹ nói “the rest is history”.

TÌNH NHÂN LOẠI KHÔNG MÀU

Buổi sáng ở điện Taj Mahal, miền Bắc Ấn Độ. Hai vợ chồng đang đứng chờ cô út chụp hình những bụi hoa trên lối vào. Một nhóm thanh niên Ấn Độ theo Hồi giáo cũng đang đi thăm điện. Các em đi theo nhóm nên tôi đoán chừng là sinh viên hay học sinh đi thưởng ngoạn ngôi đền. Không giống như miền Nam Ấn trù phú, miền Bắc Ấn rất nghèo nàn, hoang vu, đầy đồi núi.

Thấy vợ chồng tôi, một em tách ra khỏi đoàn bước đến chào rất lịch sự. Chúng tôi chào lại. Em hỏi thăm và khá ngạc nhiên khi biết

chúng tôi đến từ thành phố Boston, nước Mỹ chứ không phải một nước Á châu. Hình như em đến từ một vùng nào đó hẻo lánh và rất ít khi tiếp xúc với người ngoài xứ. Em gọi cả nhóm lại giới thiệu vợ chồng tôi như giới thiệu một người quen dù em chỉ quen trước họ chừng một hai phút.

Em mong cả nhóm được chụp với chúng tôi một bức hình kỷ niệm. Tôi chụp cho cả nhóm bằng máy hình của tôi. Rồi chúng tôi chào từ giã nhau.

Đi một đoạn, em sinh viên, người bắt chuyện với chúng tôi đầu tiên, chạy ngược lại và nói xin chụp riêng với Phụng một tấm hình kỷ niệm. Dĩ nhiên không có gì trở ngại.

Trong khi chỉnh máy tôi thấy em đưa tay cầm lấy tay Phụng. Tôi mỉm cười và bấm nhanh hai tấm. Em cám ơn và rất vui.

Dù chẳng trao đổi một thông tin nào và suốt đời chắc gì gặp lại nhưng niềm vui bất chợt đó chắc sẽ làm em mỉm cười khi nhớ lại sau này.

Những ngày mới tới Mỹ, tôi có người bạn Mỹ tên Paul, gốc Irish. Khi còn học ở UMASS tôi thường ghé chơi và mỗi khi ra về Paul đi bộ với tôi ra trạm xe điện để tôi khỏi bị ăn hiếp dọc đường. Tôi có người bạn Mỹ tên Sean, gốc Phi châu thường ngồi chờ trên dốc cao để giúp tôi đẩy những xe thức ăn nặng nề của Bệnh viện New England Deaconess.

Đừng xa lánh nhau chỉ vì màu da, màu áo, sắc tộc, tôn giáo bởi vì trên tất cả, chúng ta là những con người và tình người vốn không màu.

Phần III
TƯỞNG NHỚ

CÀNH MAI CHÁNH PHÁP

Mùa Xuân 1981, tôi từ Đà Lạt về Hội An thỉnh an thầy chúng tôi trước khi vào Nam tìm đường vượt biển. Chân bước một mình trên đường Phạm Phú Quốc mà nghe lòng xao xuyến với bao nhiêu kỷ niệm đang nao nức trở về. Đường phố buồn như có một đám ma vừa mới đi qua. Nhà thơ Luân Hoán một lần đã viết trong ngày anh trở lại Hội An:

Đêm trở lại mưa sa mù phố cũ
Đường hoang vu thao thức ánh đèn vàng
Dáng âm thầm muôn thuở của Hội An
Bước khe khẽ sợ phố phường thức giấc.

(*Đêm mưa về Hội An*, Luân Hoán)

Tôi không cần phải bước khẽ. Sáu năm sau ngày 29-3-1975 định mệnh, Hội An vẫn chưa thức giấc. Thành phố lịch sử bị chính lịch sử bỏ quên suốt mấy trăm năm như còn chìm trong giấc ngủ.

Chùa Viên Giác với hai cây đa già, chiếc cổng tam quan màu nâu đậm, Văn phòng Ban Hướng dẫn Gia đình Phật tử tỉnh Quảng Nam với hàng chữ nổi chạy dài trên tường. Tất cả vẫn còn đó. Tôi đứng lặng yên nhìn cảnh cũ như tìm lại chính mình trong một quá khứ nhiều trắc trở. Văn phòng Ban Hướng dẫn trống hoang, không một huynh trưởng nào làm việc. Chiếc máy in roneo thân yêu của tôi ngày nào nằm trơ trọi trong một góc phòng.

Thằng bé chùa Viên Giác như bà con hàng xóm thường gọi tôi ngày xưa để phân biệt với các chú tiểu chùa Viên Giác, đã về đây. Tôi trở về nơi tôi đã dành khoảng thời gian trong trắng nhất để học, để xây dựng cho mình một nhân sinh quan, để tập một cách sống và chọn một hướng đi.

Tôi muốn cúi nhặt một chiếc lá, vuốt nhẹ đầu con lân bằng sứ trước cổng chùa, dựa lưng một chút vào hai chiếc cửa sắt rỉ đã hoen màu. Với tôi, mỗi viên sỏi, mỗi chỗ ngồi và mỗi chiếc lá trong sân chùa là một kỷ niệm, một phần của đời sống tôi, một phần của tâm hồn tôi.

Thầy tôi, Hòa thượng Thích Long Trí, ngạc nhiên khi tôi trở lại. Thầy mừng rỡ, đưa tay choàng lấy vai tôi thân thiết như ngày nào. Thầy nói như than thở "trong lúc mọi người đều bỏ đi thì con lại trở về". Tôi ngước nhìn lên như muốn bạch với thầy "nhưng rồi con cũng sẽ ra đi, đi xa lắm". Tuy nghĩ thế nhưng tôi không dám đáp lại, chỉ sợ thầy buồn.

Thầy trò chúng tôi ngồi trong giảng đường Thanh Niên và nói về những đổi thay trong giáo hội. Thầy nói rất nhiều về đất nước, về đạo pháp. Thầy nói nhiều hơn về Gia đình Phật tử, tổ chức mà tôi đã phát nguyện đi theo từ năm 7 tuổi và cũng là tổ chức mà thầy chúng tôi dành cả cuộc đời để gieo trồng, vun xới và vất vả trông nom.

Trong hoàn cảnh khắc nghiệt đó, đừng nói gì đến chuyện phát triển, chỉ tồn tại được đã là một điều khó khăn lắm rồi. "Phải tồn tại", thầy nhấn mạnh từng chữ. Thầy nói với tôi nhưng thật ra đang dặn dò chính mình.

Thầy hãnh diện về quê hương xứ Quảng Địa Linh Nhân Kiệt của thầy. Ngày xưa thầy thường dạy chúng tôi: *"Huế là chiếc nôi của Gia đình Phật tử nhưng Quảng Nam lại là nơi chôn nhau cắt rốn của người đã góp phần lớn nhất để tạo dựng nên tổ chức này".*

Ý thầy muốn nhắc đến Bác sĩ Tâm Minh Lê Đình Thám, người sáng lập nên Gia đình Phật Hóa Phổ, tiền thân của Gia đình Phật tử Việt Nam. Quê hương của thầy cũng là nơi dừng chân cuối cùng trên đường hành đạo của Thiền Tổ Minh Hải, tổ sáng lập nên dòng Lâm Tế Chúc Thánh từ thế kỷ 17. Năm 1910, tại Tổ đình Phước Lâm, Hội An, uy nghiêm cổ kính, hai tăng sĩ trẻ từ Huế vào thọ Tỳ kheo trong một đại giới đàn do ngài Ấn Bổn làm đàn đầu hòa thượng. Hơn nửa thế kỷ sau, hai vị tăng sĩ trẻ đó đã trở thành Đệ nhất Tăng thống Thích Tịnh Khiết và Đệ nhị Tăng thống Thích Giác Nhiên của Giáo hội Phật giáo Việt Nam Thống nhất.

Cách chùa Viên Giác không xa là nhà thờ thân tộc của văn hào Nhất Linh Nguyễn Tường Tam, người đã để lại cho muôn đời sau câu nói bất hủ: "*Đời tôi để lịch sử xử*" trong cuộc đấu tranh của Phật giáo 1963. Quảng Nam cũng là quê hương của Phật tử Phan Châu Trinh, nhà cách mạng lãnh đạo phong trào Duy Tân và cũng là người một lần đã viết: "*Thời đại nào Phật giáo suy yếu là thời đại đó Dân tộc suy yếu*". Quê hương xứ Quảng của thầy cũng là quê hương của nhiều Phật tử khác đã đi vào lịch sử vẻ vang của dân tộc.

Chiều xuống, tôi phải ra đi. Thầy cùng đi với tôi ra cửa chùa. Tôi cố nén lòng để thưa thật với thầy: "*Lần này con vô Sài Gòn để tìm đường vượt biển. Nếu đi được, không biết ngày nào con mới về thăm thầy*". Thầy nhìn tôi và nói một cách tự tin: "*Các con như những chiếc lá trong sân chùa, dù có bay đi xa bao nhiêu rồi cũng rơi về cội*". Tôi khẽ đáp: "*Con cũng tin như thế*". Tôi chắp tay lạy thầy để ra đi.

Đó cũng là lần cuối cùng tôi gặp lại người đã mang tôi ra khỏi thôn làng nhỏ bé ở Mã Châu về dạy dỗ, đã truyền cho tôi niềm tin vào Chánh Pháp và niềm tự hào về Dân tộc Việt Nam. Thầy tôi viên tịch ngày 01 tháng 11 năm 1998.

Thầy ra đi để lại ngôi chùa không còn ai coi sóc, để lại những đoàn viên Gia đình Phật tử không ai che chở, để lại chúng tôi như chiếc lá vẫn còn bay chưa hẹn buổi quay về.

Chúng ta sống trên đất tự do, dễ dàng nói về nhau về tinh thần vô úy, dễ dàng nói với nhau về tự do tôn giáo, về dân chủ đa nguyên. Nhưng nếu chúng ta có cơ hội để sống một ngày, chỉ một ngày thôi, trong đời của chư tôn giáo phẩm Giáo hội Phật giáo Việt Nam Thống nhất sau 1975, chúng ta sẽ biết đước thế nào là ý nghĩa đích thực của tinh thần Bi - Trí - Dũng.

Chúng ta sống trên đất tự do, dễ dàng nói với nhau về yêu nước, yêu đạo, dễ dàng nói với nhau về hy sinh, đại nguyện. Nhưng nếu chúng ta có cơ hội sống một đêm, một đêm thôi, trong đau thương trăn trở giữa ngục tối Hàm Tân như Hòa thượng Thiện Minh, một đêm mang nặng ưu tư đau nhức tại nhà tù Phan Đăng Lưu như Hòa thượng Quảng Độ, một đêm trầm mặc suy tư trên mỗi bước thiền hành ở Quảng Ngãi như Hòa thượng Huyền Quang, chắc chắc chúng ta sẽ hiểu ra rằng Bồ Tát giống tất cả chúng ta nhưng chúng ta không phải dễ dàng là Bồ tát.

Trong 6 năm ở lại Sài Gòn, đã bao lần tôi lo âu tự hỏi: *"Dân tộc sẽ về đâu và Phật giáo sẽ về đâu?"*. Nhìn cảnh Hòa thượng Thích Trí Độ, lãnh đạo tinh thần tối cao của Phật giáo miền Bắc, trong chiếc áo sơ-mi trắng ngắn tay, già nua run rẩy trên khán đài đưa tay hoan hô đả đảo theo đám thiếu nhi quàng khăn đỏ trong buổi "diễu binh mừng chiến thắng" trước dinh Độc lập mấy ngày sau 30 tháng 4 năm 1975, tôi cảm thấy đau xót và xấu hổ. Phật giáo Việt Nam chẳng lẽ từ nay sẽ không còn cơ hội nào nữa hay sao? Một chiếc áo tràng nâu ngài cũng không được mặc đừng nói gì là giáo hội, là tiền đồ đạo pháp.

Phật giáo miền Bắc gần như không còn gì cả. Những ngôi chùa nổi tiếng như Trấn Quốc, chùa Thầy, chùa Dâu, chùa Tây Phương, chùa Hương Tích,... chỉ là những di tích lịch sử của một thời phong kiến xa xưa còn để lại. Phật giáo Việt Nam, nếu may mắn được nhắc đến, chỉ là Phật giáo của đời Lý, đời Trần, Phật giáo của Lý Công Uẩn, của Trần Thái Tông, chứ không phải Phật giáo của thời ngài Tố Liên, ngài Vĩnh Nghiêm, ngài Tuệ Tạng. Đảng và nhà nước cộng sản nghiên cứu Phật giáo Lý Trần chỉ để chứng minh tính thời đại, tính lịch sử đã qua của Phật giáo như một món đồ cổ văn hóa, dấu vết của một thời vang bóng chứ không nhằm khai triển và phát huy các tinh hoa vượt thời gian và vượt không gian của Phật giáo.

Sự thật đúng như thế. Trong suốt mấy mươi năm, Phật giáo miền Bắc không được phép xây thêm một ngôi chùa nào, không được phép xây dựng một Phật học viện nào, không được phép tổ chức một Giới Đàn nào và dĩ nhiên cũng không đào tạo được thế hệ tăng ni nào cả. Tiền đồ Phật giáo nói như lời Hòa thượng Quảng Độ trong đại hội đặc biệt 1978: *"Tiền đồ Phật giáo Việt Nam như chiếc thuyền nan trong cơn sóng dữ"*.

Tuy nhiên dù chỉ còn một viên gạch cũng phải giữ, còn một nắm đất cũng phải giữ, như thầy tôi đã dặn "Phải tồn tại", bởi vì:

Mái chùa che chở hồn dân tộc
Nếp sống bao đời của tổ tiên.
(*Nhớ chùa*, Huyền Không)

Cũng vì "nếp sống bao đời của tổ tiên" đó mà bao nhiêu đệ tử của đức Phật mang tinh thần của ngài Đại Vô Úy Phu Lâu Na, của Khuông Việt Thiền Sư, đã đứng dậy, cùng vươn vai gánh lấy quê hương và đạo pháp. Các Hòa thượng Thiện Minh, Hòa thượng Huyền Quang, Hòa thượng Đức Nhuận, Hòa thượng Quảng Độ, Hòa thượng Thuyền Ấn, Hòa thượng Thông Bửu, Thượng tọa Trí Siêu, Thượng tọa Tuệ Sĩ, Thượng tọa Liễu Minh... đã chọn một con đường hành đạo mà cách đây 2.546 năm Đức Từ Phụ Thích Ca Mâu

Ni đã chọn: đi vào thế gian ô trọc của con người, chịu đựng nỗi khổ đau Sinh - Lão - Bệnh - Tử của kiếp người để rồi gieo rắc Chánh Pháp nhằm giúp con người giải thoát.

Chư tôn đức lãnh đạo Giáo hội Phật giáo Việt Nam Thống nhất sau 1975, những bậc Như Lai Trưởng Tử của thời đại Phật giáo Việt Nam cuối thế kỷ 20, kế thừa đại nguyện của đức Bổn Sư, đã chọn chịu khổ đau cùng với dân tộc, ở tù chung với dân tộc, để cuối cùng mong cứu lấy dân tộc Việt Nam. Nước và sữa có thể phân ly nhưng đạo Phật Việt Nam và dân tộc Việt Nam không thể nào và cũng không ai có thể làm phân ly được.

Bởi vì đạo Phật là đạo của tự do, sự thật và khai phóng. Trong suốt 49 năm hành đạo, Đức Phật không rao giảng một hệ thống tín điều tuyệt đối nào. Đạo Phật không bắt tôi phải tin những điều mà tôi không thấy và không biết. Đạo Phật không bắt anh tin vào những điều anh không thấy và không biết. Những lời ngài đã nói với người dân xứ Kàlama đã chứng minh điều đó: *"Này các Kàlama, đừng để bị dẫn dắt bởi những báo cáo, hay bởi truyền thống, hay bởi tin đồn. Đừng để bị dẫn dắt bởi thẩm quyền kinh điển, hay bởi lý luận suông, hay bởi suy lý, hay bởi sự xét đoán bề ngoài, hay bởi những thích thú trong lý luận, hay bởi những điều dường như có thể xảy ra, hay bởi ý nghĩa đây là bậc Đạo Sư của chúng ta. Nhưng này các Kàlama, khi nào các ông biết chắc những điều ấy là thiện, là tốt, hãy chấp nhận và theo chúng"* (Tăng Chi I).

Bởi vì đạo Phật là đạo nhân bản và nhân chủ, là chiếc ghe giúp cho con người tìm đến tự do vĩnh cửu bằng cách giải thoát khỏi mọi sự ràng buộc siêu nhiên và hệ lụy của kiếp người. Thuyết Nghiệp Báo cho chúng ta thấy rằng, hơn ai hết con người là kẻ duy nhất chịu trách nhiệm và cũng là kẻ kế thừa hậu quả các hành động của họ. Hành trình Tri Kiến là nỗ lực của mỗi người, không ai, kể cả Đức Phật, có thể thay đổi được hoàn cảnh của con người. Con người là chủ nhân và cũng là quan tòa cho chính mỗi hành động của chính họ như Đức Phật đã dạy: *"Hãy tự mình làm chỗ nương tựa của chính mình"*.

Bởi vì đạo Phật là đạo của dân chủ và bình đẳng. Không phải đợi đến Tổng thống Lincoln giải phóng nô lệ hay cách mạng 1789 tuyên bố khẩu hiệu "tự do, dân chủ và bình đẳng" con người mới được hưởng tự do và bình đẳng, cách đây trên 2.000 năm Đức Phật đã từng tuyên bố mọi giai cấp, địa vị quyền thế chỉ là những hàng rào của xã hội, chỉ có giới hạnh mới làm cho mỗi chúng ta khác nhau mà thôi. Đức Phật đề cao tinh thần dân chủ đến mức độ khi nhập diệt, ngài đã không chỉ định một ai thay thế ngài để lãnh đạo tăng đoàn hay lãnh đạo đạo mà ngài khai sáng. Trái lại, mỗi đệ tử của ngài đương thời, và ngay mỗi chúng ta ngày nay, phải chọn giới luật để tu học và thăng tiến lấy chính mình. Mười nguyên tắc lãnh đạo Đức Phật đã để lại trong *Kinh Bổn Sinh*, không chỉ đúng trong các quốc vương thời Phật còn tại thế mà đúng ngay cả trong thời đại ngày nay:

Phải cởi mở và không ích kỉ;

Duy trì đạo đức cao;

Sẵn sàng hi sinh lợi ích cá nhân để phục vụ cho an sinh của dân chúng;

Phải thành thật và ngay thẳng;

Phải dịu dàng và giàu lòng nhân ái;

Phải sống giản dị để làm gương cho dân chúng;

Phải vượt lên trên mọi hận thù;

Biết áp dụng tinh thần bất bạo động;

Biết nhẫn nại;

Tôn trọng ý kiến dân chúng, và biết phát triển sự hòa bình và hòa hợp.

Bởi vì đạo Phật là đạo của tình thương và bao dung. Đức Phật từ bỏ tất cả cung vàng điện ngọc để tìm đạo Giải thoát chỉ bằng một chiếc áo vàng và đôi chân đất. Đức Bổn Sư không đi tu chỉ tìm kiếm một đời sống vĩnh hằng, hạnh phúc, an lạc cho chính mình mà vì tình thương của ngài đối với chúng sanh, nhân loại.

Hãy nhìn từ Âu sang Á, nhiều nơi tôn giáo đã trở thành một phương tiện để bành trướng các thế lực chính trị, để đàn áp, thu phục, thôn tính đất đai lãnh thổ, để phục vụ cho các mục đính cá nhân, phe nhóm, thế lực và đế quyền, trong lúc đó, Phật giáo vẫn thơm ngát như một cánh hoa sen trong vũng bùn lầy của nhân loại.

Hãy nhìn từ Đông sang Tây, thịt xương nhân loại đã chất chồng từ bao nhiêu thế kỷ vì những cuộc tranh chấp chứa đầy lòng sân si, thù hận, trong lúc đó, Phật giáo, sau 2.500 năm vẫn là một giòng suối tình thương chảy róc rách trong tâm hồn khao khát tự do, tình thương và an lạc của con người. Tháng 6 năm 1981 tôi ra đi.

Tôi ra đi khỏi nước mang theo dáng nghiêng nghiêng của Hòa thượng Thích Thiện Minh trong những ngày còn ở Công Lý, Sài Gòn. Có lần thầy đã tâm sự với chúng tôi: "*Trước đây, thầy đã từng khóc vì các lớp đàn anh đàn chị của các con*". Ý hòa thượng muốn nhắc đến phong trào sinh viên Phật tử đầy nông nổi từ 1971 trở về trước. Những thao thức thời đại và những hào quang danh vọng hão huyền được cộng sản nằm vùng trong báo giới thổi phồng mỗi ngày trên các tờ *Tin sáng, Điện tín, Đại Dân tộc* đã đẩy các "lãnh tụ sinh viên" và hàng ngàn bạn bè của họ vào những chọn lựa sai lầm tai hại.

Những năm sau 1975, Hòa thượng Thiện Minh bị chế độ mới đuổi ra khỏi Tổng Vụ Thanh niên, thầy đã phải chống gậy từ chùa này sang chùa khác. Hòa thượng Thiện Minh, Cố vấn Hội đồng Viện Hóa Đạo Giáo hội Phật giáo Việt Nam Thống nhất bị bắt vào ngày 13 tháng 4 năm 1978. Sáu tháng sau, nhà nước thông báo cho Hòa thượng Trí Thủ ra trại tù Hàm Tân, Phan Thiết để nhận xác Hòa thượng Thiện Minh. Hòa thượng Thiện Minh, nhà kiến trúc của các quan điểm về tương lai dân tộc của Giáo hội Phật giáo Việt Nam Thống nhất thời cận đại không còn nữa, nhưng trong những buổi chiều vắng lặng ngồi nhớ lại thời sinh viên, tôi như vẫn còn nghe:

Bước chân thầy đi khập khểnh những buổi chiều

Dọc hai hành lang Trung tâm Quảng Đức

Vết thương nặng dù nhiều năm đau nhức

Vẫn cố nghiêng người mang Đạo Pháp lên vai

Thầy còn đây với biển rộng sông dài...

(*Hoa Đạo*, Trần Trung Đạo)

Tôi ra đi mang theo hình ảnh của Hòa thượng Huyền Quang, Viện trưởng Viện Hóa Đạo Giáo hội Phật giáo Việt Nam Thống nhất, khi thầy bị chế độ đem lên bêu xấu và nhục mạ trên đài truyền hình Sài Gòn đầu năm 1979. Thầy ngồi trên chiếc giường tre nhỏ trong nhà tù cộng sản, trong lúc người xướng ngôn kể tội Hòa thượng nào là "chống phá cách mạng", nào là "âm mưu lật đổ chính quyền nhân dân" và hàng trăm "tội ác" khác. Đó là lần đầu tiên tôi biết đến thế danh của thầy là Lê Đình Nhàn vì công an gọi thầy bằng thế danh trước khi gọi pháp hiệu. Thầy ốm và già đi nhiều dù chỉ mới hai năm kể từ khi chúng tôi gặp thầy lần cuối. Hòa thượng Huyền Quang không tỏ ra một chút lo âu hay sợ sệt. Thầy nhìn thẳng vào ống kính truyền hình và mỉm cười như nhắn nhủ với nhiều triệu đồng bào Phật tử Việt Nam: "*Thầy vẫn bình an, hãy giữ lấy niềm tin vào Chánh Pháp*". Trong những năm tháng lưu đày ở Quảng Ngãi, thầy vẫn tiếp tục lãnh đạo Giáo hội Phật giáo Việt Nam Thống nhất trong âm thầm và nhẫn nhục.

Tôi ra đi mang theo hình ảnh hiền hòa của Hòa thượng Tổng Thư ký Thích Quảng Độ. Trước ngày thầy bị bắt, mỗi tuần hai buổi tôi vẫn gặp Hòa thượng đi bộ từ chùa Giác Minh trên đường Lý Thái Tổ xuống ngã sáu Trần Quốc Toản, để từ đó đón xe lam qua Thanh Minh Thiền Viện giảng thiền học. Dáng thầy thanh cao, vầng trán rộng, miệng thầy luôn mỉm cười. Phải chăng ngay cả trong lúc mang nặng ưu tư về tiền đồ dân tộc và đạo pháp, tâm Hòa thượng Quảng Độ vẫn an nhiên, tự tại.

Hành trình đầy bi tráng của thầy trong suốt 10 năm bị bắt giam tra tấn và lưu đày cùng với bà mẹ già trên 80 tuổi ở Thái Bình đã để lại một niềm thương yêu và kính phục sâu xa không những trong lòng nhiều triệu Phật giáo đồ Việt Nam, dân tộc Việt Nam mà cả trong cộng đồng nhân loại. Đến nay đã có 209 Thượng Nghị sĩ, Dân biểu và trí thức khắp nơi trên thế giới đề nghị Ủy ban Giải Nobel trao thầy giải Nobel Hòa Bình. Một bài thơ cảm động đầy tâm đạo và tâm huyết thầy viết ở Thái Bình trong mười năm lưu đày được gởi ra hải ngoại. Bài thơ không có tựa đề. Tôi chuyển bài thơ nầy lên Internet ngày 22 tháng 8 năm 1992 và mạo muội đặt tên là *Chiều Đông:*

Nghe lòng xa vắng những chiều đông

Nhìn nước mênh mông khắp mặt đồng

Bát ngát núi xa mờ bóng cọp

Thăm thẳm trời cao bặt cánh hồng

Bao độ cà tan cà nở nụ

Mấy mùa lúa rụng lúa đơm bông

Năm tháng mõi mòn đầu đã bạc

Còn chút lòng son gởi núi sông.

(Hòa thượng Thích Quảng Độ)

Xuân Di Lặc lại sắp sửa trở về. Xuân đến nhắc chúng ta về một bài kệ nổi tiếng của ngài Mãn Giác Thiền Sư đời Lý:

• Phiên âm:

Xuân khứ bách hoa lạc
Xuân đáo bách hoa khai
Sự trục nhãn tiền quá
Lão tòng đầu thượng lai
Mạc vị xuân tàn hoa lạc tận
Đình tiền tạc dạ nhất chi mai.

• *Dịch nghĩa:*

Xuân đi, trăm hoa rải
Xuân đến, trăm hoa khai
Xem chuyện đời trước mắt
Tóc trên đầu đã phai
Chớ bảo xuân tàn hoa rụng hết
Tối qua, sân trước một cành mai.

(Thi sĩ Võ Đình dịch)

Chu kỳ Sinh - Trụ - Dị - Diệt là một chu kỳ luân hồi diễn ra trong từng sát na của vạn vật và đời sống. Tuy nhiên, nếu chúng ta định tâm thanh tịnh làm chủ lấy chính mình thì dù "tóc trên đầu đã phai" của chúng ta hay "Xuân đi, trăm hoa rải" của thiên nhiên vạn vật cũng chẳng thể nào làm thay đổi cái nhìn về thế giới của chúng ta. Trong một ý nghĩa khác, trước cảnh vật đổi thay, xuân đến và xuân đi, trăng tròn rồi trăng khuyết, tóc xanh rồi tóc bạc, thay vì chúng ta ngồi thở ngắn than dài cho số phận ngắn ngủi của kiếp nhân sinh như thế, thì trái lại hãy nên vươn lên, bước ra khỏi vòng lo âu số phận để hóa giải nghiệp báo cho chính mình, để đóng góp vào sự an vui của đồng bào, nhân loại, chúng sinh. Được thế, mùa Xuân trong Tâm sẽ không bao giờ tàn.

Và cũng từ ý nghĩa đó, Phật giáo Việt Nam trong 27 năm qua đã có những Cành Mai Đạo tuyệt vời: Cành Mai Viên Lạc Phạm Gia Bình, Cành Mai Hạnh Minh Hồ Tấn Anh, Cành Mai Huyền Quang, Cành Mai Quảng Độ, Cành Mai Đức Nhuận, Cành Mai Không Tánh, Cành Mai Long Trí, Cành Mai Thông Bửu, Cành Mai Tuệ Sĩ, Cành Mai Trí Siêu và những Cành Mai Âm Thầm, Cành Mai Nhẫn Nhục, Cành Mai Hóa Thân khác.

Ngày mai đây trên nước Mỹ, khi các em trong các Gia đình Phật tử lớn lên, các em và các thế hệ sau các em, cũng sẽ là những Cành Mai. Các em có thể không biết những Cành Mai Đức Nhuận, Cành Mai Huyền Quang, Cành Mai Quảng Độ là ai, các em có thể không còn nghe nhắc về một chặng đường bi tráng mà thầy tổ các em đã đi qua, các em có thể không còn nói được, viết được tiếng Việt Nam để đọc bài tôi đang viết hôm nay. Điều đó không quan trọng, bởi vì tôi tin rằng trong Tâm các em, trong dòng máu Việt của các em đã có sẵn một cành mai mà cách đây gần một ngàn năm Thiền Sư Mãn Giác đã tìm thấy trước sân ngài: Cành Mai Chánh Pháp.

HÒA THƯỢNG THÍCH TÂM THANH VÀ GIA ĐÌNH PHẬT TỬ

Tôi đến với đạo Phật khi còn rất nhỏ qua ngưỡng cửa của Gia đình Phật tử.

Buổi sáng mùng tám tháng Chạp, nhân ngày lễ Đức Phật Thích Ca Thành Đạo, tôi hồi hộp theo cha đến chùa Ba Phong, ngôi chùa làng nho nhỏ nằm bên bờ sông Thu êm đềm chảy ra Cửa Đại, để ghi tên vào Gia đình Phật tử Ba Phong. Tôi không nhớ chính xác năm nào nhưng những hình ảnh còn lại trong ký ức, tôi biết hôm đó là một trong những ngày trọng đại của đời tôi.

Nhà tôi nghèo, cha tôi tính may cho tôi một bộ đồ đoàn Gia đình Phật tử, nhưng rồi chỉ may nổi một chiếc áo lam, thiếu đi chiếc quần ngắn màu xanh có hai dây treo chéo nhau mà một đoàn viên nào cũng có. Tôi không có. Ngày đi chùa phát nguyện vào đoàn, tôi phải mượn quần của người anh họ, không biết bây giờ gọi là gì nhưng trước đây gọi là quần sọt. Anh họ tôi cao lớn hơn tôi nhiều nên quần sọt ngắn mà tôi mặc dài quá gối. Các bạn trong đoàn chọc tôi mặc đồ bính (khính). Mãi một thời gian sau cha tôi mới dành dụm tiền may được chiếc quần.

Là một đứa bé mồ côi mẹ, tôi đến với đạo Phật chưa hẳn vì đặc tính huyền bí linh thiêng tôn giáo nhưng đơn giản vì đạo Phật đem lại cho tôi món ăn tinh thần mà tôi cần từ thuở chào đời: tình thương.

Tôi kính yêu Đức Phật vì biết Ngài bắt đầu hành trình giải thoát như một con người, gần gũi với tôi và thông cảm với những khổ đau của đứa trẻ mồ côi như tôi.

Ngài đã từ chối cuộc sống cao sang, để lại sau lưng cung vàng điện ngọc, mang chiếc bình bát đựng đầy ắp tình thương đi vào thế giới khổ đau của nhân loại trong một chiếc áo vàng và đôi chân đất.

Đối với tôi, đức Phật trước hết là một nhà đại giáo dục. Tôi đọc những bài kinh, những bài pháp không phải để giải thích niềm tin tôn giáo huyền bí, không phải để cầu ơn phước và sau khi chết sẽ được sinh ở cõi an lạc nào nhưng để lắng nghe những lời dặn dò từ một bậc thầy lớn của nhân loại và cố gắng áp dụng những lời dạy của Ngài vào đời sống hôm nay, ngay tại cõi ta bà ô trọc này.

Câu *"Thắp đuốc lên mà đi"* Đức Phật giảng trong những ngày cuối của hành trình Ngài đi trên thế gian, không chỉ đúng với một Phật tử nhưng với tất cả, từ mỗi con người cho đến toàn dân tộc. Không một người nào khác có thể cứu mình nếu chính mình không tự cứu.

Ai cũng có thể ít nhất một lần nghe lời khuyên đó của đức Phật; vâng, nhưng giá trị đích thực của lời khuyên không phải ở nội dung thâm thúy, triết lý cao siêu nhưng là sự chứng nghiệm từ chính cuộc sống, từ chính bản thân. Tôi đã sống những tháng ngày rất khổ và trong những lúc gần như tuyệt vọng, tôi nhớ đến lời khuyên của đức Phật, lại cố đứng lên và đi giữa cuộc đời.

Một vị thầy có nhiều liên hệ với tôi, cùng lớn lên ở làng Mã Châu tơ lụa, cùng sinh hoạt trong Gia đình Phật tử Ba Phong, cùng là đệ tử của sư phụ trụ trì Viên Giác, đó là Hòa thượng Thích Tâm Thanh.

Hòa thượng Thích Tâm Thanh (1932 - 2004)

Hòa thượng thế danh là Lê Thanh Hải, sinh năm 1932 tại làng Mã Châu, quận Duy Xuyên, tỉnh Quảng Nam. Hòa thượng là một trong những cấp Huynh trưởng đầu tiên của Gia đình Phật tử chùa Ba Phong chúng tôi. Trong nhiều câu chuyện về lịch sử Gia đình Phật tử, các anh chị cấp trưởng ở Quảng Nam vẫn còn giữ truyền thống của gia đình và gọi Hòa thượng là Trưởng Lê Thanh Hải. Tôi không biết chính xác mối liên hệ họ hàng giữa chúng tôi nhưng cha tôi luôn nhắc tôi phải gọi thân phụ của Hòa thượng, cụ Lê Nghiêm, bằng ông. Cha tôi gọi cụ bằng ông bác.

Nhà của cụ Lê Nghiêm cách nhà tôi một đoạn đường ngắn. Cụ Lê Nghiêm trước đây là Chánh Tổng và thông thái Nho học. Bà con trong làng ai cũng kính trọng cụ và có chuyện gì quan trọng đều đến thỉnh ý kiến cụ. Tôi theo cha đến thăm cụ rất nhiều lần. Nhà cụ là một ngôi chùa nhỏ, có đủ ba gian thờ. Mỗi tháng hai lần, chúng tôi đến tụng kinh. Cụ Lê Nghiêm dạy chúng tôi đánh chuông, đánh mõ và học thuộc các kinh nhật tụng.

Tôi may mắn có nhiều duyên với Hòa thượng Thích Tâm Thanh trong đời sống này.

Khi tôi vừa gia nhập Gia đình Phật tử, anh Liên Đoàn trưởng Lê Thanh Hải đã được sư phụ chúng tôi xuống tóc xuất gia tại chùa Viên Giác với pháp hiệu Tâm Thanh, và năm năm sau đó, tôi cũng rời chùa Ba Phong đến trọ học tại chùa Viên Giác. Khác nhau chính, tôi đi trong cuộc đời như một người Việt Nam đơn độc trong lúc Liên Đoàn trưởng Lê Thanh Hải của chúng tôi đã vượt qua mọi thường tình của cuộc sống để dấn thân cho một lý tưởng cao cả: trở thành một trưởng tử của Như Lai.

Ngày còn ở chùa Viên Giác, sư phụ chúng tôi kể, thầy Tâm Thanh đã vào Sài Gòn tu học tại Phật học Viện Huệ Nghiêm, phân khoa Phật học thuộc Đại học Vạn Hạnh, sau đó xây dựng các cơ sở Phật giáo tại quận Tân Bình như xây trường Trung học Bồ Đề Hạnh Đức và chùa Phổ Hiền ở Ngã Tư Bảy Hiền.

Thầy Tâm Thanh về thăm chùa Viên Giác vài lần. Mỗi khi thầy về, chúng tôi quây quần ngồi nghe thầy kể chuyện. Sư phụ chúng

Chùa Ba Phong nơi Hòa thượng Thích Tâm Thanh là Liên Đoàn trưởng và tác giả là đội viên đội Đồng Niên

tôi cũng tổ chức những buổi thuyết pháp cho đồng bào Phật tử đến nghe thầy giảng.

Khoảng năm 1969, thầy Tâm Thanh được giáo hội công cử làm Giảng sư Viện Hóa Đạo, một chức vị dành riêng cho các thầy có tuổi đời còn khá trẻ, có trình độ nội điển và ngoại điển cao để đi các nơi khai triển các quan điểm, các đường lối của giáo hội về đạo cũng như về đời.

Có thể nói, trong hàng lãnh đạo Phật giáo cấp giảng sư thời đó, các Đại Đức Hộ Giác, Đại Đức Giác Đức, Đại Đức Liễu Minh, Đại Đức Tâm Thanh là những vị có khả năng thu hút đông đồng bào Phật tử đến nghe pháp nhất. Thầy Tâm Thanh đi từ miền Nam đến miền Trung, và ở đâu cũng thế, đồng bào đến nghe pháp chật kín sân chùa.

Giống như sư phụ chúng tôi, thầy Tâm Thanh có một giọng nói rất thuyết phục và lôi cuốn. Thầy giảng kinh như đọc thơ, nhẹ nhàng, trầm bổng. Trong những buổi thuyết pháp, Thầy dùng những ví dụ bình thường trong cuộc sống để giải thích các lời dạy sâu sắc của đức Phật, thích hợp với nhận thức của phần đông quần chúng nên được đồng bào rất kính mộ.

Mặc dù xuất gia khi tuổi đã ngoài ba mươi nhưng nhờ thiên tư xuất chúng và vốn sở hữu trình độ ngoại điển cao, thầy Tâm Thanh am tường một cách sâu sắc các kinh điển Phật giáo trong thời gian rất ngắn. Thầy rất ốm và thường không được khỏe. Trong các cuộc đấu tranh của Phật giáo, thầy Tâm Thanh là người đứng đầu sóng gió. Những lần bị bắt, bị đánh đập, ít nhiều cũng đã ảnh hưởng đến sức khỏe của thầy.

Sau khi rời Viên Giác vào tháng 8 năm 1972, tôi vào Sài Gòn sống với người chú họ giàu có ở Ngã Tư Bảy Hiền. Nhà chú tôi ở cách chùa Phổ Hiền do thầy Tâm Thanh trụ trì một đoạn đường ngắn.

Thỉnh thoảng tôi đến đảnh lễ thầy. Nhiều hôm tôi ở lại với thầy đến khuya. Vì được xây ngay giữa khu dân cư đông đúc, chùa Phổ Hiền không có đất rộng như các chùa khác ở ngoại ô. Hai bên tam cấp vào chánh điện, thầy Tâm Thanh đúc bằng xi-măng hai câu thơ nổi tiếng của cố Đại Lão Hòa thượng Thích Mãn Giác:

Mái chùa che chở hồn dân tộc

Nếp sống muôn đời của tổ tông.

Tôi trưởng thành rất sớm nên dù việc đạo không biết nhiều, việc đời tôi lại rất rành. Chuyện gì cũng biết dù không chuyện gì biết rõ. Thầy trò chúng tôi ngồi trong phòng sau chùa Phổ Hiền trò chuyện, từ chuyện những ngày ở Viên Giác cho đến các chuyện thời sự nóng bỏng vừa mới xảy ra.

Ngày đó quan điểm của tôi về Phật giáo và dân tộc đã có nhiều điểm không được các thầy chia sẻ. Tôi cũng nhìn về hành trình đấu tranh của Phật giáo từ 1963 đến 1972 khác với cách nhìn của nhiều thầy. Hai thầy trò chúng tôi đều ảnh hưởng sư phụ chúng tôi về cá tính, cách diễn tả và nhất là cũng mang đậm tính Quảng Nam trong người nên những gì không đồng ý nhất định phải nói ra cho bằng được. Cũng may, tôi còn quá nhỏ để các thầy khiển trách nặng nề.

Đầu tháng 9 năm 1972, tôi vừa ghi danh học năm thứ nhất tại Đại học Luật và thi vào ban Kinh tế ở Đại học Vạn Hạnh. Tôi thưa với chú cho tôi được ở trọ nhà chú để đi học. Thật ra tôi chỉ cần chỗ ngủ vì chỗ ăn không phải quá lo. Tôi có thể ăn ở quán cơm sinh viên trên lầu Đại học Vạn Hạnh với giá rất rẻ. Chú tôi không trả lời, bảo phải chờ hỏi ý thím tôi.

Thím tôi suy nghĩ. Vài tuần sau, thím không đồng ý và lạnh lùng bảo tôi phải dọn đi nơi khác. Thím tôi bảo nhà toàn là thợ dệt, những người ở đây phải lo đi làm, không ai chỉ ăn rồi đi học như tôi mà chẳng làm lụng gì. Tôi không có nơi nào khác để đi. Bà con tôi ở Sài Gòn chỉ có chú thím tôi thôi.

Tôi đến chùa Phổ Hiền bạch với thầy Tâm Thanh tôi đang cần chỗ ở. Thầy không hỏi lý do mà chỉ bảo tôi ở lại Phổ Hiền để ăn học giống như thời còn ở Viên Giác vậy. Tôi mừng lắm. Giữa lúc đang lang thang đi tìm chỗ ở nên tôi nhận lời ngay. Để giữ thể diện cho chú, tôi không bạch với thầy việc thím tôi đuổi tôi đi. Tôi biết tánh Quảng Nam của thầy, nếu biết sự thật, có thể thầy đến tận nhà trách móc chú thím tôi ngay.

Gần một tháng ở chùa Phổ Hiền, thầy Tâm Thanh quyết định rời Sài Gòn đi Đại Ninh, thuộc tỉnh Lâm Đồng, xây một cái cốc nhỏ để tu. Buổi sáng trước khi ra đi, thầy bảo tôi đi tìm chỗ khác ăn học vì không có thầy, ban trị sự chùa có thể sẽ không đồng ý cho tôi tiếp tục ở lại chùa Phổ Hiền nữa. Thầy nghĩ việc đi tìm một chỗ ở trong một khu toàn là người Quảng là chuyện dễ dàng nhưng với tôi lại là chuyện gian nan. Thầy Tâm Thanh cho tôi một ngàn đồng và ra đi. Mười phút sau, tôi cũng khăn gói ra đi.

Tôi bắt đầu một hành trình mới trong cuộc đời đầy sóng gió của mình cho đến khi gặp được người đàn bà có trái tim Bồ Tát, và là nguồn thôi thúc để tôi viết nên bài thơ *Đổi cả thiên thu tiếng mẹ cười* hai chục năm sau, nhận làm con nuôi.

Sau năm 1975, được tin thầy Tâm Thanh về lại Ngã Tư Bảy Hiền tôi đưa một số bạn sinh viên đến đảnh lễ thầy. Thầy trò chúng tôi ngồi nói chuyện đất nước. Tôi nhớ rất rõ thầy giảng chúng tôi nghe về "tướng và dụng" trong hoàn cảnh chính trị mới.

Về mặt tư tưởng, thầy không đồng ý với những gì đang đổi thay ngoài xã hội dù không chống đối công khai. Thầy biết con đường dân tộc đang đi sẽ có nhiều chông gai, khó nhọc, nhưng hoàn cảnh nay đã khác với thời kỳ thầy dấn thân tranh đấu vào những năm 1960.

Năm 1978, tôi về thăm quê làng Mã Châu (Duy Xuyên, Quảng Nam) và ghé chùa Ba Phong lạy Phật. Tôi thật mừng vì gặp thầy cũng vừa về thăm chùa vài hôm trước. Tôi không nói rõ ý định ra đi nhưng linh tính đó là lần gặp gỡ cuối cùng. Cũng như những ngày còn ở Ngã Tư Bảy Hiền, thầy khuyên tôi nên cố gắng và kiên nhẫn vượt qua mọi khó khăn.

Nơi đây, từ ngôi chùa làng Ba Phong đầy kỷ niệm này, chúng tôi đã bắt đầu Gia đình Phật tử và cũng dưới mái cong của ngôi chùa thân yêu đó, chúng tôi chia tay nhau.

Khoảng 20 năm sau, trong thời gian ở Mỹ, tôi nghe nhiều người ca ngợi một bậc cao tăng Việt Nam giảng pháp rất hay và Ngài có pháp hiệu là Tâm Thanh. Tôi rất mừng, và dù không xem hình ảnh, tôi cũng biết ngay đó chính là thầy Tâm Thanh của tôi ngày nào. Không thể có một Hòa thượng Tâm Thanh nào khác được. Chỉ âm thanh phát từ một tâm từ bi trong sáng tựa thiên hà mới có thể vang ra khỏi đại ngàn Lâm Đồng sang tận phương Tây xa xôi như thế.

Trong một dịp ghé thăm một người bạn, anh ta tặng tôi một CD những bài giảng về Phật Pháp. Anh bảo nội dung của CD là pháp âm của Hòa thượng Tâm Thanh. Tôi nôn nóng và vừa bước lên xe là mở nghe ngay. Không phải chỉ muốn nghe kinh điển thôi, nhưng thôi thúc hơn, là nghe lại giọng nói của một bậc cao tăng tôi may mắn có một thời gần gũi.

Nghe giọng thầy, tôi cảm thấy ấm áp trong lòng. Giữa phố người đông đúc, hình ảnh sư phụ, thầy và quê hương chợt thức dậy. Mấy chục năm nhưng lời giảng trầm bổng, nhẹ nhàng như đọc thơ của thầy làm thức dậy trong tâm hồn tôi những lời giáo huấn chân thành của người anh cả trong gia đình Viên Giác.

Những năm sau này, thầy là Cố vấn Giáo Hạnh của Ban Hướng dẫn Trung ương Gia đình Phật tử Việt Nam, bởi vì, dù là một bậc cao tăng, Ngài không quên chiếc ghe Gia đình Phật tử đã đưa Ngài đến gần bờ Đạo Pháp, và cũng giống như sư phụ chúng tôi luôn dặn dò, chấn hưng Phật giáo và phục hưng Dân tộc phải bắt đầu từ tuổi trẻ. Mục đích hoằng dương chánh pháp là tâm nguyện không thay đổi của Hòa thượng Tâm Thanh nhưng trong mỗi giai đoạn có những việc cụ thể để làm. Những năm sau này, thầy muốn dành hết thời gian để gầy dựng tăng tài và thuyết giảng kinh điển.

Hòa thượng Thích Tâm Thanh xã báo thân trong an nhiên ngày 02 tháng 4 năm 2004 để lại bài thi kệ:

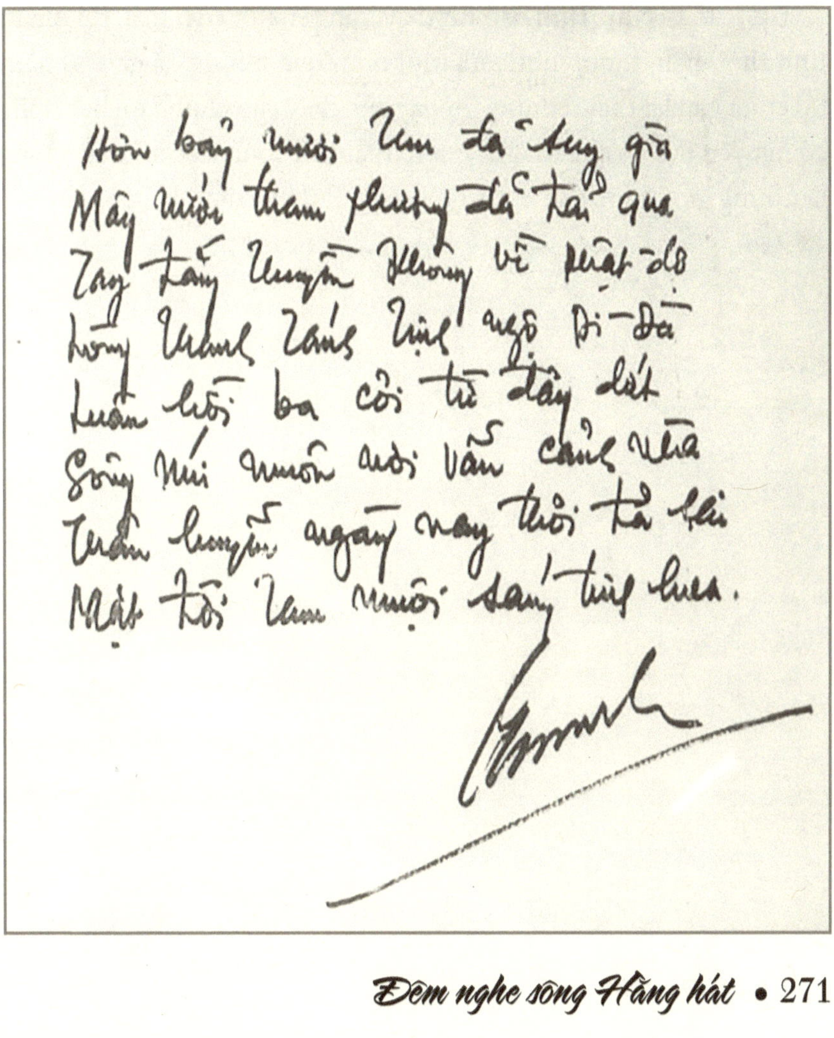

Hơn bảy mươi thu đã suy già

Mây nước tham phương đã trải qua

Tay trắng thuyền không về Phật độ

Lòng thanh tánh tịnh ngộ Di Đà

Luân hồi ba cõi từ đây dứt

Sông núi muôn nơi vẫn cảnh nhà

Thân huyễn ngày nay xin trả lại

Mặt trời Tam muội sáng tinh hoa.

Được thầy Như Tịnh báo tin thầy Tâm Thanh viên tịch, tôi nhẩm tính thời gian, tưởng như vừa mới hôm qua nhưng đã gần 30 năm tôi chưa gặp lại thầy. Những lời dạy của thầy cho chúng tôi biết sống có nguyên tắc, có chuẩn mực, kiên nhẫn với công việc mình làm vẫn là những giọt nước đạo vị cho cây đời tôi thêm xanh lá hôm nay.

HÒA THƯỢNG THÍCH HẠNH TUẤN: BÔNG MAI QUÝ TRONG VƯỜN XUÂN ĐẠO HẠNH

Tôi đi Texas về và đang chuẩn bị đi tiếp thì nghe tin Hòa thượng Thích Hạnh Tuấn, trụ trì chùa Trúc Lâm ở Chicago, viên tịch. Thật quá bất ngờ và đau xót. Vẫn biết Sinh - Trụ - Dị - Diệt là một chu kỳ diễn ra trong từng sát na của vạn vật và đời sống nhưng khi còn là một con người biết vui mừng, biết đau khổ, cuộc chia tay với người mình thân thương nào cũng đều kèm theo nỗi xót xa.

Hòa Thượng Thích Hạnh Tuấn
(1956 - 2015)

Chùa Trúc Lâm ở Chicago chỉ cách Boston một chuyến bay rất ngắn nhưng tôi không thể đến để đảnh lễ giác linh thầy. Công việc do công ty giao đã có kế hoạch từ trước, tôi đang cố gắng nhưng vẫn chưa tìm ra người thay thế. Cũng may, một lễ cầu siêu và tưởng niệm Hòa thượng sẽ được trang nghiêm tổ chức tại chùa Phật giáo ở

Hòa thượng Huyền Quang và Hòa thượng Hạnh Tuấn

Roslindale, Massachusetts vào Chủ nhật ngày 08 tháng 11 năm 2015. Gia đình tôi sẽ đảnh lễ giác linh Hòa thượng ở Boston. Ở đâu rồi cũng chia tay, tôi tự an ủi mình như thế. Chúng tôi sẽ ngồi nơi thầy đã ngồi, sẽ tụng những bài kinh mà thầy đã từng tụng mỗi Chủ nhật của nhiều năm trước.

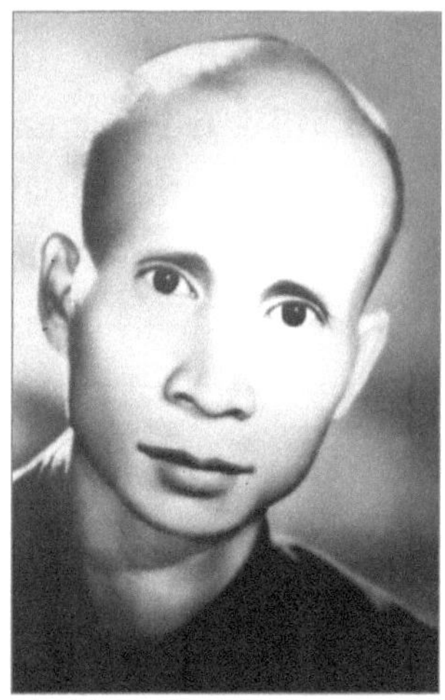

Hòa thượng Như Vạn, bổn sư của Hòa thượng Hạnh Tuấn và Trần Trung Đạo

Hòa thượng sinh năm 1956 tại thôn Giáo Đông, huyện Đại Lộc, tỉnh Quảng Nam và xuất gia từ thuở nhỏ với Hòa thượng Thích Như Vạn, Trụ trì Tổ đình Phước Lâm, thị xã Hội An, tỉnh Quảng Nam. Ngôi tổ đình uy nghiêm cổ kính đó từng ghi dấu chân của nhiều bậc cao tăng, thạc đức. Năm 1917 tại Tổ đình Phước Lâm, hai tăng sĩ trẻ từ Huế vào thọ Tỳ kheo trong Đại Giới đàn Minh Hải. Hơn nửa thế kỷ sau, hai vị tăng sĩ trẻ đó đã trở thành Đệ nhất Tăng thống Thích Tịnh Khiết và Đệ nhị Tăng thống Thích Giác Nhiên của Giáo hội Phật giáo Việt Nam Thống nhất. Và hôm nay, Tổ đình Phước Lâm cũng là nơi đào tạo nên Hòa thượng Thích Hạnh Tuấn, một bậc tăng tài. Từ những ngày gặt lúa trên cánh đồng khô cháy ngoài thị xã Hội An và theo học Trung học Trần Quý Cáp cho đến khi ngồi trong giảng đường của Harvard Divinity School là một chặng đường dài gian nan, thử thách nhưng cũng chứa đầy ý chí vươn lên không phải ai cũng làm được.

Quảng Nam cũng là nơi chôn nhau cắt rốn của người đã góp phần lớn nhất để tạo dựng nên Gia đình Phật Hóa Phổ, tiền thân của Gia đình Phật tử Việt Nam, một tổ chức mà Hòa thượng Hạnh Tuấn mang hoài bão thống hợp. Hòa thượng ra đi sớm và nguyện ước chưa thành, nhưng đã gieo xuống một hạt giống tốt và tôi tin hạt giống đó sẽ nảy mầm, lớn lên và nở hoa thơm ngát. Những giọt máu dù tuần hoàn khắp nơi trong cơ thể một ngày đều trở về tim. Trong môt thế giới nhiễu nhương và thù hận, Phật giáo với các giá trị từ bi và trí tuệ sẽ là niềm hy vọng cuối cùng của nhân loại, trong đó có Việt Nam.

Bổn sư của Hòa thượng cũng là bổn sư của tôi và đương nhiên cùng có Pháp danh bắt đầu bằng chữ Thị. Thầy là Thị Trạm và tôi là Thị Nghĩa. Ngày chúng tôi gặp nhau trên nước Mỹ, Hòa thượng báo tin bổn sư của chúng tôi đã viên tịch. Tôi cảm thấy lòng buồn. Có thể bổn sư chẳng hề nghĩ đến tôi, một đệ tử trong hàng ngàn đệ tử tại gia của thầy. Nhưng đó không phải là điều quan trọng, mà quan trọng vì ngài là một trong Tam bảo mà mỗi người Phật tử nên tôn kính. Thầy trò chúng tôi đã nối nhau bằng một mối dây đạo tính thiêng liêng. Sợi dây đó đứt đi trong kiếp nầy, tự nhiên tôi cảm thấy đau buồn. Hòa thượng Hạnh Tuấn tặng tôi tấm hình của bổn sư chúng tôi.

Tôi thỉnh bức hình về thờ để nhớ đến ngài, nhớ đến những kỷ niệm không thể nào quên trong thời thơ ấu đầy nước mắt ở quê hương.

Chín năm trước, tôi được Hòa thượng gọi đến dự khánh thành chùa Trúc Lâm. Trong dịp này tôi may mắn được đảnh lễ rất nhiều bậc tôn đức, trong đó có Đại Lão Hòa thượng Thích Như Huệ mà tôi thường được dâng trà khi còn rất nhỏ ở chùa Viên Giác, Hội An. Dù rất bận, Hòa thượng cũng dành một sáng sớm để đưa tôi đi dạo một vòng quanh chùa và trao đổi với nhau vài chuyện về Giáo hội, về quê hương và về Gia đình Phật tử. Thầy tặng tôi bức hình thầy được chụp chung với đức Đệ tứ Tăng thống Thích Huyền Quang trong những ngày khó khăn và can đảm ở Quảng Ngãi. Ước mơ của Hòa thượng về tương lai Phật giáo và Gia đình Phật tử cũng là mơ ước của tôi. Có khác chăng, ngài an nhiên tự tại trong đại nguyện cứu đời còn tôi vẫn bước thấp bước cao trên con đường đầy gai góc đã qua, đang đi và có thể còn dài.

Hôm khánh thành chùa Trúc Lâm, Hòa thượng tổ chức một đêm Thơ thiền với nội dung rất hay và hình thức sáng tạo. Trong không gian đầy thi vị và đạo vị, chư tôn đức tăng ni và cư sĩ Phật tử ngồi chung quanh những chiếc bàn nhỏ, mỗi bàn có thắp một ngọn nến. Các thầy đọc thơ của Đại lão Hòa thượng Thích Mãn Giác và của Hòa thượng Thích Tuệ Sỹ. Tôi còn nhớ đêm đó Hòa thượng Thích Như Điển ngâm bài *Nhớ chùa* của thi sĩ Huyền Không thật cảm động vì Đại lão Hòa thượng vừa viên tịch vài hôm trước. Chín năm qua rồi nhưng tôi vẫn còn nghe đâu đây lời giảng của Hòa thượng Thích Nguyên Siêu về thơ Tuệ Sỹ và âm thanh trầm bổng của Thượng tọa Thích Tâm Hòa qua những bài thơ *Khung trời cũ, Hận thu cao* của Hòa thượng Tuệ Sỹ. Hòa thượng Hạnh Tuấn thích thơ và cũng thích ngâm thơ. Những bài thơ thầy thường ngâm là những bài tôi viết về chùa Viên Giác và quê hương xứ Quảng của chúng tôi.

Hòa thượng thuộc thế hệ tăng sĩ tài năng đức độ trẻ được đào tạo tại Việt Nam trước 1975 và Hoa Kỳ sau 1985. Trong thời gian theo học tại Đại học Harvard, thầy thường đến giảng pháp tại các chùa Phật giáo vùng New England, nhiều nhất là chùa Phật giáo Việt Nam tại Roslindale, thuộc tiểu bang Massachusetts. Hòa thượng cũng thường đến tham dự các sinh hoạt của các đồng hương Quảng Nam - Đà Nẵng và Cộng đồng Việt Nam tại Massachusetts trong các dịp lễ.

Một ngày, những đám mây đen sẽ tan và giông bão sẽ qua đi. Có thể rất gần hay còn xa, nhưng tôi tin ngày đó sẽ đến. Chư tôn đức tăng ni, các cư sĩ, các huynh trưởng Gia đình Phật tử sẽ ngồi xuống, lắng lòng ôn lại một chặng đường đầy khó khăn của Phật giáo Việt Nam. Con đường mà hơn hai ngàn năm trước ngài Phú Lâu Na đã từng đi qua, sẽ mãi mãi còn in dấu chân của chư tôn đức, trong đó có Hòa thượng Thích Hạnh Tuấn.

Hòa thượng đã cống hiến rất nhiều cho đạo pháp và cho tương lai của các thế hệ Gia đình Phật tử Việt Nam. Thầy là một trong những bông mai quý hiếm đã nở ra trong mùa xuân đạo hạnh. Không nhiều người biết và thầy cũng ít kể ai nghe nhưng những người biết đều thừa nhận sự đóng góp của Hòa thượng đối với Phật giáo Việt Nam trong những năm đầu thập niên 1990 thật to lớn và ảnh hưởng lâu dài trong lịch sử Phật giáo Việt Nam.

Con kính đảnh lễ và tiễn đưa giác linh thầy.

LINH MỤC TRẦN CAO TƯỞNG: TỪ ĐỒI MASSADA ĐẾN BỜ SÔNG HÁT

Quan hệ giữa người và người trong cuộc sống được đan kết bằng những sợi nhân duyên bắt đầu là hạnh ngộ rồi chấm dứt ở chia tay. Và tôi đang bước vào một lứa tuổi có nhiều chia tay hơn hạnh ngộ.

Trước khi "một mình làm cả cuộc phân ly" trong một ngày nào đó, tôi sẽ phải phân ly với những người tôi thân mến. Cuộc phân ly lần này là phân ly với một linh mục, một nhà văn, một nghệ sĩ và là một người anh tôi vô cùng kính quý: Linh mục Dũng Lạc Trần Cao Tường.

Một ngày nọ của gần mười năm trước, tôi nhận một email của một vị linh mục nhận xét về thơ văn của tôi mà ngài đọc được trên internet. Email của linh mục nhắc đến một bài thơ và một tâm bút của tôi. Bài thơ viết về ngôi chùa Viên Giác, nơi tôi sống trong những ngày còn nhỏ ở Hội An và bài tâm bút viết về một nhà thờ Công giáo ở quê tôi, nhà thờ Trà Kiệu. Phía dưới của email có một nội dung rất đậm đà tình cảm là một tên rất đẹp kèm theo số điện thoại: Trần Cao Tường.

Tôi gọi lại ngay nhưng không có tiếng trả lời nên chỉ biết để lại lời cám ơn các nhận xét của Cha. Buổi chiều, Cha gọi lại.

Chúng tôi nói chuyện với nhau lần đầu nhưng tự nhiên dường như đã quen thân nhau từ lâu lắm. Tôi "Thưa Cha" và xưng con theo đúng lễ nghi tôn giáo như tôi vẫn thường "Bạch Thầy" và xưng con với các thầy bên Phật giáo. Cha Trần Cao Tường bảo: "Gọi nhau là anh em đi vì chúng ta cùng họ Trần cả". Tôi không chịu và đề nghị Cha đừng để ý đến chuyện "Cha con" mà hãy xem đó như một phần của đạo đức Việt Nam. Cha không nói thêm gì nữa.

Cả tôi và Cha đều thuộc mẫu người nói rất thoải mái. Chúng tôi nói chuyện suốt giờ về mọi vấn đề trong đời sống, từ chính trị đến tôn giáo, từ thơ văn đến nhiếp ảnh và cũng nói khá lâu về internet. Ngoại trừ môn internet tôi giỏi hơn Cha, bộ môn nào Cha cũng rất uyên bác và sở hữu một hiểu biết bao la, vượt xa những kiến thức còn rất giới hạn của tôi.

Thời gian ngắn sau đó Cha Trần Cao Tường gởi tặng tôi các tác phẩm đã in của ngài. Ngoài các tác phẩm thần học, Cha viết nhiều tác phẩm có tựa đề rất nhẹ nhàng nhưng chuyên chở những nội dung giáo dục và đạo đức rất sâu sắc không chỉ dành riêng cho độc giả Công giáo mà cho mọi người như *Suối nguồn tình yêu, Đi tìm nét văn hóa Việt, Vũ khúc thăng ca, Nhịp múa sông Thanh, Khúc sáo ân tình*... Mỗi khi có dịp thưa chuyện với Cha cũng là lúc tôi học được thêm nhiều điều mới lạ. Tôi giới thiệu Cha với nhiều văn nghệ sĩ thân hữu ở California, Texas... và ai cũng quý mến Cha.

Tôi cũng nghĩ đến những độc giả không may mắn được đọc hay được nghe Cha tâm sự như tôi nên đề nghị Cha xây dựng một trung tâm internet hoàn chỉnh để độc giả truy cập các bài viết của Cha dễ dàng hơn cũng như cất chứa các tác phẩm một cách hệ thống. Ngày đó trang Web của Cha còn rất đơn sơ và rất khó tìm bài vở.

Cha đồng ý và từ đó tập trung vào việc xây dựng Trung tâm Internet Dũng Lạc thật phong phú như chúng ta đang có hôm nay.

Cha Trần Cao Tường có tình yêu đất nước sâu đậm. Cha chia sẻ với tôi rằng một dân tộc không biết đau, không cảm nhận thấm thía nỗi đau và không biết vượt lên trên nỗi đau, dân tộc đó không thể hơn người khác được. Cha kể lại, có một câu nói của Linh mục Kim Định nhắc nhở Cha trong lần hai vị gặp nhau: "Làm cái gì cho dân mình ngóc đầu lên đi chứ " đã trở thành một công án mà Cha suy nghiệm mỗi ngày. Cha Trần Cao Tường đặt câu nói thoạt nghe rất bình thường nhưng đầy triết lý của triết gia Kim Định lên trên trang nhà internet của mình như một nhắc nhở thường xuyên phải làm một điều gì đó tốt đẹp cho dân tộc Việt Nam.

Một thời gian khá lâu sau đó, kèm trong email của Cha gởi tôi là một bài viết dài có tựa cũng khá dài *Cây đa chùa Viên Giác của Trần Trung Đạo tâm bút cùng Trà Kiệu*. Bóng đa trong sân ngôi chùa Phật giáo và những bệ đá trước nhà thờ Công giáo vốn là nhân duyên mang chúng tôi đến gần nhau mấy năm trước đã được Cha trình bày một cách chi tiết hơn.

Chùa Viên Giác là ngôi chùa ở thị xã Hội An và là nơi tôi đã sống như con chim non tránh bão trong tuổi thơ đầy bất hạnh. Ở đó mỗi buổi sáng tôi thức dậy quét lá trong sân chùa. Với một người khác, việc quét lá có thể là chuyện bình thường và thậm chí nhẹ nhàng nhưng với tôi những nhát chổi là những tiếng động vang xa vào tâm hồn. Bốn mươi năm sau có một linh mục Công giáo cũng lắng nghe tiếng động đó và cảm thông với đứa bé trong sân chùa Viên Giác ngày nào. Bài thơ khá dài nhưng Cha Trần Cao Tường thuộc lòng và mỗi khi có dịp nói về mùa thu, về chiếc lá, về thơ ca, Cha thường đọc:

Mỗi buổi sáng tôi một mình ôm chổi

Quét lá vàng như quét nỗi cô đơn

Lá vẫn rụng khi mỗi mùa thu tới

Như đời tôi tiếp nối chuyện đau buồn

Và Trà Kiệu thì quen thuộc với Cha nhiều hơn. Trà Kiệu với diện tích khoảng một cây số vuông, đẹp một cách hùng vĩ và linh thiêng. Phía Tây Trà Kiệu là rặng núi Kim Sơn chạy dài, hút sâu vào dải Trường Sơn trùng điệp. Phía Nam là di tích thành lũy và hoàng cung của một thời vàng son trong lịch sử Chiêm Thành. Theo sử sách ghi lại, đồng bào Công giáo Trà Kiệu phần lớn từ miền Bắc di cư vào miền Trung, bắt đầu là người ở Kẻ Chợ Hà Đông vào khoảng năm 1684. Họ sống tập trung nhau để dễ bề giữ đạo và giúp đỡ cho nhau. Trong tôi vẫn còn in lại hình ảnh những bậc tam cấp bằng đá của nhà thờ Trà Kiệu, nơi tôi và các bạn tôi đã ngồi trong những buổi chiều vàng nhìn xuống xóm nhà của các bạn tôi, được dựng bên những thửa ruộng xanh bao vòng quanh chân núi. Nhưng từ đồi Bửu Châu linh thiêng đó, đêm 1 tháng 9 năm 1885, máu của người dân Quảng đã chảy và chảy dài suốt thời kỳ thực dân đầy thù hận, khổ đau, tang tóc. Sau 21 ngày tấn công và chống đỡ đẫm máu giữa người Quảng và người Quảng, giữa người Việt và người Việt, giữa những tín đồ Thiên Chúa giáo và các đơn vị Văn thân Bình Tây Sát Tả, đã gây ra rất nhiều thiệt hại, mất mát cho cả hai bên. Vết thương trên cơ thể đã khô nhưng vết thương trong lịch sử dân tộc vẫn còn nghe đau sau hàng thế kỷ.

Bài viết "Cây đa chùa Viên Giác của Trần Trung Đạo tâm bút cùng Trà Kiệu" của Cha Trần Cao Tường, ngoài việc phân tích văn chương, còn là một tiểu luận nghiêm túc về tôn giáo và dân tộc, trong đó Cha trích dẫn những lo lắng của tôi về các tranh chấp tôn giáo tại Việt Nam:

"Những con sông Gianh trong lòng người phải cần được lấp lại. Lấp lại bằng cảm thông chứ không phải bằng những bãi xương khô, những

cánh đồng nhuộm máu. Người Việt Nam cần được nghe tiếng chuông chùa nhẹ đưa, tương tự như cũng cần được nghe tiếng chuông nhà thờ thánh thoát. Hãy trao cho các thế hệ tương lai Việt Nam một cơ hội để được sống trong hòa thuận, bao dung, tha thứ. Tại sao phải mang theo một gánh nặng của phân hóa, rẽ chia, hoài nghi, mặc cảm, trong lúc dân tộc Việt Nam đang cần một đôi cánh để bay cao, để vượt qua ao hồ quá khứ, để mong đuổi kịp nhân loại, đã nhiều thế kỷ, tiến xa về phía trước?"

Bài viết "Cây đa chùa Viên Giác của Trần Trung Đạo tâm bút cùng Trà Kiệu" cũng là một cơ hội để Cha Trần Cao Tường phát biểu quan điểm về một dân tộc phải biết đau và phải biết vươn lên từ những nỗi đau như dân tộc Do Thái đã đứng lên. Cha viết:

"Jean Lartéguy đã viết cả một cuốn sách dầy về Bức tường thành Do Thái, những bí mật của quân đội bí mật nhất thế giới. Người ta nói nhiều về những bí mật khác nhau đã tạo nên sức mạnh kỳ lạ cho dân tộc Do Thái. Nhưng cái bí mật bí mật nhất, lạ thay và mâu thuẩn thay, lại nằm ở ngay một bức tường đổ vỡ mà người Do Thái vẫn gọi là Bức Tường Khóc. Đó là tàn tích của đền thờ Giêrusalem huy hoàng xưa kia bị tướng Titô của đoàn quân viễn chinh Roma phá tan tành "không còn hòn đá nào chồng lên hòn đá nào" vào năm 70. Và từ đó người Do Thái bị phát lưu đi khắp thế giới, sống lang thang tủi nhục vô tổ quốc...

Bức tường khóc như vậy quả là một cơn ác mộng đáng phải được quên đi mới đúng, vì nó là dấu tích của sự nhục nhằn. Ấy thế mà qua bao nhiêu thế hệ, người Do Thái từ khắp thế giới vẫn tìm về bức tường này, để nhìn rõ mặt mình chứ không trốn chạy, chứ không tiếp tục khoe mẽ huyênh hoang về văn hiến dân tộc kiêu hùng! Và để cùng khóc với nhau. Và vì cùng đau với nhau nên mới biết thương nhau, lau vết máu cho nhau, đùm bọc nhau. Không ngờ mà người Do Thái lại chứng minh câu nói Việt là đúng: đồng bệnh tương lân".

(Jean Lartéguy, *Bức tường thành Do Thái*, trang 273)

Việt Nam có một *Bức tường than khóc* như Do Thái hay không?

Theo Cha Trần Cao Tường, câu trả lời là có. Việt Nam cũng có một bức tường như thế, đó là đền Hát Môn, bên bờ sông Hát. Cha kể:

"Tháng Giêng năm 2000 tôi có dịp về tận đền Hát Môn để đứng tê tái lặng nghe lịch sử khóc nỗi oan nghiệt của dòng tộc mình. Bức tường khóc Việt Nam là đây. Câu hát trong trường ca ***Mẹ Việt Nam*** *của nhạc sĩ Phạm Duy đang vang vọng đâu đây bật lên từ tiềm thức cộng thông của cả một dân tộc. Nỗi oan dằng dặc suốt chiều dài và chiều dày của lịch sử từ cái ngày Hai Bà Trưng trầm mình trong dòng sông Hát; rồi Mã Viện đã bẻ gẫy và chôn đi biểu tượng tinh thần của một lớp dân mà ông ta miệt thị là "Nam Man" (dân Mọi phương Nam) với câu trù yểm: 'Đồng trụ chiết, Giao chỉ diệt!'. Sau đó là một ngàn năm trầm luân mất mặt.*

Nhớ xưa, nhớ Mẹ, nhớ Mẹ xưa,
Mẹ xuống sông rửa nhục anh hùng.

Đền Hát Môn ở xã Hát Môn, huyện Phúc Thọ, thành phố Hà Nội

Mẹ trôi trên dòng sông Hát,

Nước ngược xuôi đưa Mẹ đi muôn nơi.

Nhớ chăng, nhớ Mẹ, nhớ Mẹ chăng?

Chôn đáy sông mối hận yêu chồng...

Chàng Trương có buồn thương, khóc...

Rước Mẹ lên, nước thiêng sẽ giải oan.

Để gầy dựng tinh thần, người Do Thái đã làm lễ nghi tuyên thệ tại Bức tường khóc, tại đồi Massada nơi cha ông họ đã tử thủ và thà chết tập thể chứ không chịu đầu hàng. Chỉ khi biết cùng khóc với nhau, cùng nhục với nhau, người dân một nước mới thực quyết tâm nắm tay nhau mà cùng cố ngóc đầu lên. Mong rằng một ngày nào đó người dân Việt cũng sẽ biến đền Hát Môn thành nơi tuyên thệ như vậy mà phục sinh hồn Việt thay vì những phóng chiếu mặc cảm khác. Đã đến lúc người mình cùng trở về đền Hát Môn mà thương lịch sử khổ đau, thương một lớp dân bất hạnh và cùng tìm câu trả lời, như Nguyễn Thùy và Trần Minh Xuân trong ***Tinh thần Việt Nam****:*

Hỡi lịch sử ta thương mình quá đỗi

Ta thương mình bởi chính nỗi ta đau".

Hình ảnh của đạo quân tinh nhuệ và hung bạo dưới quyền Phục Ba Mã Viện đuổi theo những người phụ nữ Việt Nam nhỏ nhoi, thất thế đến tận bờ sông Hát đã sống lại trong lòng Cha Trần Cao Tường một nỗi đau dân tộc. Hai chị em Trưng Nữ Vương nhảy xuống dòng nước bạc để hai ngàn năm sau tiếng sóng vẫn vọng về trong lời nhắc nhở của Triết gia Kim Định: *"Làm một cái gì cho dân mình ngóc đầu lên đi chứ".*

Và Cha Trần Cao Tường kết luận:

"Đồng trụ chiết, Giao Chỉ diệt? Lời yểm của Mã Viện chả lẽ cứ mãi ám ảnh một lớp người bất hạnh mang quá nhiều thương tích tật

nguyền trong một dạng thức tâm lý không mấy bình thường? Thì đây, mắt mình rưng rưng nhìn thấy một dòng sông tình thương chảy đến từ những con tim nhân ái, biết đau, biết nhục với vận nước... và biết làm một cái gì cho dân mình có thể ngóc đầu lên dù phải hy sinh rất nhiều, như một lời thề trước đền Hát Môn. Số mệnh bao giờ cũng đi liền với một sứ mệnh và một sử mệnh. Đó chính là lời thề của mỗi người góp phần khơi cho dòng sinh mệnh dân tộc chảy tới:

Trụ đồng gẫy, núi Giao Chỉ vẫn còn cao

Ngọn Cẩm Khê vẫn đầy, dòng sông Hát vẫn chảy.

Tôi cũng đồng ý với Cha Trần Cao Tường rằng Việt Nam có một bức tường than khóc trải dài theo lịch sử.

Người Do Thái phải vượt qua bao nhiêu gian khổ để được đặt chân và cầu nguyện trên thánh địa của dân tộc họ. Nước mắt của người dân Do Thái nhỏ xuống bờ tường suốt bao nhiêu thế kỷ, đã thấm sâu, không chỉ vào bức tường mà cả trong thịt trong xương và trở thành một sắc thái văn hóa riêng của dân tộc Do Thái. Họ ôm nỗi đau đi khắp góc bể chân trời. Người Do Thái đối diện với nỗi đau như đối diện với chính mình và sống với nỗi đau như một phần quan trọng trong đời sống tinh thần của họ. Nỗi đau lớn dần và trưởng thành theo thời gian, cuối cùng đã giúp họ trở về với vùng đất hứa.

Hẳn nhiên không thể so sánh nỗi đau và sự chiu đựng giữa dân tộc Do Thái và dân tộc Việt Nam; đúng ra, chẳng thể so sánh nỗi đau nào với nỗi đau nào. Nhưng trong quan điểm chủ quan của tôi, nỗi đau của dân tộc Việt Nam cũng sâu sắc, trầm trọng và vô cùng đau nhức. Trên mỗi bước chân chúng ta đi trên những nẻo đường Việt Nam, từ Ải Nam Quan cho đến Mũi Cà Mau, như vẫn còn nghe vọng lại tiếng kêu thương của bao nhiêu người đã ngã xuống.

Dòng sông Hồng màu đỏ vì đó là máu của bao nhiều thế hệ đã

chết trong mỏi mòn đau nhức suốt hàng ngàn năm trong âm mưu đồng hóa của các triều đại Trung Hoa. Tương tự, màu đất đỏ ở miền Đông Việt Nam ngày nay, không những chỉ là màu đất mà còn được nhuộm bằng mồ hôi và máu của những người phu đồn điền đã tưới lên mỗi gốc cao su ở Đồng Nai, Tây Ninh, Bình Dương, Sông Bé trong suốt gần một thế kỷ dưới ách thực dân:

Đất nước tôi nghèo, chinh chiến đã bao thu
Một ngàn năm trong xích xiềng nô lệ
Chân tôi bước nghe niềm đau vô kể
Của ông cha trong tủi nhục căm hờn.

Một trăm năm giặc Pháp cướp quê hương
Mỗi gốc cao su một thây người yêu nước
Guinea, Reunion, những tử tù lê bước
Máu da vàng nhuộm đỏ đất châu Phi.

Nỗi đau Việt Nam quả thật vô cùng to lớn. Vâng, nhưng chân giá trị của nỗi đau như Cha Trần Cao Tường nhấn mạnh không phải chỉ bằng khả năng chịu đựng nhưng chính từ khả năng biết vượt qua. Chúng ta thường nghĩ đến những thách thức, những vượt qua nhưng thách thức lớn nhất và vượt qua cao cả nhất vẫn bắt đầu nơi chính mình. Nếu chúng ta không vượt qua được nỗi đau thì có lẽ cũng chẳng nên trách cứ hay đổ thừa vào ai khác.

Biết Cha rất thích cảnh mùa thu New England, năm 2005 tôi mời Cha lên thăm Boston, Cha nhận lời nhưng rồi cơn bão Katrina cản trở nên đến tháng Giêng năm 2006 chúng tôi mới gặp nhau lần đầu ở Houston nhân ngày giới thiệu các tác phẩm của tôi ở đó. Ban tổ chức có ý mua vé máy bay cho Cha nhưng Cha không thấy cần. Cha và các bạn trẻ cùng lái xe đến tham dự và giúp giới thiệu tác phẩm của tôi. Chúng tôi quay quần với nhau trong một buổi chiều đầy thơ và nhạc. Dù phải ngồi xe một chặng đường xa nhưng Cha Trần Cao Tường vẫn nhiệt tình, trẻ trung, vui vẻ và luôn hòa đồng cùng mọi người. Cha sống trọn vẹn và chân thành như trong chính tác phẩm của mình.

Mặc dù nghe tin Cha bệnh nặng từ tháng trước và nhiều thời điểm vô cùng nguy kịch, tôi vẫn hy vọng Cha có thể đủ sức để vượt qua. Nhưng không. Sáng ngay tin buồn đã đến.

Tôi ngồi im lặng trước tấm ảnh Cha chụp mùa thu New England trong lần ghé lại Boston ba năm trước đang được trưng bày trong trang nhà Dũng Lạc và lắng nghe đoạn phim ghi lại buổi thuyết trình về văn học của Cha tại Boston College. Tất cả đều vô cùng gần gũi như đã rất xa xôi. Mùa thu đã tàn và Cha Trần Cao Tường đã ra đi. Những chiếc lá cuối cùng đang nằm trơ trọi trong tiếc nhớ ngoài hiên vắng. Đời người cũng thế, như chiếc lá, như mây bay. Đến chẳng ai hay và ra đi không kịp nói một lời từ giã. Nước mắt đã khô theo đời viễn xứ nhưng trong lòng tôi sao vẫn nghe đau.

Mọi nhân duyên đều có điểm bắt đầu và kết thúc, nhưng điều quan trọng và cũng kỳ diệu không phải ở hai điểm đến và đi mà là những gì để lại trong khoảng thời gian có mặt trong cuộc đời này. Từ ý nghĩ đó, trong nỗi buồn quá lớn của một cuộc phân ly, chúng ta, những người quý mến Cha Trần Cao Tường, sẽ tìm được một niềm an ủi. Sau 64 năm có mặt trên thế gian này, Cha đã trao lại cho chúng ta hôm nay và các thế hệ mai sau rất nhiều tặng phẩm vô cùng quý giá trong văn chương, trong giáo dục nhưng hơn cả là trong tấm lòng yêu nước nồng nàn của một bậc chân tu.

Hình ảnh Linh mục Trần Cao Tường đứng im lặng trong tê tái bên bờ sông Hát năm đầu thiên niên kỷ chợt hiện về trong ý thức tôi chiều nay. Thật cảm động và hãnh diện biết bao được có những ngày gần gũi, được lắng nghe lời khuyên của Cha: *"Muốn vượt qua được những khoảng cách do những cực đoan quá khích, do tham vọng nhỏ nhoi bệnh hoạn, phải cần đến cái tâm nhân ái, bao dung, trung đạo, nhận ra được nét đẹp và cần thiết của những chiếc phao khác, của những đạo khác. Như vậy, công cuộc phục hưng tộc Việt cũng phải bắt đầu từ việc giải oan cho chính lòng mình, giải thoát được những khoảng cách và uẩn khúc ở ngay trong trái tim mình"*.

Tôi luôn cố gắng sống trong tinh thần đó.

Nếu mai mốt có dịp trở về quê hương, tôi hứa sẽ đến bên bờ sông Hát để cùng cầu nguyện với Cha. Nơi Cha đứng, tôi tin, vẫn còn in

Tác giả và Linh mục Trần Cao Tường tại Houston năm 2006

lại dấu chân. Cha không phải là người thứ nhất và tôi không phải là kẻ sau cùng mà nhiều thế hệ Việt Nam đã và sẽ đến bên bờ sông Hát để lắng nghe trong muôn trùng sâu thẳm một nỗi đau Việt Nam, một lời thúc dục Việt Nam, một tiếng gọi Việt Nam. Và như Cha, tôi cũng sẽ đọc lại lời của mỗi người đã góp phần khơi cho dòng sinh mệnh dân tộc chảy tới hôm nay như Cha đã đọc trước đây:

Trụ đồng gẫy, núi Giao Chỉ vẫn còn cao

Ngọn Cẩm Khê vẫn đầy, dòng sông Hát vẫn chảy

Và dân tộc Việt Nam từ đó sẽ vươn lên.

ĐỪNG XA NHAU NỮA

Theo Dương lịch, 23 tháng 3 là ngày giỗ của Huynh trưởng Tâm Huệ Cao Chánh Hựu. Tôi đăng lại trên Facebook bài thơ viết sau ngày anh mất như một cách để nhắc nhở các anh chị em Gia đình Phật tử khắp nơi ngày anh ra đi. Bài thơ khá dài và kết luận bằng câu: *"Và đừng xa nhau nữa"*.

Tôi sinh hoạt đa dạng và trong nhiều lãnh vực, nhưng trong suốt đời mình cho đến ngày giỗ anh hôm nay, Gia đình Phật tử là tổ chức duy nhất mà tôi phát nguyện trung thành theo lý tưởng.

Ngoại trừ các sinh hoạt bình thường trong cộng đồng nơi tôi đang sống, tôi chưa tham gia bất cứ một tổ chức không những chính trị mà cả văn hóa, xã hội với tầm vóc quốc gia nào.

Tôi còn nhớ rõ. Nhân Đại lễ Phật thành Đạo năm 1962, cha tôi dắt tôi đến chùa Ba Phong, làng Mã Châu, Duy Xuyên, Quảng Nam để xin cho tôi được tham gia đội Đồng Niên của Gia đình Phật tử Ba Phong.

Liên Đoàn trưởng đầu tiên của tôi là Trưởng Tâm Thanh Lê Thanh Hải. Trưởng Tâm Thanh rời đoàn sớm để về sinh hoạt trong Ban Hướng dẫn Gia đình Phật tử Quảng Nam và sau đó được Hòa thượng Thích Long Trí làm lễ thế phát xuất gia ở chùa Viên Giác, Hội An cũng với pháp hiệu Tâm Thanh. Tôi bước theo duyên nghiệp của mình, sau đó cũng về Viên Giác Hội An và cũng được sư phụ chúng tôi, Hòa thượng Thích Long Trí dạy dỗ.

Cách đây cũng gần 20 năm, trong một lần Hòa thượng Thích Trí Chơn viếng thăm chùa Lục Hòa ở Boston, trong một buổi lễ, Trưởng Tâm Chí Trương Xuân Bảo khuyến khích tôi phát nguyện làm huynh trưởng Gia đình Phật tử để giúp gầy dựng Gia đình Phật tử ở Boston. Tôi vẫn nhớ lời anh khuyên, hệ thống Gia đình Phật tử quá cần huynh trưởng có điều kiện học hành ở cả trong nước lẫn nước ngoài để hướng dẫn các em sinh ra hay lớn lên ở hải ngoại.

Tôi không nhận lời vì biết mình không thể gánh vác thêm trọng trách. Tôi quá nhiều việc phải làm. Ngoài ra, tôi phải tiếp tục viết đều về những vấn đề mà đất nước đang đương đầu. Cánh cửa đổi mới mở ra, trách nhiệm của những người cầm bút là phải soi rọi ánh sáng vào. Tuy nhiên khi lễ bắt đầu, anh Tâm Chí vẫn xướng danh Thị Nghĩa Trần Trung Đạo. Tôi ngượng ngùng đứng lên để nói vài lời. Đứng trước Tam Bảo uy nghiêm, với ánh mắt của Hòa thượng Trí Chơn đang nhìn về phía tôi, Trưởng Tâm Chí và đồng bào Phật tử đang chờ câu trả lời, tôi không biết làm thế nào để nói lời từ chối. Hôm đó, tôi phát nguyện làm một huynh trưởng Gia đình Phật tử. Một em huynh trưởng trong Gia đình Phật tử Viên Lạc tặng tôi chiếc áo đoàn. Từ đó đến nay, duyên nghiệp cuốn tôi theo nhiều ngả, nhưng trong lòng tôi vẫn luôn nghĩ, chỉ có một tổ chức tôi có trách nhiệm với sự thịnh suy là Gia đình Phật tử.

Trong những năm trọ ở chùa Viên Giác, tuy không trực tiếp tham gia sinh hoạt đoàn, nhưng ngủ bên cạnh văn phòng Ban Hướng dẫn Tỉnh và sư phụ chúng tôi lại là Đặc ủy Thanh niên Tỉnh Giáo hội nên tôi có dịp gần gũi với hầu hết các trưởng Gia đình Phật tử Quảng Nam cũng như từ trung ương đến.

Ngày đó, Trưởng Tâm Huệ Cao Chánh Hựu đang làm việc tại Đà Nẵng và hay vào Hội An. Mỗi khi về chùa, khoảng năm 1970, anh Tâm Huệ mặc đồ quân nhân, đeo lon Trung tá nhưng trước khi đảnh lễ chư tôn đức, anh vào phòng tôi thay đồ. Trưởng Tâm Huệ Cao Chánh Hựu qua đời năm 2009.

Tôi viết bài thơ tiễn biệt Huynh trưởng Gia đình Phật tử Tâm Huệ Cao Chánh Hựu:

Chiếc mũ vẫn còn đây

Anh đã về cõi khác

Dây Thân Ái chiều nay.

Sao chẳng còn ai hát.

Chiếc còi vẫn nằm im

Trên bàn xưa trống trải

Khi giọt máu từ tim

Vừa ra đi, đi mãi.

Anh sống một cuộc đời

Âm thầm như ngọn núi
Ôm ấp nỗi niềm riêng
Nghe đau mà không nói
Giọt nước mắt mùa xuân
Nhỏ trên từng phiến đá
Như hạt bụi thời gian
Phai theo màu chiếc lá.
Đoàn các em hôm nay
Còn rất nhiều khốn khó
Nhìn chiếc áo màu lam

Chiếc mũ của Huynh trưởng Tâm Huệ Cao Chánh Hựu

Thấy tình anh trong đó.
Anh sẽ là mũi tên
Trên quãng đường còn lại
Để mai mốt các em
Biết lối về đất trại.
Anh sẽ là mật thư
Giấu trong vườn Sen Trắng
Chỉ vỏn vẹn một câu
Tình thương rồi sẽ thắng.
Anh sẽ là tiếng còi
Thổi lên lời hy vọng
Để em biết ngày mai
Trời không còn biến động.
Anh sẽ là bài ca
Giữa đêm dài hiu hắt
Để em biết hôm qua
Đau thương và nước mắt.
Anh sẽ là củi khô
Đốt lên từng ngọn lửa
Sưởi ấm mãi Tình Lam
Và đừng xa nhau nữa.

Nhớ nhé anh chị em, và đừng xa nhau nữa!

TẤT CẢ ĐỀU LÀ THUYỀN

Khi chương trình thăm viếng trong tang lễ Giáo sư Nguyễn Ngọc Bích đã xong. Một khoảng trống hiếm hoi trong hai ngày tấp nập, đó là lúc mọi người được mời ra ngoài để chuẩn bị lễ di quan nhưng nhân viên nhà quàn chưa đậy nắp quan tài.

Giáo sư Nguyễn Ngọc Bích (1937 - 2016)

Tận dụng khoảng trống đó, tôi lại đứng với anh một chút. Đặt tay lên người anh. Im lặng nhìn anh lần cuối. Anh không còn cười, dĩ nhiên, và tôi cũng không nói. Thời gian chỉ một hai phút nhưng với tôi thật là dài. Biết anh lần đầu vào thập niên 1990 và được anh cho phép gọi bằng anh. Tôi học ở anh quá nhiều nhưng khi anh còn sống chưa bao giờ có một dịp để cám ơn anh dù đôi lời khách sáo, nói chi là một bài viết về kiến thức mênh mông và hành trình hoạt động đa dạng của anh.

Chúng tôi lái xe suốt đêm. Chiều thứ Sáu nào cũng vậy, xa lộ Boston trở thành một bãi đậu xe. Chúng tôi dừng lại ở Exit 11 trên đường I90 West để đón thêm hai anh bạn. Họ đứng bên đường chờ gần hai tiếng đồng hồ. Giữa tháng 3, mùa đông New England chưa qua hết. Sương đêm đóng một lớp dày trên hai vai áo nhưng không ai than trách. Vài giọt sương trên tóc đâu lạnh bằng cái lạnh của buổi tiễn đưa.

Tôi đến chào chị Bích. Chị vòng tay ôm lấy đứa em từ xa mới về. Hai chị em đứng yên một lúc khá lâu trong giây phút linh thiêng huyền diệu của tình người. Không ai nói với nhau lời nào. An ủi hay chia buồn đều không còn đủ nghĩa. Bác đứng cạnh bên nhắc nhở chị vài lần sắp đến giờ làm lễ nhưng chị chưa buông tay. Giữa lúc ồn ào và khói hương nghi ngút nhưng trong lòng nghe tịch lặng làm sao.

Hoa anh đào sắp nở dọc bờ sông Potomac nhưng với chị mùa xuân sẽ mãi mãi không về. Dòng sông của đời chị đang cạn dần và nhánh cây khô sẽ chỉ khô thêm. Một chiếc ghế trước hiên nhà sẽ được xếp lại. Căn phòng sẽ rộng hơn. Người phát thư sẽ không còn giao những gói sách gởi về từ nhiều nơi trên thế giới. Chị không đọc nữa, nếu có chăng chỉ tìm đọc lại những tờ thư cũ đã nhạt màu.

Trong hai ngày thứ Sáu ngày 11 và thứ Bảy ngày 12 tháng 3 năm 2016, hàng ngàn người đã đến, không chỉ trong vùng Maryland,

Virginia, Washington DC mà còn từ Dallas, Houston, California, Ottawa, Boston và nhiều nơi khác tôi không biết hết, để tiễn đưa anh. Trong các trang mạng xã hội, hàng ngàn tin nhắn tiếc thương và chuyển lời kính tiễn hương linh anh.

Trong số những người đến có nhiều người chưa hề gặp mặt anh. Tại sao? Anh tài năng đa diện như nhiều người nhắc đến? Anh học cao hiểu rộng? Anh là chủ tịch, lãnh đạo của nhiều tổ chức, hội đoàn? Không, họ đến chính là để cám ơn tấm lòng của anh đối với quê hương.

Anh đến với mọi người và lắng nghe lời nói của mọi người. Dù là một buổi dạy các sinh viên gốc Việt hát dân ca hay một hội nghị quốc tế về Biển Đông cũng đều được anh quan tâm và chuẩn bị một cách chi tiết như nhau. Trong một sinh hoạt văn hóa tại Dallas, Bác sĩ Nguyễn Văn Hào mời anh hát một khúc dân ca. Anh gật đầu và lên hát một bài dân ca. Đồng hương "one more", "one more" nhiều nên anh hát thêm một bài nữa. Giáo sư Nguyễn Ngọc Bích bao giờ cũng vậy, rất dễ tính, chìu lòng đồng hương. Sáng hôm sau, khi sắp lên xe cùng ra phi trường, tôi sực nhớ đến tiết mục văn nghệ chiều hôm qua và nói với anh: *"Em có thu bản nhạc. Mười năm sau em sẽ phát"*. Anh hiểu ý và cười: *"Mười năm cơ à?"*

Nhưng anh không chờ mười năm. Chỉ hơn một năm từ buổi chiều Chủ nhật ngày 07 tháng 12 năm 2014 ở Dallas, anh ra đi. Tiếng hát và nụ cười của anh vẫn còn đó nhưng đã qua hết một đời người.

Mỗi chúng ta có mặt trên đời này tự gieo hạt giống cho mình, không phải cho kiếp sau mà ngay trong kiếp sống này. Giáo sư Nguyễn Ngọc Bích đã gieo hạt giống lành, và buổi tối ngày 2 tháng 3 năm 2016, hoa nhân duyên đã nở.

Đứng bên anh lần cuối nhưng tôi không dám hứa với anh sẽ tiếp tục con đường bởi vì tôi không có được những đức tính của anh.

Nghe pháp thì dễ mà sống được như pháp vô cùng khó. Tôi nghe pháp rất nhiều nhưng không sống như pháp được. Anh thì khác. Anh không ngồi nhà viết bài ném qua cửa sổ mà dấn thân bằng cách lên đường. Anh đi theo mây, anh về theo gió.

Hai năm trước tôi đến châu Âu và ghé thăm một lãnh đạo cộng đồng. Anh chị chủ nhà mời tôi ở lại và còn nói thêm: *"Giáo sư Nguyễn Ngọc Bích cũng ở lại nhà này"*. Tôi qua California và ở lại nhà một người quen, chủ nhà cũng nói: *"Phòng anh ngủ là phòng dành cho khách, Giáo sư Nguyễn Ngọc Bích cũng mới ngủ ở phòng này"*. Tôi đến Dallas cũng vậy, nhà của Bác sĩ Nguyễn Văn Hào, một người quen chung là nơi chúng tôi trọ suốt thời gian ở đó.

Tuy nhiên, trên hành trình vô cùng chông gai anh đã bước lên, bên cạnh những ủng hộ, thân tình, kính trọng cũng có rất nhiều điều tiêu cực đến với anh. Tiêu cực được hiểu là những lời phê bình vượt giới hạn đạo lý và đạo đức của con người. Nhưng dù khen hay chê, cuối ngày, trên môi anh vẫn nở một nụ cười bao dung và thanh thản.

Anh là bậc đạo sư, bậc thầy của tôi vì anh đọc những lời tiêu cực mà vẫn an nhiên. Với tôi, để được bình an, tôi phải tránh xa những vùng tiêu cực. Đức tính bao dung, cảm thông và tự tại đó đã làm Giáo sư Nguyễn Ngọc Bích trở thành chiếc cầu của những người yêu nước Việt đang cố tìm một điểm chung để ngồi xuống với nhau. Muốn gì, trước hết phải ngồi xuống và biết lắng nghe. Chiếc cầu đó vừa gãy và sẽ còn rất lâu hay có thể không một người nào thay thế được.

Nhắc đến chiếc cầu, tôi chợt nhớ câu chuyện về cụ già Dupont ở Thụy Sĩ. Mỗi đêm trong suốt hai mươi mùa đông cụ đã cắm một chiếc lều bên cầu Lausanne để tìm cách cản ngăn những người bị bệnh trầm cảm tự tử cho đến ngày cụ qua đời. Tương tự, anh Nguyễn Ngọc Bích, suốt bốn mươi mốt năm đã dâng hiến cuộc đời cho lý tưởng tự do. Rất nhiều người tự hào về lý tưởng nhưng không bền bỉ và tận tụy như anh và chỉ lý tưởng khi nào chính họ không bị phê bình, phán xét.

Anh cũng là người như tất cả chúng ta, mang theo trong máu các đặc tính tốt xấu từ lúc sinh ra nhưng hơn nhiều trong số chúng ta là anh tha thứ. Anh tranh luận khi cần tranh luận nhưng với một tâm thiện, không hận thù và nhất là biết khi nào dừng lại. Trong Phật giáo, tôn giáo của anh, đó là hạnh nhẫn nhục. Người cầu đạo cần nhẫn nhục để đắc đạo cho bản thân mình, anh nhẫn nhục để hoàn thành mục đích cao cả của đời anh là mang lại tự do dân chủ nhân bản do dân tộc Việt Nam.

Câu chuyện về Thiền sư Hakuin khi bị hàm oan đã nói "Thế à" và khi được giải oan cũng chỉ nói "Thế à" có thể chỉ là một bài giảng theo cách "oan ức không cần biện bạch" thuần túy về thiền học để dạy người học đạo về hạnh nhẫn nhục. Anh không cần học bài giảng đó bởi vì "Thế à" vốn đã là cách sống thật của anh.

Giữa thập niên 1990, khi chúng tôi, một nhóm chuyên viên trẻ, đến vấn kế vận động Quốc hội Mỹ về nhân quyền, anh khuyên nên thành lập các ủy ban nhân quyền, càng nhiều càng tốt và không nhất thiết phải đông người vì Chính phủ hay Quốc hội Mỹ có thể không quan tâm đến cá nhân một cử tri nhưng một ủy ban thì là chuyện khác.

Cũng từ quan điểm đó, những đoàn thể, tổ chức mà anh thành lập hay lãnh đạo, đều là những chiếc thuyền anh mượn để tìm cách đưa đất nước sang bờ tự do dân chủ. Anh ra đi rất nhẹ nhàng, nhanh chóng, thảnh thơi bởi vì anh trả lại chứ không vác theo những chiếc thuyền gỗ nặng nề như vài người khác.

Những năm sau này, tôi may mắn được gần gũi anh nhiều. Sau những bữa cơm, bên những tách trà, nhiều khi hết chuyện tích cực để nói, chúng tôi đem chuyện tiêu cực ra để "giải lao". Khi tôi đem một quan điểm của người nào đó khác với quan điểm của anh ra bàn, câu mà tôi nghe nhiều nhất ở anh là "Các anh đó cứ...", "Các anh đó cứ cho rằng tôi ham danh, ham quyền chức", "Các anh đó cứ phê bình tôi thay đổi quan điểm, lập trường chính trị", "Các anh đó cứ chưa đọc nội dung đã vội kết luận"... Bao giờ anh cũng dùng câu "Các anh đó cứ...", rất ít khi nào tôi nghe anh nhắc đích danh một người nào. Anh vô cùng trí thức vì kính trọng nhân cách của mọi người dù trong đó có người không đồng ý với anh. Một trong những bài học anh để lại cho các thế hệ Việt Nam là bài học về nhân cách.

Một danh ngôn quen thuộc: *"Hãy sống như anh sẽ chết ngày mai và học như anh sẽ không bao giờ chết"*. Anh sống đúng với nội dung câu nói đó. Anh nghiên cứu và viết về mọi thứ kể cả về thức ăn, một lãnh vực mà anh không quan tâm lắm nhưng vẫn viết bởi vì có ích cho người khác. Anh chạy đua với thời gian vì hơn ai hết anh hiểu sức khỏe của mình có hạn tuy nụ cười vẫn tràn đầy, tinh thần vẫn lạc quan. Là một cựu hướng đạo sinh, anh nhảy cò cò với các cháu một cách hồn nhiên nhưng anh biết sinh trụ hoại diệt là định luật không ai tránh khỏi.

Khi quan tài anh hạ xuống, bầu trời đầy mây mù nhưng không một giọt mưa hay tiếng khóc. Mọi người dường như đã nuốt nước mắt ngược vào lòng.

Giờ phút cuối cùng, bác Nguyễn Văn Đặng của Hội Cao niên, thổi bài *Ngày về* của Hoàng Giác để "anh Bích nghe". Anh Bích không còn nghe nữa mà đã về quê hương nhưng tiếng kèn harmonica còn vang vọng trong tâm hồn của những người còn lại.

Trong nỗi đau thường có mầm hạnh phúc. Tiếng kèn xúc động của bác Đặng cũng là lời nhắc nhở mọi người hãy sống một cuộc đời như anh Bích cho quê hương, đất nước và tình người để rồi ngày cuối của cuộc đời mình, sẽ được tiễn đưa trong tiếc thương và trong tình cảm đậm đà như thế.

Tôi vẫn còn là đứa bé mồ côi. Những gì tôi biết, tôi hiểu, tôi viết phát xuất từ những lời khuyên nhủ, khuyến khích của những người như anh. Khi anh khen tôi, tôi hãnh diện và sung sướng nhưng không phải với tư cách một nhà văn hay nhà thơ cùng vuông chiếu mà là một đứa con, một học trò.

Tôi cám ơn những người đi trước không bằng diễn văn đầy những tĩnh từ bóng bẩy nhưng trong tận đáy lòng tôi dòng suối tình thương vẫn chảy êm đềm. Bên dòng suối đó, có anh từ trên cao nhìn xuống và bên dòng suối đó anh vẫn còn sống, ít nhất cho đến ngày tôi cũng sẽ ra đi.

LỄ TƯỞNG NIỆM NỮ DANH CA HÀ THANH TẠI BOSTON

Vừa mở cửa bước vào chùa đã nghe giọng ca của chị Hà Thanh. Giọng ca quen thuộc đó vang lên trong chánh điện chùa Phật giáo Việt Nam ở Roselindale, Massachusetts, mỗi Chủ nhật, ngày vía, ngày đại lễ suốt 20 năm qua. Nếu không có hai vòng hoa và tấm ảnh chị trên bàn thờ đơn giản và trang nghiêm thật khó tin rằng chị đã đi xa và buổi lễ hôm nay là Lễ Tưởng niệm ca sĩ Hà Thanh.

Vào những ngày như thế, trong khi chờ đợi lễ bắt đầu, đồng bào Phật tử thường được nghe chị Hà Thanh hát những bài đạo ca từ giàn máy của chùa. Nếu không phải *Thăm lại chùa xưa* thì là *Tâm sự những người cài hoa trắng.* Nếu không phải *Nhành dương cứu khổ* thì cũng *Từ Đàm quê hương tôi* hay những bài đạo ca tương tự. Và hôm nay cũng không khác mọi ngày. Vẫn giọng ca ngọt ngào như giòng suối, vẫn không khí đầy ắp đạo tình, vẫn bóng dáng chiếc áo dài lam chị thường mặc.

Tất cả như vẫn còn đâu đây, nhưng chị đã đi xa.

Chị Hà Thanh từ giã thế gian lúc 7:30 tối ngày 01 tháng 01 năm 2014. Chị bị ung thư máu nhưng theo tin tức từ gia đình thì chị không bị đau đớn gì ngoại trừ khi tỉnh khi mê trong ngày cuối cùng. Tang lễ của chị được thực hiện một cách riêng tư theo ý nguyện của chị nhưng lễ cầu siêu và tưởng niệm chị mở rộng cho đại chúng được tổ chức tại chùa Việt Nam sáng 12 tháng 01 năm 2014.

Hòa thượng Thích Nguyên Hạnh bắt đầu buổi lễ bằng lời an ủi Kim Huyên và gia đình đừng buồn khổ trước sự ra đi của chị Hà Thanh. Không có mất mát nào lớn lao hơn là mất đi một người mẹ với "chín tháng cưu mang", "ba năm nhũ bộ", "bên ráo con ngủ bên ướt mẹ nằm", vâng, nhưng vạn vật vốn vô thường. Có sinh sẽ có diệt. Con người được sinh ra, lớn lên, được nuôi dưỡng bằng vật chất và một ngày sẽ tàn rụi như mọi vật chất trên thế gian này. Từ cỏ cây, hoa lá cho đến con người đều không thoát ra khỏi sinh, trụ, dị, diệt.

Ai cũng đến cuộc đời bằng tiếng khóc nhưng mỗi người có một cách để ra đi. Điểm khác nhau đó chính là sự tu tập, cách sống, giải trừ vô minh phiền não, lấy lòng từ bi làm gốc cho đời sống của mình. Chị Hà Thanh đã sống trọn vẹn với đại từ bi tâm đó và hôm nay chị đang ra đi trong thảnh thơi, nhẹ nhàng.

Mặc dù khá nhiều vị phát biểu nhưng chương trình không vì thế trở thành nặng nề. Hòa thượng Viện chủ Trung tâm Phật giáo Việt Nam tại Houston Thích Nguyên Hạnh nhắc lại những nhân duyên giữa thầy và chị Hà Thanh. Không một lần nào thầy ghé chùa mà thiếu vắng chị đến vấn an. Một lần nữa Hòa thượng tán dương tâm từ bi sâu rộng của Phật tử Tâm Tú Trần Thị Lục Hà. Không một công việc nào mang lợi lạc cho người khác mà thiếu vắng chị dù nhiều khi phải đến tận các nơi xa.

Chị Phương Thảo, em gái của chị Hà Thanh đọc tiểu sử của chị Hà Thanh. Phần lớn chi tiết về cuộc đời của nữ ca sĩ tài danh trong âm nhạc Việt Nam đã được các nhà văn viết và báo chí đăng tải ngoại trừ một vài chi tiết nhỏ như việc chị bắt đầu hành trình ca hát ở tuổi 16, năm 1953, với nhạc phẩm *Dòng sông xanh* chứ không phải 1955 như vài nguồn tin và chị sinh ra trong một trang trại gia đình ở chân núi Trường Sơn.

Đại Đức Thích Chánh Trí, Hội trưởng Hội Phật giáo chùa Việt Nam nhắc đến chị Hà Thanh như một Phật tử gương mẫu gắn bó với chùa hơn 20 năm: "*Đạo hữu, dù nổi tiếng hơn người, nhưng vẫn luôn luôn khiêm tốn, hiền hòa, vui vẻ. Tâm thành kính Phật, trọng Tăng luôn thể hiện trên đôi tay và ánh mắt*".

Ông bà Bác sĩ Trần Đoàn đến từ Virginia chia sẻ cảm tưởng và đặc biệt bà Trần Đoàn đã hát tặng chị Hà Thanh một khúc đạo ca thật cảm động.

Ca sĩ Hoàng Vân, một trong những ca sĩ kỳ cựu của vùng New England và là một người em văn nghệ của chị Hà Thanh, nhắc lại những kỷ niệm trong những lần hai chị em đi hát thiện nguyện cho các chùa, các buổi gây quỹ từ Philadelphia sang Toronto rồi Montreal. Anh nói: "*Mỗi mùa Vu lan năm nào, cũng ở tại chánh điện ngôi chùa này, hai chị em đã cùng song ca nhạc phẩm 'Bông hồng cài áo' và 'Tâm sự người cài hoa trắng' vậy mà hôm nay chị đã vĩnh viễn ra đi. Tết năm nay và mãi mãi về sau, chùa sẽ vắng hẳn tiếng ca thánh thót quen thuộc, nụ cười tươi tắn và lời chào hỏi thân tình của chị".*

Giáo sư Tạ Văn Tài, em rể chị Hà Thanh, thay mặt Đại gia đình đọc lời từ biệt ca sĩ Hà Thanh: "*Chị Hà biết không? Một cư sĩ trí thức Phật giáo tại Âu châu, mà gia đình nhờ tìm email của chùa Từ Đàm, Huế, để gia đình gửi lời cảm ơn về lễ cầu siêu đã tổ chức cho chị ở bên đó, nghe chuyện kể là lúc còn nhỏ, vào lúc thăm thầy Thích Tịnh Khiết tại chùa Tường Vân, thầy tụng kinh, con rùa nhỏ ở hang đá núi non bộ chui ra, chị Hà cúi xuống hát cho nó nghe và nó đi gần ra thêm mà nhìn và nghe chị, thì cư sĩ đó nói là "con rùa là fan của chị đấy, cũng như thầy Trụ trì chùa Từ Đàm hiện nay, tức thầy Hải Ấn, đã làm lễ cho chị, cũng là fan của chị".*

Hôm 12 tháng 01, thầy Hải Ấn đã trang trọng tổ chức lễ cầu siêu và tưởng nhớ chị Hà Thanh tại chùa Từ Đàm, Huế, và trước đó một ngày tại chùa Già Lam, Sài Gòn, lễ cầu siêu cho hương linh chị cũng được trang nghiêm tổ chức.

Chị Nguyên Tịnh Nguyễn Thị Bích thay mặt chùa và tang gia để cám ơn chư tôn đức tăng, ni đã quang lâm về chùa chứng minh cho buổi lễ và cám ơn đến các tôn giáo bạn, các tổ chức, đoàn thể trong cộng đồng, các văn nghệ sĩ, các cơ quan truyền thông báo chí, thân hữu xa gần đã tham dự hay gởi lời chia buồn đến gia đình.

Nhìn mấy trăm đồng hương gồm đại diện cộng đồng, đoàn thể, văn nghệ sĩ và thân hữu, cùng vân tập về chùa để tưởng nhớ chị Hà Thanh trong ngày đông giá rét đủ để thấy tình cảm đồng hương dành cho chị sâu đậm đến dường nào.

Nhiều đồng hương phải đứng dọc hành lang và ngay cả ngoài hiên rét mướt. Nhiều thân hữu ở rất xa không đến được đã gởi email, gọi điện thoại. Những bài viết của các nhà văn, ca sĩ, nhạc sĩ được phổ biến trên các diễn đàn, trong facebook, trong các mạng internet khắp thế giới. Chùa khá nhỏ nhưng lòng người rất rộng. Nhiều đồng hương tuy không phải là Phật tử đã ngồi im lặng cúi đầu lắng nghe suốt gần hai tiếng đồng hồ. Bởi vì, tất cả đều có cùng một niềm tin như chị Hà Thanh, niềm tin vào giá trị Chân - Thiện - Mỹ.

Dù là "*Phước cho người đầy lòng thương, vì sẽ được thương xót*" trong bài giảng theo *Phúc âm Matthew* của Chúa Jesus hay "*Từ Bi gieo cùng khắp, cả thế gian khổ hải*" trong *Kinh Từ Bi* từ bộ "Sutta Nipata" của Phật Thích Ca Mâu Ni đều nhắc nhở con người phải sống trong tinh thần hướng thiện và gieo rắc hạt giống từ bi bác ái trong mỗi bước mình đi. Đời là cõi tạm. Ai cũng biết điều đó nhưng biết và sống nhiều khi là hai chuyện khác nhau. Chị Hà Thanh biết và đã sống một cách hợp nhất bằng hạnh nguyện giúp người và cứu đời.

Giọng chị Hà Thanh êm như tơ, nhẹ nhàng như suối. Dường như tất cả văn nghệ sĩ và phê bình âm nhạc đều nhận xét giống nhau như thế. Vâng, nhưng trong lịch sử âm nhạc nhiều tiếng hát có thể êm ái hơn, nhẹ nhàng hơn đã chìm vào quên lãng, không còn ai nhắc nhở. Chị Hà Thanh thì khác. Chị sẽ còn mãi mãi, bởi vì chị không chỉ để lại cho đời một tiếng hát mà còn là cách sống giản dị, thanh bạch, đạo hạnh, từ bi.

Chị không cô độc như một số người nhận xét. Chị không tìm quên những oan trái của cuộc đời trong câu kinh tiếng kệ như vài người lầm tưởng. Từ khi còn là một oanh vũ trong Gia đình Phật tử Hương Từ, Huế, thọ ngũ giới ở Tổ đình Tường Vân và được Đức Tăng Thống ban pháp danh Tâm Tú cho đến đầu năm nay, chị Hà Thanh sống trên 70 năm tích cực trong tinh thần Phật giáo.

Chị không hát vì nhu cầu cơm áo hay hát để tồn tại trong một hoàn cảnh khắt khe, cay nghiệt. Cuốn băng duy nhất được thu bằng máy cassette và phổ biến một cách kín đáo sau 1975 ở Huế là cuốn băng đạo ca Phật giáo. Giữa một cố đô chìm trong lửa đỏ hận thù, tiếng hát của chị như những giọt nước tình thương nhỏ xuống vết thương đau nhức mà cả dân tộc Việt Nam đang chịu đựng. Nhiều năm dài chị im lặng và im lặng là một cách nói, một thái độ, một chọn lựa mà không phải ai cũng có thể làm được. Thật từ bi và vô úy biết bao nhiêu !

Từ những nhạc phẩm hát về người lính Việt Nam Cộng Hòa như *Phiên gác đêm xuân*, *Một chuyến bay đêm* cho đến những bài tình ca của nhạc sĩ Nguyễn Văn Đông hay đạo ca sâu sắc tính thiền như *Chân nguyên*, *Sám hối*, chị đều hát bằng trái tim rung cảm chân thành. Tuy nhiên, có một bài hát mà khi giọng chị cất lên tất cả Phật tử đều chắp tay hướng về Tam Bảo, đó là bài *Trầm hương đốt*.

Trầm hương đốt xông ngát mười phương.

Nguyện nguyện kính Đức Nghiêm từ vô lượng

Cầu cầu xin chứng tâm thành chúng con

Vẩn vẩn khói kết mây lành cúng dường

Đạo nhiệm mầu đã lan truyền nơi cùng nơi

Nhờ chân lý chúng sanh đều thoát luân hồi...

Thật vậy, nhờ quá trình tu tập, chị đã tạo được một nhân duyên hằng cữu theo từng bước chân của Phật giáo Việt Nam, hôm nay và mãi mãi về sau, ở Việt Nam, ở Mỹ và khắp thế giới. Chủ nhật này các chùa ở Boston, ở Huế, ở Bồ Đề Đạo Tràng Ấn Độ và nhiều nơi khác, bài *Trầm hương đốt* của nhạc sĩ Bửu Bác qua giọng ca chị Hà Thanh được xem như là một phần của nghi lễ. Vì bài hát cũng là phần kết thúc buổi lễ Phật giáo nên khi ra về ai cũng sẽ mang theo âm vọng Hà Thanh và cũng thấy lòng mình nhẹ nhàng, thanh thoát.

Sáng hôm nay ở chùa Việt Nam Massachusetts, chị Hà Thanh không còn là ca sĩ Hà Thanh nữa. Chị Hà Thanh đang chèo thuyền trên dòng sông, không phải *Dòng sông xanh* của Johann Strauss II hay sông Hương của Huế thân yêu mà dòng sông trăng Tịnh Độ của cõi Phật Di Đà, và chị cũng không quên đáp lễ mỗi người tham dự buổi tiễn đưa chị bằng một nụ cười an nhiên, khiêm tốn kèm theo lời nhắn gởi, hãy sống bằng hạnh từ bi để rồi chúng ta sẽ gặp lại nhau ở một nơi từ bi là vĩnh cửu.

MÙA THU Ở TRẠI SIKIEW

Boston hôm nay trời mưa. Mùa thu đang qua trên thành phố. Lá rơi đầy trên con đường nhỏ và nhiều nhất là trên bãi đậu xe bên hông nhà. Nhìn ra vườn tôi chợt nghĩ đến một cuối tuần bận rộn đang chờ đợi và những việc phải làm để tiễn đưa đám lá vàng khô đi theo luật tuần hoàn của vũ trụ.

Mùa thu là mùa của thi ca, là nguồn cảm hứng cho bao nhiêu bài thơ tình tuyệt vời của nhiều thi sĩ. Hai câu thơ: *"Con nai vàng ngơ*

ngác / Đạp trên lá vàng khô" có thể là tưởng tượng của nhà thơ Lưu Trọng Lư nhưng ở Vermont là chuyện rất thường xảy ra vào mỗi đầu tháng 10. Có khi xe phải dừng lại một đoạn khá dài để chờ cho cặp tình nhân nai chầm chậm dẫm lên trên xác lá băng qua đường. Phải chăng vì những gì đẹp nhất thường dễ tàn phai nên mùa thu thường được đưa vào văn chương gắn liền với những hạnh phúc vội vàng và chia ly tan nát.

Mười tám năm trước tôi có viết một bài thơ về mùa thu, trong đó có hai câu:

Một chiếc lá vừa rơi trên nấm mộ
Thu đã về rồi đó phải không em?

Thoạt nghe như mang âm hưởng của Đinh Hùng trong: "*Trời cuối thu rồi em ở đâu / Nằm trong đất lạnh chắc em sầu*". Không phải. Tôi không viết cho một người tình mà viết về một cô gái không quen, 26 tuổi, đã sống, chịu đựng và chết trong một hoàn cảnh vô cùng thương tâm ở trại Sikiew Thái Lan.

Tôi nhắc đến mùa thu chỉ vì đó thời điểm tôi viết bài thơ và cũng vì tên em là Thu Cúc, Hoàng Thị Thu Cúc.

Ba của em là một cựu công chức chính quyền Việt Nam Cộng Hòa bị tù và chết trong tù. Em dắt bốn người em và một người cháu vượt biên sang Thái Lan. Cuối năm 1992, gia đình em bị từ chối quyền tỵ nạn chính trị. Phẫn uất trước quyết định quá phũ phàng của Cao ủy, em treo cổ tự tử. Tấm hình em nằm bên cạnh cuộn dây đã được nhiều báo Pháp đăng và câu chuyện cũng đã được các hãng tin quốc tế gởi đi từ Bangkok.

Trong lúc trại tại các quốc gia khác, đồng bào tỵ nạn là những thuyền nhân đúng với định nghĩa, đồng bào tỵ nạn tại Thái Lan bao gồm một số không ít đã vượt biên bằng đường bộ qua ngã Campuchia. Tôi không biết Thu Cúc và các em đến Thái bằng ngã nào. Nói đến Thái Lan là nói đến thảm cảnh hải tặc đã và đang ám ảnh trong tâm trí của nhiều đồng bào bất hạnh. Theo thống kê của Liên Hiệp Quốc, mỗi ghe tỵ nạn trong hải lộ từ Việt Nam vào vịnh Thái Lan đã bị hải tặc tấn công trung bình 3,2 lần. Cao ủy Liên Hiệp Quốc ghi nhận 881 vụ hãm hiếp. Tuy nhiên con số đó như chúng ta biết chỉ là con số rất nhỏ so với thực tế bi thảm mà đồng bào ta đã gánh chịu.

Những năm đầu của thập niên 90, tôi và bạn bè sinh hoạt trong phong trào Chống cưỡng bách hồi hương ở Mỹ để yểm trợ đồng bào đang chống cưỡng bách hồi hương ở các trại tỵ nạn. Chúng tôi không phải là hội đoàn hay tổ chức gì mà chỉ là một nhóm nhỏ từ VietNet và các tổng hội sinh viên. Công việc chính của chúng tôi là quyên tiền cho các trại qua hình thức các buổi đi bộ phần lớn do LAVAS tổ chức, cho các cơ quan đang giúp đồng bào làm hồ sơ tỵ nạn và gởi thư đến chính giới của nhiều nước kêu gọi họ tiếp tục nhận người tỵ nạn Việt Nam. Chúng tôi thường đặt bàn ở các chợ để phân phối tài liệu về các thảm cảnh đang diễn ra cho số phận hàng trăm ngàn đồng bào đang chờ thanh lọc ở các trại Đông Nam Á.

Những cố gắng của chúng tôi chỉ là những hạt nước nhỏ, không thay đổi được gì. Rất nhiều đồng bào ở các trại Sikiew, Galang, Pulau Bidong, White Head phẫn uất và đã chọn cách phản đối trong tuyệt vọng. Một Hoàng Thị Thu Cúc ở Sikiew, 26 tuổi, treo cổ, một Lâm Hoàng Mạnh ở Pulau Bidong, 22 tuổi, nhảy xuống vực sâu, và cũng có trường hợp đáng thương hơn như em Lưu Thị Hồng Hạnh chỉ mới 16 tuổi trong diện không thân nhân đã tự thiêu.

Nhân loại có nhiều cách sống nhưng có lẽ trên thế giới này không có một dân tộc nào lại có nhiều cách chết hơn dân tộc Việt Nam.

Tôi hay nghĩ đến đến những chịu đựng, những cách chết thương tâm của đồng bào mình trong một giai đoạn lịch sử đầy biến cố. Đất nước chúng ta có một thời như thế. Một thời, hàng triệu người Việt

Nam đã phải bỏ lại sau lưng những gì mình trân quý nhất để ra đi tìm tự do. Một thời, những bài ca không còn được phép hát lên thay cho lời tỏ tình của những kẻ mới yêu nhau. Một thời, những bài thơ không còn được khắc lên hàng phượng đỏ trong sân trường làm chứng tích cho mối tình học trò đầy kỷ niệm. Một thời những căn nhà thân yêu đã bị thay đổi chủ và những trường học, những con đường thân quen đã bị đổi thay tên.

Trên website của tôi, bên cạnh bài thơ *Vĩnh biệt em Thu Cúc*, là bức hình bốn người em ruột và một người cháu đang ngồi chung quanh thi hài đắp vải trắng của Thu Cúc. Chiếc dây đã được tháo khỏi cổ ra nhưng vẫn còn đặt bên cạnh em. Cả gia đình ngồi chung quanh em trong căn phòng đầy bóng tối. Không một ai nói lời nào. Bến bờ tự do còn quá xa xôi nhưng cánh chim đầu đàn vừa trúng đạn. Vách đá vô tri. Lời than vô nghĩa. Ngôn ngữ dù phong phú bao nhiêu cũng không thể nào tả được nỗi đau thương của các em lúc đó.

Mười tám năm sau.

Cách đây không lâu, một độc giả viết vào mục ý kiến bằng tiếng Anh phía dưới bài thơ. Tôi xin dịch ra tiếng Việt: "*Tôi đánh tên của chị tôi trong Google và tìm được bài thơ này, và cũng thấy hình của 3 người anh, tôi và cháu trai. Tôi cảm thấy thật buồn. Đó là ngày buồn nhất trong đời. Tôi sẽ không bao giờ quên ngày đó. Cám ơn ông Trần Trung Đạo, người đã viết bài thơ để san sẻ với hương hồn của chị em và san sẻ với chúng tôi về cái ngày khủng khiếp trong cuộc đời của chúng tôi. Tôi sẽ thương, sẽ nghĩ về và sẽ không bao giờ quên chị cho đến cuối đời mình. Tất cả gia đình tôi hiện đang sống ở Mỹ (tiểu bang Maryland). Tôi là người ngồi thứ hai từ phía trái và bà con trong trại ngày đó gọi tôi là Cu Bi*".

Tôi rất mừng khi đọc được ý kiến của Cu Bi. Hoàng Thị Thu Cúc đã chết trên đất Thái xa xôi để lại bốn người em trong đó có Cu Bi, ngày đó còn rất nhỏ. Chết là thách thức, võ khí và hy vọng cuối cùng của một con người trước hoàn cảnh. Em chọn cái chết, có thể một phần, vì nghĩ rằng chỉ với cách đó Cao ủy mới chấp thuận cho các em của em được định cư. Thu Cúc nghĩ đúng, gia đình còn lại sau đó đã được công nhận quy chế tỵ nạn như Cu Bi đã viết dù đã trả bằng một giá quá đắt.

Đúng, sai, nên, không nên đều chỉ là những phán xét của hôm nay và vô nghĩa đối với những người ngày đó đang quằn quại trong vực thẳm.

Cám ơn Hoàng Thị Thu Cúc. Thân xác em như chiếc lá thu ngoài sân trại tỵ nạn Sikiew ngày nào, đang hòa tan vào trong lòng đất nhưng cũng từ nơi đó những bụi Cúc vàng xinh đẹp và đầy hy vọng cho tương lai sẽ vươn lên.

VĨNH BIỆT EM, THU CÚC

(Gửi hương hồn em Hoàng Thị Thu Cúc, Trại Sikiew, Thái Lan)

Con chim nhỏ chiều nay không hát nữa
Trại Cấm buồn tia nắng cũng vàng hơn
Đôi mắt khép cuộc đời em đóng cửa
Đường về Nam phảng phất một linh hồn.

Em trở lại bóng ma từ viễn xứ
Cổng trường xưa nghe đá rỉ mồ hôi
Như nước mắt đong đầy trong quá khứ
Bướm hoa ơi, vườn mộng cũ đâu rồi ?

Khi treo cổ bằng sợi dây oan nghiệt
Em nghĩ gì về đất nước mai sau

Chúng ta có quá nhiều điều thua thiệt
Trách chi em ước vọng đã phai màu.

Hai chữ tự do treo trên thánh giá
Tiếng kinh cầu không đủ sáng vô minh
Em run sợ nhìn loài người giương ná
Con chim non trúng đạn chết vô tình.

Một chiếc lá vừa rơi trên nấm mộ
Thu đã về rồi đó phải không em
Anh chợt thấy bàng hoàng trong tuổi dại
Một tình thương tha thiết sẽ không quên.

Chúng ta lớn với trăm điều mất mát
Tuổi thơ qua theo dấu đạn bom cày
Quê hương đó vẫn chìm trong tiếng khóc
Vẫn hận thù chồng chất xuống tương lai.

Vĩnh biệt em, người con yêu xứ Huế
Ngủ đi em, đừng oán hận cuộc đời
Anh đứng lặng nghe đau từ tim phế
Xin thơ này lau vết máu em rơi.

BA LẦN THĂM BẠN

Trong thời gian Nguyễn Xuân Phước bệnh, tôi thăm anh chàng ba lần. Lần thứ nhất là ngày đầu tiên Phước biết mình bệnh. Lần thứ hai, Phước xong Chemo nhưng không kết quả và lần thứ ba, Phước biết mình sẽ ra đi.

Cuối tháng 2 năm 2014, tôi ghé thăm Phước. Anh chàng khoe mới sắm giàn máy thu âm. Phước mở máy và muốn tôi thử cái mic: *"Ông hát bài* ***Thu hát cho người*** *nghe thử sao?"*. Tôi ôm đàn hát:

"Dòng sông nào đưa người tình đi biền biệt....". Chàng luật sư đa tình và lãng mạng ngồi nghe. Không biết chàng nghĩ gì, đang mơ những hình bóng đã qua hay người con gái anh chàng gặp cách đó không lâu. Dạo đó Phước đang yêu. Mặt hồ Irving chìm trong mưa. Tới gần cuối, Phước chụp tôi hai tấm hình bằng phone của anh chàng.

Khi tôi hát xong, Phước đề nghị hai đứa đi thăm Bác sĩ Nguyễn Văn Hào. Tôi không đồng ý: *"Trời mưa lớn quá, thôi ở nhà, Hào ở gần khi nào thăm chẳng được". "Không phải thăm Hào thôi, tôi khó chịu mấy ngày nay. Bụng sao cứ đau hoài. Mỗi ngày hình như lớn hơn. Hỏi Hào xin thuốc uống". "Ờ, vậy thì đi".* Tôi lái xe. Trời mưa lớn nhưng tới nơi phòng mạch của Hào lại đóng cửa. Tôi đưa Phước về và dặn dò anh chàng phải đi bác sĩ. Đầu tuần sau, Phước đi khám và biết mình bị ung thư.

Lần thứ hai, tôi đến thăm Phước bệnh. Phước khỏe hơn sau khi chịu đựng hai vòng Chemo. Tôi kể Phước nghe về những việc tôi đang làm. Phước cầm tay tôi: *"Xin lỗi, tôi bệnh quá không phụ gì với ông được".* Anh chàng khoe: *"Nhưng chắc chắn tôi là người đầu tiên order Chính luận. Chờ ông gởi lâu quá".* Đúng vậy, khi vừa được công bố, hai ngày sau anh chàng đã gởi tôi tấm hình chụp bìa sách còn trong bì thư của Amazon. Lúc đó tôi còn chưa có sách.

Thật ra, Phước chỉ order để làm kỷ niệm. Anh chàng không đọc nữa. Bác sĩ chưa tuyệt vọng nhưng cũng không hy vọng gì nhiều về căn bệnh ung thư máu của Phước trong giai đoạn 4 đã lan đến tận não. Khi chia tay, Phước muốn tiễn đưa tôi ra cổng như linh tính có thể là lần tiễn đưa nhau cuối cùng. Tôi nhờ người em chụp một tấm hình trước nhà chị của Phước. Khuôn mặt Phước đã sưng lớn nhưng dù sao cũng gượng cười với nhau.

Lần thứ ba tôi đến thăm Phước khi biết thời gian của anh chàng không còn nhiều. Bạn bè anh từ châu Âu và nhiều nơi trên nước Mỹ đã lần lượt đến thăm. Phước rất mừng khi tôi trở lại. Chị Xuân làm bánh xèo để tiễn đưa Phước hôm sau trở lại bệnh viện. Vóc dáng Phước đã đổi thay quá nhiều. Tôi chợt nghĩ có thể đang ngồi ăn chung với nhau bữa ăn cuối cùng nên vội dùng phone để chụp tấm hình. Lụp chụp quá nên hình cũng tối đen như tâm sự của hai đứa.

THĂM MỘ NGUYỄN XUÂN PHƯỚC

Ta về Dallas chiều mưa bay
Vẫn nụ cười tươi sao mắt cay
Bạn chết mồ xa sương khói lạnh
Ta còn lưu lạc giữa trời Tây

Nếu sống ta sẽ về Quế Sơn
Hát giữa đồi sim bao nhớ thương
Sẽ nói với rừng thu bát ngát
Có một người con chết giữa đường

Nếu sống ta sẽ về Duy Xuyên
Ngồi dưới hàng tre trông nước lên
Nước trôi vẫn nhớ chân cầu cũ
Chân cầu còn nhớ nước hay quên

Tạm biệt, ta đi chiều hôm nay
Bạn ơi, một chiếc lá vừa bay
Nhớ nhau xin hẹn cùng sông núi
Sẽ rót đoàn viên một chén đầy.

NGUYỄN XUÂN PHƯỚC
CÁNH HẠC VỪA BAY

Luật sư Nguyễn Xuân Phước
(1954 - 2015)

Mặt hồ Irving buổi trưa im vắng chợt nghe như có tiếng chim bay. Vâng, cánh hạc Nguyễn Xuân Phước vừa từ giã chúng ta hôm nay 22 tháng 6 năm 2015.

Nguyễn Xuân Phước, người cha thân yêu của Rebecca Bội Anh và Matthew Mạnh Tường Nguyễn, Luật sư, nhà tranh đấu cho nhân quyền và người bạn thân thiết của rất nhiều người Việt trong nước cũng như đang sống khắp năm châu vừa qua đời sau hơn một năm chiến đấu với căn bệnh ung thư máu ngặt nghèo.

Nguyễn Xuân Phước sinh ngày 26 tháng 01 năm 1954 tại Khánh Bình, một làng nhỏ rất đẹp nằm bên bờ sông Thu Bồn, thuộc quận Quế Sơn, tỉnh Quảng Nam, Việt Nam.

Anh sinh ra và lớn lên trong gia đình kính Chúa và có niềm tin sâu xa vào ân điển cứu độ của Chúa Cứu Thế. Thân phụ anh, cố Mục sư Nguyễn Xuân Ba, là một trong những Mục sư đầu tiên của đạo Tin Lành tại Việt Nam. Các anh của anh cũng đều là Mục sư, gồm có Mục sư Nguyễn Xuân Hồng, cố Mục sư Nguyễn Xuân Hà, Mục sư Nguyễn Xuân Đức, Mục sư Nguyễn Xuân Bình và Mục sư Nguyễn Xuân Sơn.

Nguyễn Xuân Phước theo học bậc trung học tại Trung học Petrus Ký, đậu Tú tài 2 hạng ưu niên khóa 1972 và du học tại Hoa Kỳ trong cùng năm. Anh được UC Berkeley nhận và tốt nghiệp Cử nhân Kinh tế tại đại học danh tiếng này vào năm 1978. Sau một thời gian làm việc tại Đông Nam Á, anh trở lại Mỹ để học Luật tại Rutgers University và tốt nghiệp Tiến sĩ Luật khoa (Doctor of Jurisprudence) năm 1996. Đầu năm 1997, anh mở văn phòng luật sư tại Dallas.

Ngoài khả năng chuyên môn, Nguyễn Xuân Phước dành thời gian và công sức để đóng góp vào các đề án nhân quyền dân chủ cho Việt Nam. Anh tích cực yểm trợ cho phong trào "Kết nghĩa dân chủ" và các "Ủy ban Yểm trợ dân chủ Quốc nội" tại hải ngoại. Anh góp phần sáng lập nhiều tờ báo và cố vấn luật pháp cho nhiều đoàn thể tại Dallas. Anh là cây bút thường xuyên về các vấn đề luật pháp cho các báo tại Dallas, giải đáp các thắc mắc về luật pháp cũng như tham gia Diễn đàn Văn hóa lịch sử trên đài phát thanh.

Trong quan hệ quốc tế, Nguyễn Xuân Phước và các bạn anh đã đi nhiều nơi tại châu Âu như Tiệp Khắc, Ba Lan, Hungary để học hỏi kinh nghiệm phục hưng đất nước sau cộng sản. Tại Á châu, anh đến Miến Điện, Thái Lan, Nam Hàn, Philippines, Singapore. Tại Nam Hàn, anh đã làm việc với các thành viên của lãnh tụ đối lập Kim Dae-jung, người sau đó trở thành Tổng thống Đại Hàn nhiệm kỳ 1998 - 2003. Riêng tại Miến Điện, anh đã tìm cách liên lạc các thành phần dân chủ thuộc đảng Liên minh Dân tộc Dân chủ (National

League for Democracy) đối lập của bà Aung San Suu kyi khi bà còn bị tù. Sau khi bà Aung San Suu kyi được tự do, năm 2013, Nguyễn Xuân Phước đã trở lại Miến Điện lần nữa trong nỗ lực vận động dân chủ cho Đông Nam Á trong đó có Việt Nam.

Từ 2005 trở về sau, Nguyễn Xuân Phước đã đệ trình hàng loạt danh sách tù nhân lương tâm đang bị cộng sản giam giữ tại Việt Nam lên Ủy ban Nhân quyền Liên Hiệp Quốc.

Trong lãnh vực tin học, mặc dù không phải là chuyên viên điện toán, anh đã tự học các phương pháp xây dựng trang mạng khi kỹ thuật Mạng lưới Toàn cầu hình thành vào cuối thập niên 1990. Nguyễn Xuân Phước cũng là một trong những người đầu tiên mở rộng chiến dịch vận động chữ ký qua phương pháp internet.

Trong quan điểm chính trị, Nguyễn Xuân Phước có một lập trường Quốc gia Dân tộc và Dân chủ ôn hòa nhưng dứt khoát. Trong tiểu luận xuất sắc viết nhân dịp 30 tháng 4 năm 2004, anh khẳng định:

"*Đảng Cộng sản Việt Nam đã biến đất nước thành một nhà tù vĩ đại. Hơn 300.000 quân cán chính Việt Nam Cộng Hòa đã bị giam giữ vô hạn định. Đây là thảm họa lịch sử mà cái tàn ác của vua Gia Long khi ngài trả thù nhà Tây Sơn cũng không thể nào so sánh được. Và suốt lịch sử 5.000 năm của dân tộc cũng không có một thời đại nào có cuộc trả thù khủng khiếp như thời kỳ cộng sản thống nhất đất nước... Cộng sản là hiểm họa lớn nhất của loài người từ trước đến nay*", và anh khẳng định chỉ có "*tính hợp pháp của nhà cầm quyền là điều kiện tiên quyết và là nhu cầu cấp bách để xây dựng một nền chính trị dân bản bền vững. Và nền chính trị dân bản bền vững là nền tảng để mở ra thời đại phục hưng dân tộc, làm bệ phóng cho giai đoạn cất cánh về kinh tế toàn dân và để bảo đảm sự toàn vẹn lãnh thổ*".

Về tương lai dân tộc, Nguyễn Xuân Phước ôm ấp "Giấc mơ Việt Nam":

"Mỗi lần đến ngày 30 tháng Tư là một cơ hội để chúng ta suy nghĩ về những thất bại lịch sử và để mơ đến "Giấc mơ Việt Nam". Để từ những nơi xa xôi trên trái đất đến những trung tâm vận động phục hưng dân tộc ngay tại trong nước, mọi người Việt đều phải cùng nhau chia sẻ một viễn tượng về sinh mệnh dân tộc và hướng đi tới của đất nước. Từ đống tro tàn của lịch sử, những con phượng hoàng sẽ cùng nhau cất cánh. Từ đó, mọi người Việt sẽ cùng nhau tái tạo một nước Đại Việt mới, một tổ quốc Đại Việt của thời đại 2000 với không gian Việt trải dài khắp nơi trên thế giới, một tổ quốc của mọi người mang dòng máu và văn hóa Việt không phân biệt chính kiến, tôn giáo hay bất cứ một quá khứ chính trị nào".

Nguyễn Xuân Phước yêu nước Việt và yêu lịch sử dân tộc Việt. Anh không những dành nhiều thời gian để học sử, viết về lịch sử Việt Nam mà còn sống với các sự kiện lịch sử. Khoảng đầu năm 2000, xúc động khi được đọc về hành trình tỵ nạn của Hoàng tử Lý Long Tường, anh đã đến tận Nam Hàn để thăm hỏi ông Lý Xương Căn, trưởng tộc của họ Lý tại Nam Hàn. Buổi gặp gỡ gia đình họ Lý đã củng cố niềm tin trong anh về Việt tính như anh nhắc lại sau đó:

"Điều tôi biết chắc chắn là qua câu chuyện của dòng họ hoàng tử Lý Long Tường, chúng ta thấy rằng, Việt tính vẫn tồn tại qua không gian và thời gian. Và tôi tin rằng một ngày không xa, tinh thần Việt ấy sẽ được phục hưng trên đất nước chúng ta. Ngày ấy tổ quốc Đại Việt sẽ hồi sinh. Ngày ấy Thăng Long và Sài Gòn sẽ phải được trả lại cho dân tộc và lịch sử. Và tôi tin rằng ngày ấy sẽ không có một đảng phái, một tôn giáo nào, một cá nhân nào chiến thắng, mà chỉ có dân tộc Việt là kẻ chiến thắng".

Truyền thống văn hóa, các bài học lịch sử và khí tiết của các anh hùng dân tộc như Nguyễn Trãi, Đặng Dung luôn là niềm thôi thúc để anh nghiên cứu và sáng tác. Anh viết không nhiều nhưng những tiểu luận văn hóa, chính trị, lịch sử của anh cho chúng ta thấy niềm tin vào lịch sử dân tộc của anh vô cùng sâu đậm. Dưới đây là 10 tiểu luận tiêu biểu của Nguyễn Xuân Phước đã được phổ biến rộng rãi trên internet:

- Bách Việt trong lòng Đại Việt.

- Nhân ngày 30 tháng 4 xem lại bài học thống nhất đất nước.

- Từ Phan Liêu, Đặng Dung đến Nguyễn Trãi, tâm sự của một thế hệ.

- Bàn về hai chữ văn minh.

- Bài học phục hưng dân tộc.

- Những nghịch lý lịch sử của thế kỷ 20 và hành trình đi tìm tính chính thống lịch sử ở thế kỷ 21.

- "Máu ta từ thành Văn Lang dồn lại...".

- Một số vấn đề pháp lý quanh Hiệp định Biên giới Việt - Trung.

- Xét lại giá trị pháp lý và tính chính thống của Hiến pháp Việt Nam hiện nay.

- Thân Thanh Triều nên mất nước.

Nick trên internet của Nguyễn Xuân Phước là Ngàn Cánh Hạc. Anh Đỗ Thành Công, bạn của Nguyễn Xuân Phước viết bài thơ *Ngàn cánh hạc* tặng anh và đọc cho anh nghe bên giường bệnh trong lần ghé thăm đầu tháng 5 năm 2015:

ngàn cánh hạc
chiều chưa tắt nắng
dậy mà nghe
Nguyễn Trãi bình Ngô

chí ta lớn
sao trời không thương

đường đoạn trường
thôi đưa nhau rồi

ly khách xa
buồn như muốn khóc
hôm qua trăng sáng
Đặng Dung ơi

ly khách đi
về đâu khách ơi
lòng ai thôi cũng
nát tơi bời

vỗ tay cho
hết đời nhân thế
chờ ta mà cạn
chén ly bôi.

Nguyễn Xuân Phước là một người khiêm cung, đơn giản. Ngoài một số bạn cùng chí hướng, ít ai nghe anh nói về mình. Đa số người quen chỉ biết một Nguyễn Xuân Phước hồn nhiên, vui tính và hiếu khách. Khi cần phải tự giới thiệu, anh thích khoe cách nấu phở rất ngon, cách làm bánh tét dân chủ [Phước dự tính làm bánh tét bán để lấy tiền giúp cho thân nhân những đồng bào đang bị cộng sản giam tù nên gọi là bánh tét dân chủ trong mỗi dịp Tết] rất nghề hơn là những đóng góp của anh cho tiến trình dân chủ Việt Nam về nhiều mặt, bao nhiêu công sức anh đã đổ ra, bao nhiêu nơi anh đã đến, bao nhiêu tháng năm anh đã miệt mài.

Nguyễn Xuân Phước có tấm lòng luôn rộng mở. Căn nhà của anh bên bờ hồ Irving là địa điểm gặp gỡ giữa các nhà hoạt động, nhà văn, nhà thơ có khuynh hướng dân chủ có dịp ra nước ngoài, lãnh đạo các tổ chức, đoàn thể đấu tranh dân chủ tại hải ngoại và là địa điểm sinh hoạt thường xuyên của giới văn nghệ sĩ trong vùng cũng như từ khắp nơi, kể cả trong nước, khi đến viếng thăm thành phố Dallas.

Anh là người yêu âm nhạc, văn, thơ, thích hát, thích đàn. Khi được yêu cầu, anh thường hát nhạc phẩm *Giọt nước có biết mình là sông* của Khúc Lan:

...

Giọt nước có biết mình là sông, nhưng sông vẫn chảy

Ngọn cỏ có biết mình về nguồn, đâu lời khóc than

Giọt nước có biết mình là mây, mây sao chưa nổi

Giọt nước hóa kiếp mình vào đời, dù dặm trường xa xôi...

"*Lời khóc than*" hay những lời tiên tri dành cho số phận của một áng mây chưa kịp thành mưa tắm mát quê hương đã vội "*hóa kiếp mình vào đời*" trên quê người, đất lạ.

Từ mái hiên của căn nhà không cao sang, rộng lớn nhưng đầy kỷ niệm của Nguyễn Xuân Phước, nhà thơ Nguyễn Xuân Thiệp đứng nhìn những giọt mưa nhỏ xuống mặt hồ. Cuộc đời của người bạn nhỏ thân thương đang tan dần trước mắt anh như thế. Nhà thơ không nói ra nhưng trong lòng anh và trong lòng bạn hữu của Nguyễn Xuân Phước đều biết một cuộc chia tay sắp sửa xảy ra. Đêm đó nhà thơ Nguyễn Xuân Thiệp viết bài thơ *Mưa xám* như một lời từ giã:

...

mưa xám

giăng giăng

qua đời tôi đời bạn

và còn những ai nữa

hở em

như chiều qua

mưa xám lạnh mặt hồ

ngôi nhà ở irving

của Nguyễn Xuân Phước

tôi ngồi nhìn

mặt trời

nói lời từ giã

adieu.

Vâng, cuộc đời vốn là những *adieu*, nhưng nếu còn nhớ Nguyễn Xuân Phước, xin hãy nhớ đến anh trong những lần hạnh ngộ.

Cố Tổng thống Abraham Lincoln có lần đã nói, đại ý: "*Cuối cùng, điều quan trọng không phải bạn đã sống được bao nhiêu năm mà là ý nghĩa cuộc sống của bạn trong những năm tháng ấy*" (In the end, it's not the years in your life that count. It's the life in your years). Nguyễn Xuân Phước chỉ sống 61 năm nhưng 61 năm dâng hiến cho quê hương, đất nước. Anh đã sống nhiều hơn so với bao nhiêu người có tuổi tác cao hơn.

Cánh hạc Nguyễn Xuân Phước vừa bay nhưng sẽ không xa khuất bên kia bờ ước vọng mà như vẫn còn đây soi bóng dưới mặt hồ Irving. Mai này, bạn bè anh có thể không còn dịp trở lại căn nhà đẹp đó nữa nhưng mùi phở thơm, tiếng đàn và giọng Quảng Nam của Phước nghêu ngao: "*Giọt nước có biết mình là sông nhưng sông vẫn chảy*" sẽ còn vang vọng mỗi đêm. Tất cả còn đó và sẽ mãi mãi còn trong mỗi trái tim người.

Những người thân yêu của Nguyễn Xuân Phước ơi, đừng khóc cho giờ chia tay hôm nay mà hãy cùng cười hồn nhiên và vui tính với anh. Xin dành những giọt nước mắt đó cho "*ngày đoàn viên dân tộc, ngày hội lớn tự do dân chủ trên quê hương, ngày phục hưng của dòng giống Đại Việt anh hùng*" mà Nguyễn Xuân Phước thân yêu của chúng ta hằng mơ ước.

NGƯỜI ĐI VỀ HƯỚNG ĐÔNG, HỒN TÔI NƯƠNG NGỌN SÓNG

(TƯỞNG NHỚ NHÀ VĂN ÁI KHANH)

Tôi trở lại Orlando. Giọng bà Lucy, như con gái tôi đặt tên cho chiếc máy GPS dẫn đường, cất lên vẫn sai như lần tôi đến trước. Vợ tôi lại nhắc phải thay đổi bản đồ của

Anh Đỗ Xuân Hùng (trái), Trần Trung Đạo, chị Ái Khanh (áo dài trắng), chị Thanh Hiền (áo dài đen) chụp năm 1997 tại Orlando

chiếc máy chỉ đường hiệu Garmin cũ kỹ này. Exit 83B chứ không phải 83 thôi. Thành phố Orlando, con đường 50 East Colonial, nhà hàng Little SaiGon không có nhiều thay đổi. Phố xá vẫn như xưa và mùa hè vẫn nắng gắt. Nhưng với tôi Orlando không còn như trước, hoang vu và trống vắng hơn nhiều.

Dù đã biết tin từ lâu nhưng khi vừa quẹo phải vào đường Colonial lòng chợt nghe chùng xuống. Tôi lái xe thật chậm trước nhà hàng Little SaiGon quen thuộc, muốn vào bắt tay Sơn, anh chủ quán và cũng là người bạn văn nghệ có giọng hát rất hay, nhưng lại thôi. Dặn lòng sẽ ghé thăm Sơn trước khi về lại Boston. Tôi biết mình yếu đuối khi phải đối diện với khoảng trống phía bên trong.

Những năm trước nhà hàng Little SaiGon này là nơi tôi ghé lại đầu tiên dù đi bất cứ công việc gì ở Florida. Hình như không phải mình tôi mà hầu hết các anh chị em văn nghệ từ xa đến đều như thế. Có những chuyến đi làm việc ở các thành phố cách Orlando cả giờ lái xe, nhưng đến chiều tôi cũng ráng lái về Little SaiGon để được ăn cơm Việt Nam và nhất là thăm người chị. Lần này tôi không ghé Little SaiGon, bởi vì chị tôi, nhà văn Ái Khanh không còn làm nơi đó nữa. Chị đã về lại Biển Đông, nơi chị và hai cháu đã trải qua những ngày vượt biên gian khổ, nơi có những kỷ niệm không bao giờ phai của một kiếp người mong manh và ngắn ngủi.

Tôi quen anh chị Đỗ Xuân Hùng và Ái Khanh lần đầu ở Tampa khi tôi đến nói chuyện về văn hóa và tuổi trẻ khoảng 1995 do Cộng đồng Đông Nam Hoa Kỳ và chị Tôn Nữ Hoàng Hoa tổ chức. Mười bốn năm trước, tôi còn khá trẻ. Buổi chiều sau giờ hội thảo, tôi và các bạn lên bục ôm đàn đọc thơ và hát cho bà con nghe. Không trống kèn hay ban nhạc, chỉ với cây guitar, chúng tôi hát say sưa, không theo một chương trình, thứ tự, lớp lang gì, từ nhạc cộng đồng, du ca, tranh đấu cho đến cả nhạc tình nhưng bà con lại thích. Tôi đọc những bài thơ về sự chịu đựng của những người mẹ Việt Nam, về

Biển Đông sóng vỗ, về những ngày dài chờ đợi ở trại tỵ nạn, về những đêm đầu tiên nhìn tuyết rơi trên xứ lạ quê người. Chị Ái Khanh rất thích và đề nghị tôi nếu có dịp ghé Orlando để đọc thơ cho bà con nghe. Tôi đồng ý.

Hai năm sau, nghe lời chị, tôi đến Orlando để giới thiệu tập thơ *Đổi cả thiên thu tiếng mẹ cười*. Ngày đó các anh chị văn nghệ sĩ Việt Nam ở Orlando rất ít. Tôi không biết nhà thơ Lê Nguyễn đã qua chưa nhưng nhà thơ Vinh Hồ thì vừa mới đến Mỹ không được bao lâu. Các sinh hoạt văn nghệ vẫn do các bà chị phụ trách. Ngoài chị Ái Khanh, còn có chị nhạc sĩ Linh Phương, chị nhà thơ Thanh Hiền. Chị Ái Khanh năng nổ nhất và lo gần hết công việc. Tôi không làm bất cứ việc gì ngoại trừ buổi chiều hạ cánh đọc thơ cho bà con nghe như đã hứa, rồi bay đi ngay trong cùng đêm đó. Nhìn chị vất vả cho hàng trăm công việc tổ chức, từ việc tìm người bảo trợ, sắp xếp chương trình, chạy lên khai mạc rồi chạy xuống làm việc với nhà hàng, chạy trở lên giới thiệu thơ tôi và rồi lại chạy xuống lo kiếm chỗ ngồi cho những người mới đến, tôi thấy thương chị và áy náy vô cùng. Tôi còn nhớ đêm đó có nói vui với chị Thanh Hiền "kiếp trước chị Ái Khanh thiếu nợ em mấy triệu".

Tôi chẳng là ai cả bây giờ và mười lăm năm trước lại càng chẳng là ai nhưng sự tận tụy của chị dành cho tôi, một đứa em văn nghệ, cũng không khác gì cách chị đối xử với các bậc đàn anh đàn chị, với quý chú bác thành danh trong văn học. Lòng chị mênh mông. Chị tặng cho chồng một bông hoa chung thủy, cho các con một biển hy sinh và cho đời một tấm lòng bao dung, nhân ái. Một bác HO vừa mới đến Orlando hay một nhà văn lão thành đều tìm nơi chị Ái Khanh một sự quan tâm, một tình thương mến như nhau. Có lần tôi xuống với cả gia đình, chị nghỉ làm một ngày để dắt các cháu đi ăn ở một nơi khác thay vì ăn hoài ở Little SaiGon, sau đó dắt nhau ra công viên chụp hình kỷ niệm. Ngày chị mất tôi vào internet để tìm một tấm hình của chị để đăng báo phân ưu mà quên rằng trong cuốn album gia đình chúng tôi đã có hàng chục tấm hình của chị.

Chị Ái Khanh và anh Đỗ Xuân Hùng đều rất dễ gần gũi, rất dễ thân thiện. Cả hai thường bắt đầu câu chuyện bằng nụ cười rất hồn nhiên. Anh Hùng giống tính tôi, khi ngồi với bạn bè thường hay kể chuyện vui. Trước đây anh Hùng hay bệnh. Đủ thứ bệnh. Mỗi lần gọi phone thăm là nghe chị lo cho căn bệnh bao tử không tìm ra gốc gác của chồng. Tôi, thay vì an ủi, lại đổ thêm dầu vào nỗi lo của chị bằng những câu trấn an lạc lõng: *"Chị có tài và trẻ đẹp, mai mốt anh Hùng ra đi em hứa sẽ tìm cho chị một nơi xứng đáng"*. Anh không đi nhưng chị đã ra đi. Đi xa thật.

Sinh diệt vốn vô thường, có cũng là không, nhưng nếu ai đã từng gặp chị Ái Khanh thật khó mà tin chị đã mang căn bệnh trầm trọng trong người. Ngay cả chị cũng không biết sớm là mình bị bệnh. Chị đẹp hơn những bức hình chị in trên các báo hay bìa sách và đáp lại những lời ca ngợi, khen, chê hay trách móc của thế gian bằng một nụ cười tươi. Chị sống rất nhiệt tình, trẻ trung, năng động và hăng say trong tất cả công việc, từ văn nghệ, sáng tác cho đến từ thiện, xã hội và nhất là các sinh hoạt cộng đồng.

Trong lãnh vực văn học, chị giới thiệu thơ văn của các tác giả khác nhiều hơn giới thiệu các tác phẩm của riêng mình. Vì công việc làm ăn và sức khỏe của chồng nên dù có nhiều tác phẩm và chủ bút nhiều tạp chí, chị ít khi có dịp đi ra ngoài tiểu bang để giới thiệu như các văn nghệ sĩ khác nhưng lại rất nhiệt tình chào đón khách phương xa. Chị không thiếu nợ văn nghệ ai nhưng các anh chị văn nghệ sĩ, đương nhiên trong đó có tôi, thiếu nợ chị rất nhiều. Không một nhà văn, nhà thơ nào đã từng đặt chân hay muốn tác phẩm của mình được bà con Orlando biết đến mà không cần đến chị Ái Khanh. Chị tất bật suốt ngày, một phần vì tánh chị như có lần tâm sự với tôi, không muốn làm buồn lòng ai dù có những chuyện rất đáng buồn lòng.

Ngày chị in tuyển tập truyện ngắn thứ hai chị gọi bảo xuống Orlando tham dự buổi ra mắt sách của chị. Dĩ nhiên là tôi "dạ". Bạn bè rủ rê thì dù xa mấy cũng có mặt nhưng bà chị gọi thì ậm ừ cho qua chuyện. Nghe tiếng "dạ" yếu ớt vọng lại từ bên kia đầu giây chị không nói gì nhưng biết tiếng "dạ" đó chẳng khác gì tiếng gió thoảng ngoài song cửa hay áng mây bay trên bầu trời, lát nữa, khi chị gác điện thoại xuống thì gió sẽ thổi xa và mây sẽ tan thành nước. Mà thật vậy.

Tôi đi nhiều nên cũng nhiều quen biết. Đến thành phố nào cũng có người thân và cũng dễ gây cho bà con cảm giác một ngày không xa tôi sẽ dời cả gia đình đến định cư ở đó, nhưng khi bước lên máy bay thì chuyện hôm qua giống như một trang sách đời vừa lật. Tuần rồi ở Orlando, Miami, ngày mai đi New York, hai tuần nữa đi Toronto. Đức Đại Lạt Ma khuyên mỗi ngày nên dành ít nhất mười phút lặng yên để đối thoại với chính mình nhưng ngay cả năm phút nhiều khi tôi cũng không có. Nhiều người trách tôi, đúng cũng có và oan cho tôi cũng có, nhưng chị Ái Khanh thì không. Chị có tất cả đức tính cao cả của một người chị, mẫu mực, hiền hòa, bao dung và tha thứ.

Hai năm trước khi biết tin tôi vừa in hai cuốn sách khác, anh Phạm Ngọc Cửu gọi tôi xuống làm chương trình thơ nhạc. Tôi hỏi ý chị và chị rất mừng. Không giống mười hai năm trước một mình chị lo trăm thứ việc. Lần này mạng lưới thân hữu của tôi ở Florida đã mở rộng hơn nhiều. Tôi có anh Phạm Ngọc Cửu, một đàn anh trong sinh hoạt cộng đồng mà tôi rất kính quý, có anh Mã Đình Sơn, người nhạc sĩ đã phổ bài thơ *Trung Tá Long* qua tiếng hát tuyệt vời của cô cháu Thúy Anh, có chị Xuân Lê, người chị lớn trong gia đình Đại học Vạn Hạnh, có nhà thơ Vinh Hồ, tác giả của thi phẩm *Bên này biển muộn* mà tôi được làm quen qua trung gian chị Ái Khanh mười hai năm trước, có anh Đỗ Văn Hội, vị bác sĩ mà tôi hận hạnh được biết sớm nhất ở Orlando, có anh Trần Trọng Tuấn, đồng hương thân thiết có quán Café Thạch Thảo ở Đà Nẵng ngày xưa tôi thường đến mỗi cuối tuần, có Bùi Trần Tuấn, người bạn trẻ của thời hệ thống internet Việt Nam vừa cất lên tiếng khóc chào đời ở San Jose đầu thập niên 90, có anh Lê Nguyễn, một nhà thơ đàn anh mà tôi vừa quen biết, có các nhà thơ và cũng là đồng hương gần gũi của tôi ở Tampa như Nguyên Hà, Lê Văn Bá, Linh Quân, có các anh chị khóa một và hai ở Đại học Vạn Hạnh, có bà con Quảng Nam - Đà Nẵng, có bà con từ Boston vừa dời xuống như anh chị Trần Văn Phú, anh chị Bùi Thạch Trường Sơn, có Lạc Việt của Bùi Trần Tuấn, Phở Hòa của anh em Lê Đình Thành, Lê Đình Huân vừa mới khai trương. Nhưng dù đông người trong ban tổ chức, vốn tính cẩn thận, chị vẫn đích thân lo toan nhiều thứ.

Lần cuối chị em chúng tôi gặp nhau là buổi chiều 13 tháng 7 năm 2008 cũng ở nhà hàng Lạc Việt, nơi hẹn hò của các anh chị trong ban tổ chức đêm thơ năm trước nhân ngày tôi trở lại thăm Orlando. Tôi nhớ đúng ngày chỉ vì chị ký *"Bản dành tặng hai em nhân ngày Trần Trung Đạo đến Florida 13 tháng 7 năm 2008"* trong trang đầu tác phẩm mới nhất *Truyện ngắn Ái Khanh* trước khi anh chị vội vã ra phi trường đi Canada. Cuối tuần đó cũng là lần đầu chị khám phá mình đã mang căn bệnh không chữa trị được trong người. Chỉ ba tháng sau, ngày 15 tháng 10 năm 2008, chị Ái Khanh vĩnh viễn ra đi sau khi ghé lại trên đời chỉ 58 năm ngắn ngủi. Khi anh Phạm Ngọc Cửu gọi báo tin, tôi lặng người ngồi nhớ đến chị và bao nhiêu kỷ niệm đã qua. Một chiếc lá vừa rơi. Một cánh hoa vừa tàn. Và thêm một người thân nữa ra đi. Vẫn biết cuộc đời là cõi tạm, thế gian là một sân ga chứ không phải là nhà, ai đã đến đây thì trước hay sau rồi cũng sẽ ra đi, nhưng không phải bao giờ con người cũng dễ dàng chấp nhận sự thật đó. Tại sao? Tại sao số mệnh lại mong manh đến mức phủ phàng như thế?

Tuần trước tôi lại đến Orlando lần nữa. Chúng tôi cũng quây quần nhau ở nhà hàng Lạc Việt nhưng không có chị Ái Khanh. Một chiếc ghế trống quanh chiếc bàn tròn. Chúng tôi nhắc đến chị Ái Khanh dường như chị đang bận một công việc cộng đồng nào đó chưa đến kịp chứ không phải vì chị đã qua đời. Chị đã vĩnh viễn ngàn xa nhưng tôi vẫn cảm thấy gần gũi chị. Và có thể gần gũi hơn cả ngày xưa vì thú thật ngày xưa ít khi tôi nhớ đến chị. Sợi dây tình cảm thiêng liêng, dù không hình tướng, vẫn có thể nối chặt con người mãi mãi với nhau. Ngày nào chúng ta còn thương yêu nhau thì ngày đó chúng ta còn có nhau, dù gần hay xa, dù sống hay chết. Ngày mai tôi về lại Boston và chị vẫn sẽ ở Orlando. Khác chăng, Orlando này không phải thuộc Florida, nước Mỹ, mà trong tâm hồn tôi.

Anh Đỗ Xuân Hùng cho chúng tôi biết anh đã rải di cốt chị trên Biển Đông như lời nguyện của chị khi còn sống. Biển Đông, nơi hàng trăm ngàn đồng bào đã ở lại trong những tháng năm đầy oan nghiệt của quê hương, vừa có chị ghé thăm. Giờ này, một nơi nào đó trên Thái Bình Dương, chị Ái Khanh có thể đang ngồi nghe biển hát: *"Người đi về hướng đông, hồn tôi nương ngọn sóng..."*.

"MỖI MÙA XUÂN VỀ" NHỚ ANH NHẬT NGÂN

Trong các tỉnh, tôi nghĩ Quảng Nam - Đà Nẵng là một trong những địa phương có đông văn nghệ sĩ sinh hoạt nhất, một phần vì đất rộng người đông nhưng phần khác tiêu chuẩn để gọi là văn nghệ sĩ Quảng Đà cũng rất rộng rãi. Tác giả nào tự nguyện chọn đất Quảng làm quê hương, người dân Quảng cũng sẽ không ngần ngại đón nhận tác giả đó là đồng hương với tất cả chân tình. Không ai lấy làm lạ khi các nhà thơ, nhà văn xứ Quảng sinh ra trên nhiều nơi của ba miền đất nước.

Bên cạnh những La Hối, Bùi Giáng, Trầm Tử Thiêng, Hoàng Trúc Ly, Tạ Ký, Vũ Ký, Lê Trọng Nguyễn đã qua đời hay hàng trăm văn nghệ sĩ nói tiếng Quảng đang sống trong cũng như ngoài nước còn nhiều văn nghệ sĩ Quảng Đà nói tiếng Huế như Vũ Hữu Định, Quảng Bình như Phan Nhật Nam, Thanh Hóa như Nhật Ngân.

Thời đẹp nhất trong đời người của mỗi chúng ta là tuổi trẻ. Tuổi trẻ của tôi và của các anh các chị được che bằng bóng mát của hàng cây sao trên đường Thống Nhất Đà Nẵng, được nhịp bằng tiếng guốc khua trên đường Lê Lợi Hội An. Thành phố, dòng sông, con người và nếp sống Quảng Đà ảnh hưởng khắc sâu trong nhận thức, ảnh hưởng sâu đậm trong sáng tác của các anh, các chị. Anh Nhật Ngân đồng ý như thế và có lần đã kể: "*Vì cả một cái thời tuổi trẻ của tôi ở trung học cũng như là đi vào văn nghệ, thành ra tôi rất yêu mến xứ Quảng Nam - Đà Nẵng*".

"Đứng bên ni Hàn, ngó qua bên tê Hà Thân thấy nước xanh xanh như tàu lá
Đứng bên tê Hà Thân, ngó qua bên ni Hàn, thấy phố xá nghênh ngang..."
Sông Hàn năm 1953. Ảnh tư liệu của Thư viện Dinan, Pháp.

Bản nhạc đầu tay của anh *Tôi đưa em sang sông* mang hình ảnh sông Hàn Đà Nẵng. Như RFA tường thuật sau lần phỏng vấn anh: *"Khung cảnh bản tình ca này là bến đò An Hải trên sông Hàn, Đà Nẵng. Năm 1960, danh phận chưa có, chàng trai đành ngậm ngùi khi nghe tin người yêu phải theo lời gia đình, đi lấy chồng. Ghi lại tình cảm của mình qua nhạc bản này, viết xong Nhật Ngân gửi vào Sài Gòn nhờ một nhạc sĩ đã có tên tuổi là Y Vân phổ biến giùm. Y Vân sửa đổi vài câu cho hợp với đường lối của Bộ Thông tin khi đó, rồi ghi tên người em là Y Vũ vào chung với Nhật Ngân"*. Mỗi lần cựu học sinh Quảng Nam - Đà Nẵng họp mặt, chúng tôi lại được nghe chính tác giả hát bài hát đầy kỷ niệm không chỉ của anh và cả của chúng tôi nữa.

Nhạc sĩ Nhật Ngân là một tên tuổi lớn trong âm nhạc Việt Nam nhưng trong gia đình văn nghệ và đồng hương Quảng Đà, chúng tôi ít khi gọi anh là nhạc sĩ mà vẫn gọi anh là anh Nhật Ngân thân thiết hay thỉnh thoảng cũng có anh chị gọi là thầy Nhật Ngân vì có một thời gian anh dạy ở các trường Đà Nẵng.

Tôi không nhớ chính xác ngày tháng quen anh Nhật Ngân nhưng biết là lâu lắm. Năm 1999, anh Nhật Ngân và anh Trầm Tử Thiêng làm CD *Lửa Bolsa* và hai anh đã chọn bài thơ *Người con gái trên đường Bolsa* của tôi do anh Trầm Tử Thiêng phổ đưa vào CD. Anh gởi tôi một số CD và từ đó chúng tôi hay liên lạc nhau. Những năm sau này tôi ít làm thơ mà dành nhiều thơi gian để viết tiểu luận. Anh đọc các bài viết của tôi rất kỹ. Bài nào anh thích, thường gọi điện thoại để nói vài lời khuyến khích.

Một lần tôi về nói chuyện và đọc thơ ở Viện Việt học, anh gọi hẹn tôi đi uống cà phê. Anh hỏi tôi có mang theo tập thơ nào đưa anh một tập. Tôi có mang theo và ký tặng anh. Ngày hôm sau, anh đến tham dự buổi nói chuyện và hát một bài tặng tôi. Bản nhạc anh hát phổ từ bài thơ *Mỗi mùa xuân thêm một lần dối mẹ* trong tập thơ tôi tặng anh đêm trước. Nguyên văn bài thơ như thế này:

MỖI MÙA XUÂN THÊM MỘT LẦN DỐI MẸ

Nhớ năm ngoái mẹ có lần đã hỏi
Về chưa con sao vẫn thấy chưa về
Con lại phải thêm một lần nói dối
Chờ sang năm con hứa sẽ về quê

Nếu chẳng phải vì thay tờ lịch mới
Chắc là con không biết có Xuân sang
Đời nước Mỹ tháng ngày trôi qua chóng
Chưa kịp xoay đã hết một năm tròn

Bỗng sực nhớ đến lời ai đã nhắc
Lại lo tìm câu nói dối cho xong
Mười một mùa xuân miệt mài đất khách
Con dối đi dối lại biết bao lần

Căn nhà cũ chắc năm nay mục nát
Tiền gởi về không đủ mẹ nuôi thân
Con gái lớn theo chồng đi nơi khác
Con trai đầu biền biệt chốn xa xăm

Cây mai nhỏ ba đã trồng năm trước
Mấy xuân rồi có nở nụ nào không
Hay đã chết theo ba từ dạo ấy
Để mùa Xuân hoa trắng nở trong lòng

Năm mới đến mẹ già thêm một tuổi

Tóc bạc hơn nhiều, má hóp răng long
Sao giấc ngủ chập chờn con thấy mẹ
Người đàn bà đẹp nhất ở trần gian

Năm mới đến con cũng già thêm tuổi
Xa mẹ hiền một tuổi nặng bằng hai
Tuổi nước Việt chất chồng lên quá khứ
Tuổi xứ người quần quật với tương lai

Con chẳng biết nói thế nào mẹ hiểu
Chẳng còn ai hiểu hết chuyện đời con
Non nước đó vẫn còn đầy dâu biển
Núi sông đây sao giữ được vuông tròn.

Lần sau, tôi trở lại Nam California, khá đông anh em văn nghệ đưa nhau đi ăn tối. Trong bữa ăn anh dặn tôi chờ gặp riêng vài phút vì có chuyện muốn bàn. Chúng tôi đứng trong bãi đậu xe nói chuyện. Thì ra anh muốn làm một CD nhạc phổ từ thơ của các nhà thơ xứ Quảng nhưng đắn đo về danh sách các nhà thơ. Tôi cười, vừa nói vui nhưng cũng vừa nói thật: *"Số nhà thơ Quảng Đà mọc nhiều hơn lúa, anh nên cân nhắc để bạn hữu khỏi trách, đừng hỏi tôi vì tôi không chọn được"*. Anh không nói gì nhưng thời gian ngắn sau đó anh ra đời một CD mười tác giả Quảng Nam. Như anh giải thích, anh không có ý chọn lựa theo tiêu chuẩn thơ hay và thơ không hay, thích hay không thích, thành danh hay chưa thành danh, mười tác giả thơ trong CD chẳng qua là những người anh gần gũi, dễ liên lạc và cụ thể hơn anh đã có sẵn nhạc phổ thơ của họ. Trong CD, bài thơ *Mỗi mùa xuân thêm một lần dối mẹ* của tôi được anh sửa tựa cho ngắn gọn và có nhạc tính hơn *Mỗi mùa xuân về* và chính anh đã hát thật hay. Mỗi khi có dịp, tôi cũng thường hát bài này.

Bài thơ tôi viết như một lời xin lỗi người mẹ nuôi sau mười một năm tôi rời nhà mẹ. Năm nào cũng thế, mỗi mùa xuân khi gọi về chúc tết mẹ tôi đều hứa sẽ trở về thăm căn nhà nhỏ có giàn hoa giấy đỏ ở hẻm Hòa Hưng. Lời hứa của tôi như con nước nhỏ trôi đi và mẹ vẫn đứng chờ như bóng chân cầu cũ. Bóng mây bay không trở lại bao giờ. Tôi không biết giải thích thế nào cho mẹ hiểu. Khát vọng ư? Lý tưởng ư? Núi sông ư? Tư do dân chủ ư? Với tôi có thể là quan trọng nhưng trong lòng bà mẹ Việt Nam nào cũng chỉ có tình thương.

Anh Nhật Ngân viết rất nhiều bài về mẹ và mùa xuân. Trong chúng ta, ai cũng có thể ít nhất một vài lần đã hát *Xuân này con về mẹ ở đâu*, *Xuân này con không về* hay *Mùa xuân của mẹ* do anh sáng tác từ nhiều năm trước. Càng đi xa, càng lăn lóc trong cuộc đời đầy cạm bẫy càng thấy quý tấm lòng bao dung, thương yêu tuyệt vời như ánh trăng của mẹ.

Lần cuối gặp anh Nhật Ngân ở Hội ngộ Cựu học sinh liên trường tại Nam California 2011 nhưng cả hai anh em chúng tôi đều quá bận điều hợp chương trình không nói với nhau được gì. Anh hẹn tôi sáng mai đi uống cà phê với anh và nhạc sĩ Trần Trịnh. Chúng tôi chụp vài bức hình kỷ niệm. Cả hai nhạc sĩ tài hoa của âm nhạc Việt Nam đều không còn nữa.

Hôm nay, 24 tháng 11 là sinh nhật anh và hai tháng nữa sẽ là ngày giỗ đầu của anh (Anh qua đời lúc 10 giờ 30 phút sáng ngày thứ Bảy, 21 tháng 01 năm 2012. Hưởng thọ 70 tuổi). Tôi viết đôi dòng để tưởng nhớ anh. Tác giả *Tôi đưa em sang sông* đã xa chúng ta nhưng âm nhạc của anh như tiếng sóng vẫn hằng đêm vỗ về bên sông Hàn Đà Nẵng thân yêu và trong lòng người yêu nhạc Nhật Ngân.

THƠ VỀ MẸ CỦA MINH ĐỨC HOÀI TRINH

Tôi bay qua cuộc đời này như chiếc lá. Mẹ tôi qua đời khi tôi còn rất nhỏ. Tôi không biết gì nhiều về mẹ ngoài những chuyện do cha tôi kể lại. Tôi không biết gì nhiều về mảnh đất miền núi cao của quê hương Quảng Nam nghèo khổ, mảnh đất đã từng chôn khúc nhau tôi.

Mười ba tuổi, tôi từ giã ngôi làng nhỏ bên dòng sông Thu Bồn ra đi. Từ đó đến nay, hơn 40 năm trong sa mạc cuộc đời đầy gian lao vất vả, tôi viết nhiều về mẹ. Mẹ là những vì sao. Mẹ là dòng suốt mát. Mẹ là ngọn gió heo may. Tất cả rất gần gũi, thân thương nhưng cũng vô cùng xa cách.

Và như một lẽ tự nhiên tôi cũng rất quý những nhà văn, nhà thơ có những tác phẩm dành riêng để ca ngợi tình yêu thiêng liêng của mẹ, trong đó có nhà thơ Minh Đức Hoài Trinh.

Mẹ ở phương nào chiều hôm qua

Trăng thương nhòa nhạt dải Ngân Hà

Mùa thu lá đỏ như mầu lửa

Ai có nghe tình ai thiết tha.

(*Hỏi mẹ*, Minh Đức Hoài Trinh)

Nhà thơ Minh Đức Hoài Trinh là một trong những nhà thơ lớn của văn học Việt Nam trong hậu bán thế kỷ 20. Tên tuổi của bà không chỉ giới hạn trong lãnh vực thi ca nhưng gắn liền với cả một giai đoạn dài thăng trầm của đất nước.

Bà ôm ấp một ước mơ và khát vọng tự do cho dân tộc và lấy đó làm hành trang trên mọi ngã đường tranh đấu cho văn nghệ sĩ bị cộng sản cầm tù sau 1975.

Có những ước vọng đã hoàn thành và cũng có nhiều dự tính bà chưa làm xong hết nhưng dù hoàn thành hay dang dở bà đã mở ra một con đường cho các thế hệ mai sau.

Nhắc đến thơ Minh Đức Hoài Trinh, độc giả thường liên tưởng đến *Kiếp nào có yêu nhau* hay *Đừng bỏ em một mình* nhưng với tôi, nhà thơ Minh Đức Hoài Trinh là tác giả của những bài thơ về mẹ mà tôi vô cùng yêu quý. Đọc thơ bà tôi thấy mình vô cùng gần gũi, thân thương như tình cảm dành cho người chị cả trong gia đình.

Mẹ bảo ta đừng nhìn qua cửa sổ

Khi hoàng hôn đang chầm chậm bước chân

Đừng ngước mắt theo lũ chim về tổ

Khi trăng tàn nhẹ trải lối quanh sân.

(*Mẹ bảo ta đừng nhìn qua cửa sổ*, Minh Đức Hoài Trinh)

Hình ảnh một người con ở bên kia trái đất đang hình dung ngày tang của mẹ. Mẹ có biết chăng, đứa con thân yêu của mẹ đang ngồi tưởng tượng ra bàn tay của mẹ, tưởng tượng ra áng mây trời che mát cuộc đời từ nay bất hạnh, tưởng tượng ra khuôn mặt dịu hiền của mẹ đang nhìn xuống trần gian đầy lửa đỏ mà con đang ngụp lặn. Tiếng khóc của con như tiếng gào của con nai tơ vọng lại giữa mùa đông quạnh vắng ở quê người:

Dưới mộ sâu lạnh lắm

Một mình mẹ cô đơn

Ngày mẹ chết con xa me muôn dặm

Ngày đưa mẹ gió bấc rít từng cơn.

(*Khóc mẹ*, Minh Đức Hoài Trinh)

Hay trong tận cùng đau nhức tưởng tượng những chiếc đinh đang ghim sâu vào quan tài của mẹ:

Hồn thân yêu ơi,

Trong quan tài chật chội

Có đau chăng khi búa nện đinh vang

Có nghe chăng đây lời kinh sám hối

Giọng ai buồn cắt đoạn nẻo trần gian.

(*Khóc mẹ*, Minh Đức Hoài Trinh)

Đọc thơ về mẹ của Minh Đức Hoài Trinh để thấy thương mẹ hơn và gần gũi với mẹ hơn:

Không, con chẳng muốn mẹ sầu,

Núi sông ai nỡ nhuộm màu nhớ thương,

Mái quê hương,

Chìm trong sương trắng lạnh

Cánh chim trời cô quạnh bơ vơ,

Mẹ ơi, biết đến bao giờ,

Gió đưa thuyền ngược lại bờ sông xưa?

Mái nhà ai còn rả rích tiếng đàn mưa...

(*Gửi mẹ*, Minh Đức Hoài Trinh)

Tất cả chúng ta ai cũng có mẹ dù mẹ còn hay mẹ mất nhưng mẹ trong thơ Minh Đức Hoài Trinh như *Khóc mẹ, Hỏi mẹ, Gửi mẹ, Gục đầu bên mộ mẹ, Mẹ bảo ta đừng nhìn qua cửa sổ* chuyên chở cả một đại dương mênh mông và sâu thẳm của tình yêu mẹ dành cho con và con dành cho mẹ:

Bình xác khô cằn cỗi

Cắm bông linh hồn tươi

Thượng đế ơi, đường xuống mồ u tối

Xác còn đây, hồn đã tận muôn nơi.

(*Khóc mẹ*, Minh Đức Hoài Trinh)

Với lòng ngưỡng mộ của thi sĩ đàn chị đi trước, thành kính tiễn đưa nhà thơ Minh Đức Hoài Trinh mãi mãi được yên nghỉ trong cõi vĩnh hằng.

Mục lục

- *Lời giới thiệu của nhà văn Lương Thư Trung :*

  Trần Trung Đạo - Người tiều phu với lòng từ bi và những chiếc lá vàng 5
- Lời ngỏ 15

Phần I

ĐÊM NGHE SÔNG HẰNG HÁT

- Đêm nghe sông Hằng hát 19
- Tiếng vọng của suối từ 35
- Hạnh ngộ đầu năm 47
- Mẹ và quê hương 55
- Quê hương ngoài ký ức 67
- Tuổi trẻ và lý tưởng phụng sự xã hội 75
- Người huynh trưởng thời đại 87
- Chú Điển trong tôi 103
- Lũ lụt trong hồn thơ xứ Quảng 111
- Phố cổ Hội An và những ngôi trường cũ 119

- Nguyện ước rất là thơ của mẹ 135
- Người bạn da đen 139
- Tôi bay qua cuộc đời như chiếc lá 147

Phần II

VIẾT NGẮN

- Chiếc bánh pecan 155
- Nhìn Larung Gar lần cuối 159
- Đất và khoai 161
- Pháp danh của tôi 165
- Ngôi chùa là dòng sông 171
- Tiếng chuông chùa 175
- "Gặp Phật" 179
- Nhân duyên ở Sarnath 183
- Nhớ ngài Tiêu Diện 187
- "Cám ơn hoa đã vì ta nở" 189
- Lời thầy dạy: "Nên viết ngắn" 191
- Người bạn Ấn bán dừa 195
- Tuổi con thoi 199
- Đêm giao thừa trên đất Mỹ 203
- Chiếc cối xay 207
- Ngày cưới 209
- Mẹ chờ con 213
- Cô Út vào đại học 217

◆ Mẹ ăn chay 221
◆ Cháu ngoại chào đời 223
◆ Một cách mưu sinh 227
◆ Thạch thảo ven hồ 229
◆ Chim sẻ già cô độc 231
◆ Người tài xế taxi ở Las Vegas 235
◆ Thỏ mẹ nuôi con 238
◆ Chuyến xe lửa Kinh Đô (Kyoto) 241
◆ Một buổi chiều mưa 245
◆ Tình nhân loại không màu 248

Phần III

TƯỞNG NHỚ

◆ Cành mai chánh pháp 251
◆ Hòa thượng Thích Tâm Thanh và gia đình Phật tử 263
◆ Hòa thượng Thích Hạnh Tuấn: Bông mai quý
trong vườn xuân đạo hạnh 273
◆ Linh mục Trần Cao Tường: Từ đồi Massada
đến bờ sông Hát 279
◆ Đừng xa nhau nữa 291
◆ Tất cả đều là thuyền 297
◆ Lễ tưởng niệm danh ca Hà Thanh tại Boston 235
◆ Mùa thu ở trại Sikiew 313
◆ Ba lần thăm bạn 319

- Nguyễn Xuân Phước - Cánh hạc vừa bay 323
- Người đi về hướng đông, hồn tôi nương ngọn sóng
  (Tưởng nhớ nhà văn Ái Khanh) 333
- "Mỗi mùa xuân về" nhớ anh Nhật Ngân 341
- Thơ về mẹ của Minh Đức Hoài Trinh 347

www.ingramcontent.com/pod-product-compliance
Lightning Source LLC
LaVergne TN
LVHW060326051026
849517LV00004B/1241
* 9 7 9 8 3 4 9 2 6 1 1 2 1 *